வண்ணநிலவன்

தமிழ் இலக்கியத்தின் முன்னோடி எழுத்தாளரான வண்ணநிலவன், 1949ஆம் ஆண்டு டிசம்பர் 15ஆம் தேதி திருநெல்வேலியில் பிறந்தார். தந்தையின் பெயர் உலகநாத பிள்ளை. தாயார் ராமலட்சுமி அம்மாள். பெற்றோர் இவருக்கு வைத்த பெயர் ராமச்சந்திரன்.

1970ஆம் ஆண்டில் வண்ணநிலவன் எழுதத் தொடங்கினார். நேசம் மறப்பதில்லை நெஞ்சம் (1976), கடல்புரத்தில் (1977), கம்பா நதி (1980), ரெயினீஸ் ஐயர் தெரு (1981), காலம் (2006), உள்ளும் புறமும் (2010), எம்.எல். (2018) ஆகிய நாவல்களை எழுதியுள்ளார். இதுவரை ஆறு சிறுகதைத் தொகுப்புகள் வெளிவந்துள்ளன. மெய்ப்பொருள் (1981), காலம் (1994) ஆகிய கவிதைத் தொகுப்புகளும் வெளியாகியுள்ளன.

கடல்புரத்தில் நாவல் இலக்கியச் சிந்தனை விருதையும், தர்மம் சிறுகதைத் தொகுதி தமிழக அரசின் விருதையும் பெற்றுள் ளது. மற்றும் புதுடில்லி ராமகிருஷ்ண ஜெய்தயாள் மனித நேய விருது, 'சாரல்' இலக்கிய விருது, எஸ்.ஆர்.வி. விருது, கவிஞர் வாலி விருது, ஜெயகாந்தன் விருது, பெரியசாமித் தூரன் விருது, பம்பாய் ஆதிலெட்சுமணன் விருது, கோயமுத்தூர் புத்தகத் திருவிழா வாழ்நாள் சாதனையாளர் விருது ஆகிய விருதுகளையும் பெற்றுள்ளார்.

கண்ணதாசன், கணையாழி, புதுவைக் குரல், அன்னை நாடு, துக்ளக், சுபமங்களா போன்ற பத்திரிகைகளின் ஆசிரியர் குழுவில் பணியாற்றியுள்ளார்.

தமிழ் சினிமாவின் மகத்தான திரைப்படமான ருத்ரையாவின் 'அவள் அப்படித்தான்' திரைப்படத்தில் வசனகர்த்தாவாகவும் பணியாற்றியுள்ளார்.

இவரது பல படைப்புகள் ஆங்கிலம், இந்தி, மலையாளம், ஜெர்மன் மொழிகளில் மொழிபெயர்க்கப்பட்டு பெரும் வரவேற்பைப் பெற்றுள்ளன.

வண்ணநிலவன்

எண்ணமும் எழுத்தும்

வெளியீடு

வெளியீடு : 107
ISBN : 978-93-82810-76-6

வண்ணநிலவன்: எண்ணமும் எழுத்தும்
முதல் பதிப்பு: டிசம்பர் - 2020
பக்கம்: 216

ஒளியச்சு: ச. ஜெயஸ்ரீ
நூல் வடிவமைப்பு : எஸ்.மாரீஸ்
அட்டை: பிரவேகா
அச்சாக்கம்: மணி ஆப்செட், சென்னை

விலை: ரூ.200

Vannanilavan: Ennamum Ezhuthum
First Edition : December - 2020
Pages : 216

Typeset: S.Jayasri
Lay Out : S.Maries
Wrapper : Pravekha
Printing: Mani Offset, Chennai

Akani veliyeedu
No.3, Paadasalai Street,
Ammaiyapattu, Vandavasi - 604408
Ph: 98426 37637 / 94443 60421
email: akaniveliyeedu@gmail.com

எனது பல்வேறுவிதமான இலக்கியக் கட்டுரைகள், பேட்டிகள் அடங்கிய தொகுப்பு நூல் இது. இதிலுள்ள பல கட்டுரைகள் ‘ஒரு குட்டி பூர்ஷ்வாவின் அனுபவங்கள்’ என்ற தலைப்பில், நற்றிணை பதிப்பக வெளியீடாக 2012-ல் வெளியானது. அத்தொகுப்பிலுள்ள கட்டுரைகள், பேட்டிகள் தவிர, மேலும் சில புதிய கட்டுரைகளையும் கொண்டதாக இத்தொகுப்பு வெளிவருகிறது.

பொதுவாக கலை, இலக்கியம், தலித்தியம், விமர்சனம் குறித்த பல்வேறு அம்சங்களை உள்ளடக்கியதாக இத்தொகுப்பு விரிகிறது. பல கட்டுரைகள் விவாதங்களாக மாறக்கூடிய உள்ள டக்கங்களைக் கொண்டவை.

இந்தத் தொகுப்பைக் குறுகிய காலத்தில் பதிப்பித்துள்ள அகநி வெளியீட்டுக்கும், நண்பரும், கவிஞரும், நாவலாசிரி யருமான அ.வெண்ணிலா அவர்களுக்கும் என்னுடைய எளிய அன்பும், நன்றிகளும் உரித்தாகின்றன.

சென்னை-24

22.10.2020

அன்புடன்,

வண்ணநிலவன்

எழுத்தாளர்கள்

புதுமைப்பித்தனும் ஒரு வாசகனும் 8
வல்லிக்கண்ணன் 14
உதிர்ந்தது ஓர் இலக்கிய மலர் 29
லா.ச.ரா. என்றொரு மனவெளிக் கலைஞன் 31
வெ.சா. என்ற வெங்கட் சாமிநாதன்: எனது நினைவுகள் 35
ஆர்.சூடாமணியும் மறைந்துவிட்டார் 39

கட்டுரைகள்

தமிழ் எழுத்துலகமும் சுதந்திரப் போராட்டமும் 44
இலக்கியமென்பது... 50
வாசகர்களுக்கு ஒரு பட்டியல் 56
தமிழில் விமர்சகர்களே இல்லை 61
'தலைமுறைகள்' முன்னுரை 67
நூல் வெளி 70
யார் கலைஞர்? 73
அழிவை நோக்கிச் செல்லும் நாடகம் 77
திராவிட இயக்கங்களும் இலக்கியமும் 81
இலக்கியமும் வலதுசாரிகளும் 86
முற்போக்கு பிற்போக்கு 90
யார் தலித்? 93
ஒரு குட்டி பூர்ஷ்வாவின் அனுபவம் 96
சில அந்தக் கால ஆங்கிலப் பத்திரிகைகள் 101
சினிமாவும் நானும் 106
பாடிப் பறந்த குயில்கள்... 111
மீறும் மிகையுணர்ச்சி: சிவாஜி ஏன் சிலிர்க்க வைக்கிறது? 116
வானொலி நினைவுகள் 119
மதிப்பெண்களே போற்றி 125
பால் தாக்கரேவும் பிராந்தியவாதத்தின் வேர்களும் 129

நேர்காணல்கள்

சந்திப்பு: இளையபாரதி, சுபமங்களா 136
சந்திப்பு: தளவாய் சுந்தரம், குமுதம் ஜங்ஷன் 153
சந்திப்பு: பவுத்த அய்யனார், 'நேர்காணல்' இதழ் 169
சந்திப்பு: கீரனூர் ஜாகிர்ராஜா, புதிய புத்தகம் பேசுது 196
கல்கி இதழில் வெளியான நேர்காணல் 213

எழுத்தாளர்கள்

புதுமைப்பித்தனும் ஒரு வாசகனும்

உலகில் ஏதாவது ஒரு காரியத்தைச் சிறிதுகூட அலுப்பே இல்லாமல் செய்துகொண்டிருக்கலாம் என்றால், அது படிப்பது ஒன்றுதான். வாசகனாக இருப்பதைவிடப் பரம சிலாக்கியமான விஷயம் எதுவுமே இல்லை.

தாமிரவருணி ஒரே ஆறுதான். ஆனால் பாபநாசத்தில் பாறைகளுக்கு நடுவே குளித்தால் அது ஒரு தனிசுகம். கல்லிடைக் குறிச்சி பாலத்துக் கீழே குளித்தால் அந்த அனுபவம் ஒரு மாதிரி இருக்கிறது. குறுக்குத்துறை கோவில் பக்கத்திலும், கொக்கிரகுளம் ஆற்றிலும் குளிக்கிறபோது ஏற்படுகிற மனக் கிளர்ச்சி வேறு மாதிரியாக இருக்கிறது. வெள்ளக் கோவில் பக்கம் ஆற்றங்கரையில் ஆளரவமே இராது. அந்த அமானுஷ்யமான அமைதியில் ஆறும் நாமும்தான். ராஜவல்லிபுரத்தில் ஆறு குறுகிவிடுகிறது. கருங்குளத்தில் எதிரே வடகரையில் பிரம்மாண்டமான அகன்ற மணல்வெளி. மணல்வெளிக்கு அப்பால் ஊசிகூட நுழைய முடியாத அளவுக்கு நெருக்கமாக நிற்கும் பனை மரங்கள். அந்தப் பனை மரங்களினூடே தெரியும் கொங்கராய குறிச்சி, மணக்கரை ஊர்கள். ஏதோ ஒரு சைத்ரீகன் தீட்டிய ஓவியம் போன்ற அழகு அது. அந்தத் துறையில் குளிக்கும்போது மனம் கொள்ளும் பரவசமே அலாதிதான். ஆழ்வார் திருநகரியில் ஐந்தாம் திருவிழா வெகு பிரசித்தம். ஸ்ரீவைகுண்டத்திலிருந்து ஆழ்வார் திருநகரிக்குத் திருவிழா பார்க்க, ஆற்றிற்குள்ளேயே அந்தப் பரந்த மணல் வெளியில் நடந்து செல்வோம். எல்லாம் நாற்பது வருஷத்துக் கதை.

திருநெல்வேலியில் விரக்தியாக 'எல்லாத்தையும் விற்றுத் தின்னாச்சு' என்பார்கள். அந்த மாதிரி மரங்களை விற்றுத் தின்றாயிற்று. ஆற்று நீரை, ஆற்று மணலை விற்றுத் தின்றாயிற்று. விற்றுத் தின்பதற்கு எதுவுமே இல்லாத காலம் என்றாவது வரத்தான் போகிறது. அப்போது இந்த மனிதர்கள் என்ன செய்வார்கள் என்று தெரியவில்லை.

திருநெல்வேலிச் சீமைக்கே உரிய பல அம்சங்கள் ஒரு காலத்தில் இருந்தன. ஓர் அமர காவியம் முடிவுக்கு வருவது போல், அதன் கடைசிப் பக்கத்தின் கடைசிப் பாராவைத் திருநெல்வேலி கடந்துகொண்டிருக்கிறது. அந்த ஆறு, ஆற்றங் கரைப் படித்துறைகள், மண்டபங்கள், பனை மரங்கள், உடை மரங்கள், பரந்த வயல் வெளிகள், கோவில்கள், வில் வண்டிகள், வேதக் கோவில்கள், காரிக்கம் வேட்டி, சிட்டைத் துண்டு, தொண்டர் சன்னதி கமிஷன் மண்டிகள், கன்னடியன் கால்கள், பிரிட்டீஸார் காலத்து ஆர்ச்சுகள், மருத மரங்கள், மண்பானைச் சமையல்கள், செல்லம்மாள்கள், பிரமநாயகம் பிள்ளைகள், வளவு வீடுகள், பேட்மாநகரத்து சாயபுமார்கள், தேரிக்காட்டு மணல் குன்றுகள், பலவேசங்கள், பொயிலான்கள், கடைய நல்லூர் சண்முகசுந்தரம் - சிங்கிகுளம் கணேசன் மேளங்கள், வடிவேலு பேரன் வில்லுப் பாட்டுகள், வண்டி மலைச்சி அம்மன்கள், கோலாட்டங்கள் என்று ஒரு மாபெரும் இதிகாச வாழ்வு மெல்ல மெல்ல ஒடுங்கிக்கொண்டிருக்கிறது.

இந்த மானுட சோகத்தைத்தான் தனது சிறுகதைகளில் புதுமைப்பித்தன் விதவிதமாகச் சொல்லுகிறார். வல்லிக்கண்ண னின் ஒரு கவிதைத் தலைப்பு மாதிரி, அது ஒரு 'அமர வேதனை'. இந்த உண்மையை, புதுமைப்பித்தன் வாழ்ந்த காலத்திலேயே வாழ்ந்து, அவர் தொகுப்புக்கு 1940 இல் முன்னுரை எழுதிய ரா.ஸ்ரீ.தேசிகனே, 'ஒரு கவியுள்ளம் - சோகத்தினால் சாம்பிய கவியுள்ளம் - வாழ்க்கை முட்களில் விழுந்து ரத்தம் கக்குகிற உள்ளம் - கதைகளின் மூலம் பேசுகிறது' என்று கூறியுள்ளார். புதுமைப்பித்தன் பற்றி, அவரது படைப்புகள் பற்றி இதைவிடப் பிரமாதமாக யாரால் சொல்ல இயலும். பண்டிதத்தனமோ, அறிவின் வித்தகமோ கலவாத ஒரு எளிய வாசக மனம் தேசிக னுடையது. அதனால்தான் புதுமைப்பித்தனின் படைப்பு உள்ளத்தை மிக எளிதாக அடையாளம் கண்டு அவரால் சொல்ல முடிந்திருக்கிறது.

நான் புதுமைப்பித்தனின் கதைகளைப் படித்தது 60 அல்லது 61 வாக்கில்தான். அவருடைய கதைகள் புனித இலக்கியம். யாராலும் நெருங்க முடியாத மந்திரவாதியின் விளக்கு என்பது முதலான புருவ உயர்த்துதல்கள், பம்மாத்துகள் எதுவும் இல்லாமல் சாதாரண வாசகனாகத்தான் படித்தேன். 'அடடே! நம் ஊரைப் பற்றி, நம்முடைய வளவு, பிரமநாயகம் பிள்ளைத் தாத்தா - பாஞ்சாலி ஆச்சி, மேலரத வீதி ஜவுளிக்கடையில் வேலை பார்க்கிற சொடலை முத்துப் பிள்ளை மாதிரி ஆட்களை யெல்லாம் பற்றி சினிமா பார்க்கிற மாதிரி எழுதுகிறாரே' என்ற ஆச்சரியத்துடன்தான் படித்தேன். பனிரெண்டு, பதின்மூன்று வயதில் நான் உணர்ந்த திருநெல்வேலி வாழ்வை அப்படியே அவரது கதைகள் பிரதிபலித்தன. இப்படித்தான் புதுமைப் பித்தன் எனக்கு அறிமுகமானார். தொ.மு.சி, மீ.ப.சோமு, வல்லிக்கண்ணன் போன்றவர்களின் கதைகளைப் படித்த போதும், பின்னால் கு.அழகிரிசாமி, கி.ராஜநாராயணன் கதை களைப் படிக்கிற போதும் இதே உணர்வுதான் ஏற்பட்டது. எனக்கு நன்கு அறிமுகமான வாழ்வை, நான் அனுபவித்த உணர்ச்சிகளை இவர்களது சிறுகதைகளில் படித்து அனுபவித் தேன். இந்தச் சிறுகதைகள் தான் ஒரு வேளை என்னை இலக்கிய உலக நுழைவாயிலுக்கு அழைத்துச் சென்றதோ என்னவோ.

நான் எழுத ஆரம்பித்தபோது புதுமைப்பித்தனுடைய நடையைப் பின்பற்றி எழுதுவது வெகு இயல்பாகவும் சௌகரி யமாகவும் இருந்தது. எனது யுகதர்மம், மயான காண்டம் முதலான கதைகள் அப்படியே புதுமைப்பித்தனின் வார்ப்பு போல் இருக்கும். கோகேலின் 'மேல்கோட்டி'லிருந்து வந்த வர்கள் என்று, ரஷ்ய எழுத்தாளர்கள் பெருமைப்பட்டுக் கொள் வார்கள் என்று சொல்லக் கேள்வி. அந்த மாதிரி, ஆரம்ப நாட் களில் புதுமைப்பித்தனால் பாதிக்கப்பட்டவன்தான்.

பின்னால் பைபிளையும், கு.ப.ரா போன்ற படைப்பாளி களையும் படித்த பிறகு புதுமைப்பித்தனின் நடை என்னை விட்டுக் கழன்று கொண்டது. கதை சொல்லும் மொழியில் அமைதி கூடி வந்தது. விமர்சகர்கள் புதுமைப்பித்தனின் எழுத்து, விமர்சன யதார்த்தவாதத்தைச் சேர்ந்தது என்று வகைப் படுத்தியிருக்கிறார்கள். அனுபவம் என்பது வேறு. எந்த ஒரு விஷயமும் முதலில் மனத்தைத்தான் தொடுகிறது. பிறருடன்

அந்த அனுபவத்தைப் பற்றிப் பேசும்போது அதற்குக் காது, கண், மூக்கு என்றெல்லாம் அலங்காரம் செய்து, அதைத் தரப்படுத்தி, முடிந்தால் அதற்குக் கோட்பாட்டு முலாம் பூசிவிடுகிறோம். பு.பி. கதைகளைப் பற்றிக் கூறப்படும் பல்வேறு கோட்பாட்டு முலாம்களும், வியாக்யானங்களும் இந்த ரகத்தவைதான்.

இவ்வளவு வருடங்கள் கழித்து அவர் கதைகளைப் படித்துப் பார்க்கிற போதும் இதே அபிப்பிராயம்தான் ஏற்படுகிறது. மனித வாழ்வின் பல்வேறு அனுபவங்களையும் கதைகளாக்கி யிருக்கிறார். அவரது கற்பனா உலகம் பரந்து விரிந்தது. கதை சொல்லும் உத்தி, உருவம் இவற்றில் பரிசோதனைகள் செய்து பார்த்திருக்கிறார் என்றாலும், அவரது கதைகளின் அடிச் சரடாக ஓடுவது குத்தலுடன் கூடிய எள்ளல்தான். இதனால்தான் கதைகளில் அவரது குரல் உரத்துக் கேட்கிறது. காதல், இரக்கம் போன்ற உணர்ச்சிகளைக்கூட தனது அறிவால் அளந்து சொல்லிக்கொண்டு போகிறார்.

அந்த நாட்களிலும் சரி, இந்த நாட்களிலும் சரி உரத்த தொனியில் கதை சொன்னவர்கள் மிகச் சிலரே. பெரும் பாலான எழுத்தாளர்கள் அமுங்கிய குரலில்தான் எழுதியிருக் கின்றனர். இதைப் புதுமைப்பித்தனே உணர்ந்து, இயன்றவரை தனது எழுதும் பாணியில் ஆரவாரத்தைக் குறைத்துக் கொண் டிருக்கிறார் என்பதை அவரது பிற்காலக் கதைகள் காட்டுகின்றன என்றாலும், உணர்ச்சி வேகத்தைவிடச் சிந்தனை வேகம்தான் புதுமைப்பித்தனிடம் அதிகம். புதுமைப்பித்தனுக்குப் பிறகு அவரது பாணியை தொ.மு.சி, சுந்தர ராமசாமி, ஜெயகாந்தன் மூவரும் ஓரளவு பின்பற்றினார்கள். சுந்தர ராமசாமி, 'பிரசாதம்' தொகுப்புக்குப் பிறகு அனேகமாக இந்தப் பாணியிலிருந்து விடுபட்டுவிட்டார் என்று சொல்லலாம்.

புதுமைப்பித்தனுக்கு உரிய அங்கீகாரமும், கவனமும் கிடைக்கச் செய்தவர்களில் மூன்று பேர் மிக முக்கியமானவர்கள். பாரதிக்குப் பிந்திய தமிழ் இலக்கியச் சூழலில் முகிழ்த்த உரை நடை ஆசிரியர்களில் புதுமைப்பித்தனின் இடம் மிக அலாதி யானது என்பதை, அவர் வாழ்ந்த காலத்திலேயே அடித்துச் சொல்லி வலியுறுத்தியவர் க.நா.சு. தொடர்ந்து தனது இலக் கியக் கட்டுரைகளில் புதுமைப்பித்தனுடைய எழுத்தின் முக்கியத்துவத்தைக் கூறிக்கொண்டே இருந்தார். இன்னொருவர்

தொ.மு.சி. ரகுநாதன். அவரது புதுமைப்பித்தன் வரலாறே பல வாசகர்களைப் புதுமைப்பித்தன் பக்கம் இழுத்துச் சென்றது. அந்நாட்களில் வேறு எந்தப் படைப்பாளிக்கும் - பாரதி உள்பட - இவ்வளவு அருமையான சோகம் ததும்பும் வரலாற்று நூல் எழுதப்படவில்லை. 60-களில்தான் நவீன தமிழ் இலக்கியத்தின் பக்கம் நகர்ந்தேன். அப்போது புதுமைப்பித்தனின் சிறுகதை களைத் தேடிப் பிடித்துப் படிக்க வேண்டும் என்ற ஆசையை ஊட்டியவை க.நா.சு.வின் கட்டுரைகளும், தொ.மு.சியின் 'புதுமைப்பித்தன் வரலாறு'ம் தான்.

புதுமைப்பித்தனைப் பேரபிமானத்துடன் கொண்டாடி வந்தவர் சுந்தர ராமசாமி, புதுமைப்பித்தனுக்குக் கிடைத்த வாசகர்களில், எனக்குத் தெரிந்து சுந்தர ராமசாமியைப் போன்ற வாசகர் யாருமில்லை என்றுதான் சொல்வேன். புதுமைப்பித்தன் பேரில், அவர் எழுத்தின்மீது அவருக்கு அப்படி ஒரு ஈடுபாடு, அபிமானம், அன்பு பெருக்கெடுக்கும் பக்தி. நமக்குப் பிரிய மானவர்கள் மீது ஒரு சிறு துரும்பும் விழ மனம் இடம் தராது. அந்த மாதிரி புதுமைப்பித்தன் பேரில் சிறு தூசுகூட விழச் சம்மதிக்காதவர் சுந்தர ராமசாமி என்று படுகிறது.

சு.ரா. தனது இளமைக் காலத்திலேயே புதுமைப் பித்தனுக்கு மலர் வெளியிட்டு அவரது எழுத்தைக் கௌரவித்து கனம் செய்திருக்கிறார். புதுமைப்பித்தன் மற்றும் அவரது எழுத் தின் மீதான சு.ரா.வின் அபாரமான பிரேமைதான், புதுமைப் பித்தனின் படைப்புகளைப் பற்றி வெளிவந்த கட்டுரை களிலேயே முதல் தரமான கட்டுரையான 'புதுமைப்பித்தனின் மனக்குகை ஓவியங்கள்' என்ற கட்டுரையை அவர் எழுதக் காரணமாக இருந்திருக்க வேண்டும்.

சு.ரா.வின் கட்டுரைகளில் அவர் பயன்படுத்தும் மொழியும், தர்க்கமும் முன் உதாரணம் கூறமுடியாத தனித்துவம் கொண்டது. அவரது கட்டுரைகளில் குறிப்பாக, புதுமைப்பித்தனின் மனக் குகை ஓவியங்களும், ப.ஜீவானந்தத்தைப் பற்றி எழுதிய காற்றில் கலந்த பேரோசை யும் அதி உன்னதமான இலக்கிய சிருஷ்டிகள். இவ்விரு கட்டுரை களிலும் அவர் அடைந்துள்ள மொழி நடை விவரிக்க முடியாத நளினமும், எழிலும் கொண்டது. மிக உன்னதமான சிருஷ்டிகர மனோநிலையில் அவர் இக்கட்டுரை களை எழுதியிருக்க வேண்டும் என்று படுகிறது.

புதுமைப்பித்தன் தனது பல சிறுகதைகளை இன்னும் கவனத்துடன் எழுதியிருக்கலாம். அவரது சமகாலத்தவர்களான மௌனி, கு.ப.ரா., ந.பிச்சமூர்த்தி போன்றோர், பதவிசான நடையில் செட்டான உருவ அழகுடன் சிறுகதைகளை எழுதி யிருக்கிறார்கள். மணிப்பிரவாளத் தமிழ் போன்ற ஒரு நடை அக்காலத்தில் பத்திரிகைகளில் இருந்தது. இதைத்தான் புதுமைப்பித்தனும் சுவீகரித்துக் கொண்டிருக்கிறார். இந்த நடை அவர் காலத்திலேயே பழசாகப் போய்விட்டது. எல்லாப் படைப்பாளிகளிடமும் ஏதாவது ஒரு குறை, சறுக்கல் இருக்கத் தான் செய்யும். அப்படித்தான் புதுமைப்பித்தனின் கலை குறித்த குறைபாடுகளையும் பார்க்க வேண்டும். ஆழ்ந்த இலக்கிய அக்கறை கொண்ட எந்த வாசகனும் புதுமைப்பித்தனை அவ்வளவு எளிதாக ஒதுக்கித் தள்ளிவிட முடியாது என்பதுதான் அவரது சிறுகதைகளின் பலம். புதுமைப்பித்தனின் வாசகன் என்ற அளவில்தான் இதைச் சொல்கிறேன்.

வல்லிக்கண்ணன்

இப்போதுகூட எழுதுவதைவிடவும் படிப்பதுதான் இதமாகவும், சந்தோஷமளிப்பதாகவும் இருக்கிறது. நதிமூலம், ரிஷிமூலம் மாதிரி ஒவ்வொரு மனுஷருக்குள்ளும் அந்தர் வாஹினியாய் ஒரு பிரதான உணர்ச்சி பிரவாஹமாக ஓடும். அந்த மாதிரி திருநெல்வேலி எங்களுக்கெல்லாம் அந்தர்வாஹினி.

திருநெல்வேலியை ஒவ்வொரு இலக்கியகர்த்தாவும் ஒவ்வொருவிதமாகக் காட்டுகிறார்கள். குற்றாலத்தைத் திரிகூட ராசப்ப கவிராயரைவிட இன்னொருவர் அவ்வளவு நளினமாகச் சொல்லிவிட முடியுமா என்றுதான், வண்ணதாசனின் 'ஒரு அருவியும் மூன்று சிரிப்பும்' என்ற சிறுகதையையும், 'ஒரு உல்லாசப் பயணம்' என்ற சிறுகதையையும் படிக்கிறவரை நினைத்துக் கொண்டிருந்தேன். மந்தியெல்லாம் மாங்கனியைப் பந்தாடிப் பல்லிளிக்கும் என்பது திரிகூடராசப்ப கவிராயரின் ஒரு கவிதை வரி. மொழியழகும், கவிராயரின் மனவுலகும் அதியற்புதமாக ஒன்றி லயப்பட்டிருக்கிற அந்த அனுபவத்தை அனுபவித்துதான் உணர முடியும்.

ஆனால், கவிராயரிடம் கிடைத்த அதே சுகானுபவம் வண்ணதாசனின் மேற்கண்ட இரு சிறுகதைகளிலும் கூடக் கிடைக்கிறதே, இது எப்படி? திரிகூடராசப்பருக்கும் வண்ண தாசனுக்கும் பல தலைமுறைகளுக்கு மேற்பட்ட இடைவெளி யாவது இருக்கும். ஆனால், இத்தனை வருஷ இடைவெளி யையும் ஒன்றுமே இல்லாமல் போக்கிவிட்டுப் பிரவஹிப்பதன் பேர்தான் 'இலக்கியம்'.

புதுமைப்பித்தனும் திருநெல்வேலியிலுள்ள கருப்பந் துறையைப் பற்றி எழுதியிருக்கிறார். தொ.மு.சிதம்பர ரகு

நாதனும் அதே கருப்பந்துறையைப் பற்றி 'ஆனைத் தீ' என்ற சிறுகதையில் எழுதியிருக்கிறார். வாசகனுக்கு இருவருடைய சித்திரிப்பிலும் சின்னச் சின்ன வித்தியாசங்கள், நுட்பமான வேறுபாடுகள் தெரிகின்றன. ஆனால், புதுமைப்பித்தனுடைய கருப்பந்துறையிலும், ரகுநாதனுடைய கருப்பந்துறையிலும் உள்ளே நின்று ஒளிரும் சுடர் ஒன்றுதான். அந்தச் சுடரின் பேர் தான் இலக்கியம். ஓர் அடையாளத்துக்காக ஒன்றை குத்து விளக்கின் சுடரென்றும் இன்னொன்றைப் பாவை விளக்கின் சுடரென்றும், வகைப்படுத்தும் வசதியை முன்னிட்டுச் சொல்லிக் கொள்ளலாம். ஆனால், இரண்டுமே சுடர்தான்.

வால்மீகியின் சீதையும், இளங்கோவின் கண்ணகியும் காலத்தால் எத்தனையோ யுகங்கள் முன்னும் பின்னுமாக வாழ்ந்தவர்கள். இருவேறு வகைப்பட்ட துயரங்களை அனுபவித்தவர்கள். ஆனால் இருவருமே நெருப்பென வாழ்ந்து முடிந்தவர்கள். அந்த நெருப்புக் கனலைத்தான் இலக்கியம் என்கிறோம்.

'நான்' என்ற சொல்லே வராமல் எழுத வேண்டும் என்று ஆசை. ஆனால், விஷயங்களைவிட்டு ஒதுங்கி, அவற்றை மனதி லிருத்திச் சலிக்காத நிலையில் 'நான்' என்பதைப் பிரயோகிக்க வேண்டிய அவசியம் எழாது. அந்த லட்சிய நிலையை அடையும் வரை 'நான், எனது' என்று ஒட்டுதல் இருப்பதைத் தவிர்ப்பதற்கில்லை.

எனக்கு இந்தப் புனைபெயரைச் சூட்டிய ஒரு பிரபல படைப்பாளியை முன்வைத்தே ஆரம்பிக்கலாம் என்று தோன்றுகிறது. அப்போது நான் வண்ணநிலவனில்லை. வெறும் ராமச்சந்திரன்.

இன்றைய இலக்கிய வாசகத் தலைமுறைக்கு காலச் சுவடு, தமிழினி, காவ்யா போன்ற, புதுமையான படைப்பு களை வெளியிடும் பதிப்பகங்களின் பெயர்கள் அறிமுகமாகி யிருக்கும். ஓரளவு அன்னம், அகரம், க்ரியா போன்ற பதிப் பகங்களின் பெயர்களும் நினைவுக்கும் வரலாம். ஆனால், முப்பது வயதாகும் இன்றைய நவீன இலக்கிய வாசகருக்கு வாசகர் வட்டம், தென்மொழிகள் புத்தக டிரஸ்ட், பெர்ல் பப்ளிகேஷன்ஸ், நவயுகப் பிரசுராலயம், ஸ்டார் பப்ளி

கேஷன்ஸ், அமுத நிலையம், மல்லிகை பதிப்பகம், ஜோதி பிரசுராலயம் போன்ற பதிப்பகங்களின் பெயர்கள் அனேகமாகக் கேள்விப்படாததாகவே இருக்கலாம். இவையெல்லாம் 50கள் முதல் 70கள் வரை மிகுந்த செல்வாக்குடன் இருந்தவை. (இவற்றில் சில இன்றும்கூட இருக்கின்றன). பெர்ல் பதிப்பகம் பம்பாயைத் தலைமையிடமாகக் கொண்டு இயங்கி வந்தது. இப்பதிப்பகம் எர்னெஸ்ட் ஹெமிங்வே, வில்லியம் ஃபாக்னர் போன்ற அமெரிக்க இலக்கிய கர்த்தாக்களின் பல முக்கியமான நாவல்களைத் தமிழில் மொழிபெயர்த்து வெளியிட்டது. அப்படித் தமிழில் மொழிபெயர்க்கப்பட்ட நாவல்தான் 'தாத்தாவும் பேரனும்.' இதை மொழிபெயர்த்தவர் வல்லிக்கண்ணன். ஃபாக்னரின் 'மங்கையர் கூடம்' என்ற நாவலை க.நா.சு. மொழிபெயர்த்திருந்தார் என்று ஞாபகம்.

ஒன்பதாவது (அப்போது ஃபோர்த் ஃபார்ம்) படித்துக் கொண்டிருந்தபோது, கணித வகுப்புகளுக்குப் போகப் பயந்து, இரண்டு மாதமாகப் பள்ளிக்கூடமே போகவில்லை. மாவட்ட மைய நூலகமே கதி என்று கிடந்தேன். ஏராளமான நாவல்களைப் படித்தேன். நாவல் படிக்கிற பழக்கம் நாலாவது ஐந்தாவது படிக்கும்போதே தொற்றிக்கொண்டிருந்தது. அமுத சுரபி, கலைமகளில் வல்லிக்கண்ணனின் சிறுகதைகள் ஒன்றிரண்டு தட்டுப்பட்டன. கதைகள் எல்லாம் நெல்லைத் தமிழில், அந்த வட்டாரத்தைப் பற்றியே இருந்தன. 'வல்லிக் கண்ணன்' என்ற பெயரின்மீது மிகுந்த மனநெருக்கத்தை அந்தக் கதைகள் ஏற்படுத்தின. பின்னர் புதுமைப்பித்தன், சுந்தர ராமசாமியின் சிறுகதைகளைப் படித்தபோதும் அவர்கள் கதைகளில் இருந்த வட்டார மொழியும், விவரங்களுமே என்னை அவர்கள் எழுத்தின் பக்கம் ஈர்த்தன. அழகிரிசாமி, ராஜநாராயணன் கதைகளைப் படித்தபோதும் ஆரம்பகால வாசகனான எனக்கு, அவர்கள் எழுத்துகளின்மீது ஒரு பிடிப்பும், இலக்கியத்தின்மீது ஓர் அபிமானம் ஏற்படவும் இதுவே காரணம்.

*1965*இல் 'தீபம்' பத்திரிகையை நா. பார்த்தசாரதி ஆரம்பித் தார். ஏற்கெனவே முத்துக்கிருஷ்ணன் என்ற நண்பரின் மூலம் தாமரை அறிமுகமாகியிருந்தது. 'தீபம்' இதழை முத்துக் கிருஷ்ணன் தவறாமல் வாங்குவார். ஐங்ஷன் ஹிந்து ஹை ஸ்கூலுக்கு எதிரே இருந்த இளங்கோ ஸ்டோர்ஸுக்குத்தான்

தாமரையும் தீபமும் வரும். தீபத்திலும் வல்லிக்கண்ணனது சிறுகதைகள் வெளிவந்தன.

வல்லிக்கண்ணன் திருநெல்வேலிக்காரராகத்தான் இருக்க வேண்டும். அல்லது, திருநெல்வேலிப் பகுதி பற்றி நன்கு பரிச்சயமானவராகவாவது இருக்க வேண்டும் என்பது என் முடிவு. திருநெல்வேலியில் எந்தத் தெருவில் இருப்பார்? தாமிரவருணி பற்றியெல்லாம் அவர் கதைகளில் வர்ணனைகள் வருகின்றன. ஒருவேளை, வண்ணார்பேட்டைக்காரராக இருப்பாரோ? இல்லை. கொக்கிரகுளத்துக்காரரா? சிக்கிலிங் கிராமத்துக்காரராகவோ, சிந்து பூந்துறைக்காரராகவோ கூட இருக்கலாம். மனம் அவ்வப்போது வல்லிக்கண்ணனை நினைத்து அலைபாய்ந்து, தானே ஓய்ந்துவிடும். 62 வாக்கில் தொடங்கிய இந்த மனத்தேடல் 70 வரை தொடர்ந்தது. தீபமும், தாமரையும் வாங்குகிற இளங்கோ ஸ்டோர்ஸ்காரரிடமே கூட கேட்டுத் தெரிந்து கொண்டிருக்கலாம். ஆனால், ரொம்பப் பழகிய ஆட்களைத் தவிர அடுத்த மனுஷர்களிடம் வாய்திறந்து பேசத்தான் முடியாதே. நம் கொன்னல் (திக்குவாய்) வெளியே தெரிந்துவிடுமோ என்ற கூச்சம், பயம்.

பாளையங்கோட்டையில் நான் வக்கீல் குமாஸ்தாவாக வேலை பார்த்தேன். 1969 ஆகஸ்ட் வாக்கில் எங்கள் கட்சிக் காரரான தீப.நடராஜன், எனது வக்கீலின் முகவரிக்கு ஓர் அழைப்பிதழை அனுப்பியிருந்தார். அது டி.கே.சி.யின் நினைவு நாள் கொண்டாட்ட அழைப்பிதழ். அதில் பேசுகிறவர்களின் பெயர் வரிசையில் 'வல்லிக்கண்ணன், ராஜவல்லிபுரம்' என்று இருந்தது. அதைப் பார்த்ததும் எனக்கு ஒரே சந்தோஷம். வல்லிக்கண்ணன் வசிக்கிற ஊர் எதுவென்று தெரிந்துவிட்டது. ராஜவல்லிபுரம். பக்கத்திலுள்ள ஊர்தான்.

அப்போது இன்லேண்ட் லெட்டர் பத்து பைசாதான். ஒரு இன்லேண்டில் வல்லிக்கண்ணனுக்குக் கடிதம் எழுதினேன். முகவரி என்ன எழுதுவது? வீட்டுக் கதவிலக்கம், தெருப்பெயர் எதுவும் தெரியாது. அழைப்பிதழில் அதெல்லாம் எப்படி இருக்கும்? வெறுமனே திரு. வல்லிக்கண்ணன், எழுத்தாளர், ராஜவல்லிபுரம், திருநெல்வேலி தாலூகா என்று முகவரி எழுதித் தபாலில் சேர்த்தேன். எப்படியோ, நாலாம் நாளே முத்தான கையெழுத்தில் (கடைசிவரை வ.க.வின் கையெழுத்து

அப்படியேதானிருந்தது.) வல்லிக்கண்ணனிடமிருந்து பதில் வந்துவிட்டது. சந்தோஷம் பிடிபடவில்லை. அன்று அந்தக் கடிதத்தை எத்தனை தடவை படித்தேனென்று நினைவில்லை. திரும்பத் திரும்பப் படித்துச் சந்தோஷப்பட்டேன். நான் பதிலெழுத, வ.க. பதிலெழுத வென்று எங்கள் நட்பு கடிதம் மூலம் தொடர்ந்துகொண்டிருந்தது. தேடுங்கள் கண்டடைவீர்கள் என்று பைபிளில் சொல்லியிருக்கிறது. இது முக்காலும் உண்மை. என் வாழ்வில் நிதர்சனமாகப் பல சந்தர்ப்பங்களில் கண்டுணர்ந்த ஒரு பேருண்மை இது. நம்முடைய விருப்பம் ஆத்மார்த்தமானதாக இருந்தால், அது அப்படியே நிறை வேறத்தான் செய்கிறது. யாரோ நம் கையைப் பிடித்து அந்த இடத்திற்கு அழைத்துச் சென்றுவிடுவதுபோல், நம் விருப்பம் நிறைவேறுகிறது. நான் வல்லிக்கண்ணனுடன் தொடர்பு கொண்டபோது அவர்களுக்கு ஐம்பது வயதிருக்கலாம். எனக்கு இருபது இருபத்தோரு வயது. எங்கள் ஸ்நேகம் ஓர் ஆச்சரியமான ஸ்நேகம்தான்.

ஒருவிதத்தில் பார்த்தால் வல்லிக்கண்ணன் மூலம்தான் நம்பிராஜன் (விக்ரமாதித்யன்), வண்ணதாசன், கலாப்ரியா, தி.க.சி., போன்றவர்களின் இலக்கிய சிநேகம் எல்லாம் கிடைத்தது. வல்லிக்கண்ணனோடு கடிதத் தொடர்பு தவறாமல் நடந்து கொண்டிருந்தது. அந்தக் கடிதத்தையெல்லாம் வெகு காலத்திற்குப் பத்திரப்படுத்தி வைத்திருந்தேன். (பிறகு அவற்றை நண்பர் விக்ரமாதித்யன் பெரிய மூட்டையாகக் கட்டி எடுத்துச் சென்றார்.)

வ.க.வுடன் கடிதத் தொடர்பு ஏற்பட்டு, சில மாதங்கள் கழிந்தபிறகுதான் ஒரு ஞாயிற்றுக்கிழமை மாலை, வ.க.வைப் பார்ப்பதென்று பாளையங்கோட்டையிலிருந்து புறப்பட்டேன். பெருமாள்புரத்துக்கும் ராஜவல்லிபுரத்துக்கும் ஒரு டவுன் பஸ் உண்டு. ஆனால், அது எப்போது வருமென்று நிச்சயமில்லை. ஜங்ஷனிலிருந்து அடிக்கடி 9ஆம் நம்பர் பஸ் இருந்தது. அதனால் ஜங்ஷன் போய் பஸ் ஏறினேன். பஸ் புறப்படச் சற்று நேரமிருந்தது. மனமெல்லாம் இனம்புரியாத படபடப்பு. ஜங்ஷனிலிருந்து ராஜவல்லிபுரத்துக்கு 25 பைசாவோ, முப்பது பைசாவோதான்.

ரயில்வே கேட்களில் காத்திருப்பது ஓர் அருமையான, மனத்துக்குப் பிடித்தமான அனுபவம். ஒவ்வொரு ஊருக்கும்,

ஒவ்வொரு கோவிலுக்கும், தெருவுக்கும் ஒரு தனி முக மிருக்கிற மாதிரி, ரயில்வே கேட்டுகளுக்கென்று ஒரு தனி அடையாளமுண்டு. ஒவ்வொரு ரயில்வே கேட்டுக்கும் ஒவ்வொரு அழகுண்டு. இக்கால வேகமான, சௌகரியம் தேடும் வாழ்வு பல அபூர்வமான விஷயங்களை இழந்து மூளி யாகிவிட்டது. அவற்றிலொன்று ரயில்வே கேட்கள். குறுக்குத் துறை போகிற வழியிலிருக்கிற ரயில்வே கேட்டில் இரண்டு புறமும் மணல், செங்கல் ஏற்றி வருகிற மாட்டு வண்டிகள் காத்திருக்கும். ஆற்றிலிருந்து குளித்துவிட்டு வருகிற ஆண்களும் பெண்களும் ஈரத் துணிகளுடன் கேட்டுக்குள் நுழைந்து வருவார்கள்.

திருநெல்வேலி ஜங்ஷனிலிருந்து ராஜவல்லிபுரம் போகிற போது ஒவ்வொரு பயணியும் இரண்டு கேட்களைக் கடக்க வேண்டியதிருக்கும். அவற்றில் ஒன்று தச்சநல்லூர் ரயில்வே கேட் (இந்த இடத்தில் மேம்பாலம் வந்துவிட்டது). இன் னொன்று தாழையூத்து ஸ்டேஷனருகே உள்ள கேட். ஐம்பது களில் தினமலர் திருநெல்வேலியிலிருந்து அச்சாகி வந்தது. தினமலர் அலுவலகம் தச்சநல்லூர் ரயில்வே கேட்டினருகே உள்ள பழைய பிரிட்டிஷ் காலத்திய பிரம்மாண்டமான கட்டடத்தில் தான் இயங்கி வந்தது. இந்தக் கட்டடம் இன்றும் இருக்கிற தென்று நினைக்கிறேன். ரோட்டரி இயந்திரம் அதனுள் நிறுவப் பட்டிருந்தது. காம்பவுண்டினுள் இலவம் பஞ்சு மரங்கள் இருந் தன. கட்டடத்தைப் பார்த்தாலே பழைய ஹிந்திப் படங்களில் வருகிற வில்லன்களின் ஜாகை போலிருக்கும். அப்போது அந்தக் கட்டடம் மட்டுமே அந்த இடத்தில் தனியாக இருந்தது. எதிரி லும், பக்கத்திலும் வயல்கள், மேற்கே காம்பவுண்டுச் சுவரை யொட்டி ரயில்வே தண்டவாளம் சென்றது. கேட்டின் மேற்குப் பகுதியில் தச்சநல்லூர் ஊர் ஆரம்பமாகும்.

ஒரு ஜதை தண்டவாளங்கள்தான் இருந்தன. வடக்கே மதுரை, சென்னை செல்லும் ரயில்களும், கிழக்கே தூத்துக்குடி செல்லும் ரயில்களும் அந்தத் தண்டவாளத்தைத்தான் பயன் படுத்தி வந்தன. எப்போதாவதுதான் ரயில்கள் போகும். சாயந் திர நேரங்களில் கொஞ்சம் ரயில் போக்குவரத்துப் பரபரப்பாக இருப்பது போலிருக்கும். மற்றபடி அந்தத் தண்டவாளங்கள் சும்மாதான் கிடந்தன. ராஜவல்லிபுரம் பஸ் தச்சநல்லூர் கேட்

டில் நின்றுவிட்டது. கேட் சாத்தப்பட்டிருந்தது. வயல் பக்க மிருந்து குளிர்ந்த காற்று வீசியது. பத்திரிகை, எழுத்து, கதை என்றாலே சிறு வயது முதல் கொள்ளை ஆசை. ஓர் அலாதியான சந்தோஷம். படிப்பதில் ஏற்படும் லாகிரி, போதை என்றே சொல்ல வேண்டும். அந்தப் போதை இந்த எழுபத்திரண்டு வயதிலும் இருப்பது ஆச்சரியமாக இருக்கிறது. பக்கத்திலிருந்த தினமலர் அலுவலகத்தைப் பரவசத்துடன் பார்த்தேன்.

கல்யாண வீட்டுச் சளம்பல்களில் எரிச்சலில்லாத ஒரு பாந்த மான உணர்வு ஏற்படும். தெளிவாக இல்லாத அந்தப் பேச்சுக் குரல்கள் இல்லையென்றால் கல்யாண வீடே களைகட்டாது. அந்த மாதிரித்தான் பஸ்களில் பயணம் செய்யும்போது பிரயாணிகள் பேசிக்கொள்ளும் சளம்பல்களும், வயல் காட்டுக் காற்றும். வ.க.வைப் பார்க்கப் போகும் பரவசமும் இனம்காண முடியாத, கலவையான உணர்வுப் பெருக்காக உள்ளே பிரவஹித்துக் கொண்டிருந்தது. வ.க. எழுதிய கதைகளெல்லாம் மாறி மாறிச்சித்திரம்போல் ஞாபகத்திற்கு வந்துகொண்டிருந்தன. வ.க.கதைகளில் வரும் வயதான மனிதர்கள், குழந்தைகள், பெண்கள், திருநெல்வேலிப் பேச்சு வழக்கு எல்லாம் மனத்தில் புரண்டுகொண்டிருந்தன.

நாலு வார்த்தை பேசுவதற்குள் கொன்னல் வந்து பாடாய்ப் படுத்தும். இதனால் யாருடனும் பேசவே பயம். பஸ்ஸில் ஸ்டாப்பிங் பெயரைச் சொல்லி டிக்கெட் வாங்கிவிட்டாலே என்னைப் பொறுத்தவரை அது ஒரு பெரிய சாதனைதான். இரண்டே இரண்டு வேட்டிதான் 77 வரை. அநேகமாக ஸ்நேகிதர் களில் சட்டைதான் போடக் கிடைத்தன. அதனால் என் சட்டைகள் எல்லாமே தொளதொளவென்றிருக்கும். ஏற் கெனவே உபயோகிக்கப்பட்டதால் சாயம் போயிருக்கும்.

ஆனால், எனக்கு அந்தச் சட்டைகள் கிடைத்ததே பெரும் பாக்யம். முப்பது ரூபாய் சம்பளம். இரண்டு வேளைச் சாப் பாடு. இரவு படுக்க இடம். இதுதான் என் வக்கீல் குமாஸ்தா வாழ்க்கை. எஸ்.எஸ்.எல்.சி.யில் வெறும் 236 மார்க்தான். கதீட்ரல் ஹைஸ்கூல் ஹெட்மாஸ்டர் சொர்ணபாண்டியன் சர்ட்டிபிகேட் புஸ்தகத்தைக் கையில் கொடுக்கும்போது, “ஏலே, தலை தப்பினது தம்பிரான் புண்ணியம் போலிருக்கே” என்று என் மார்க்கைப் பார்த்துவிட்டு வருத்தத்துடன் சொன்னது

இன்னமும் காதுக்குள் கேட்டுக்கொண்டிருக்கிறது. திருநெல்வேலியில் ஆயிரக்கணக்கான பேர் எந்தக் கதியுமில்லாமல், இரண்டு வேளை சாப்பிடுவதே பெரிய சாதனையாக, யோகமாகக் கருதி வாழ்ந்துகொண்டிருந்தார்கள். அவர்களில் நானும் ஒருவன். கடையனிலும் கடையன். என்னையும் ஒரு பொருட்டாக மதித்துக் கடிதங்கள் எழுதிய அந்தப் பெரிய மனுஷரை நினைத்து நினைத்துக் கண்களில் நீர் பெருகிக்கொண்டிருந்தது.

ராஜவல்லிபுரத்தில் ஊருக்குள் நுழைந்ததும் ஒரு பஸ் நிறுத்தம் உண்டு. அதேபோல் ஊரின் கிழக்கெல்லையிலும் ஒரு நிறுத்தம் உண்டு. கடைசி நிறுத்தம்தான் வ.க. வீட்டுக்குச் சற்றுப் பக்கம். ஆனால், எனக்கு இது தெரியாததால் ஊரினுள் நுழைந்ததும், முதல் நிறுத்தத்திலேயே இறங்கிவிட்டேன். “எழுத்தாளர் வல்லிக்கண்ணன் வீடு எது” என்று விசாரித்தேன். சரியாகத் தெரியவில்லை. இறங்கிய இடத்திலிருந்து நேரே தெற்கு நோக்கி நடந்தேன். சற்று அகலமான தெருதான். பாதையெங்கும் மழையில் கரைந்துபோன கருங்கல் ஜல்லிகள், மேலே ஆட்டுப் புழுக்கைகளில் கொச்சை வாடை. வலதுபுறம் கண்ணுக்கெட்டிய தொலைவுவரை பச்சைப் பசேலென்ற வயல்வெளி. இடதுபுறம் மட்டுமே வீடுகள். ஓட்டுக்கை, மட்டப்பா (மேல் தளம் செங்கற்கள் பதிக்கப்பட்டது) போட்ட வீடுகள். பழைய கதவுகள், சிறு சிறு ஜன்னல்கள். ஆடுகளும், கோழிகளும் ஓர் அந்நியோன்ய உணர்வுடன் தெருவோரத்தில் திரிந்தன. எப்போதாவது ஒன்றிரண்டு பேர் தென்பட்டனர்.

ஒரு பழைய, சிதிலமாகித் தரையோடு தரையாய் உட்கார்ந்திருந்த தேருடன் அந்தத் தெரு முடிந்துவிட்டது. திருநெல்வேலி கோர்ட்டில் காப்பியிஸ்ட்டாக (நகலெடுக்கும் அலுவலகம்) வேலை பார்க்கும் ஏ.ஜி.எஸ். தனது வீட்டுக்கு அருகில்தான் இருக்கிறார் என்று வ.க. கடிதத்தில் எழுதியிருந்த நினைவு. அனேகமாகத் தினசரி ஒரு தடவையாவது வழக்குகள் சம்பந்தப்பட்ட தீர்ப்பு நகல்களுக்காக காப்பியிஸ்ட் ஆபீஸ் போக வேண்டியதிருக்கும். பார்த்தால் ஏ.ஜி.எஸ். பிரியத்தோடு விசாரிப்பார். “மாமா (வ.க.) கிட்டே ஏதாவது தகவல் சொல்லணுமா?” என்று கேட்பார். தினசரி சைக்கிளில் ராஜவல்லிபுரத்திலிருந்து அவர் வந்து போய்க்கொண்டிருந்தார். அவர் வீட்டைத் தெரிந்து கொண்டுவிட்டால் கூட வ.க. வீட்டுக்குப் போய்விடலாமே?

நினைத்துக் கொண்டிருக்கும்போதே ஒரு வயதான பெரியவர் தோளில் துண்டுடன் வந்து கொண்டிருந்தார். "இங்கே எழுத்தாளர் வல்லிக்கண்ணன்னு..." என்று தயங்கிக்கொண்டே கேட்டேன். ஒரு கணம் யோசித்தார். பக்கத்தில் ஆறேழு வீடுகள் தள்ளித் திரும்பும் ஒரு முடுக்கைக் (சந்து) காட்டி, "அதிலேதான் இருக்காஹ. கேட்டாச் சொல்லுவாங்க" என்றார். ஒருவழியாகக் கண்டுபிடித்து விட்டேன். சிறு முடுக்கின் இறுதியில் வ.க. வீடு இருந்தது. மட்டப்பா போட்ட வீடு. நீளமான திண்ணை. நன்றாகக் கொழுக்கக் கரைத்த சாணக் கரைசல் தெளிக்கப்பட்ட முற்றம். திண்ணையில் ஒரு நீளமான பெஞ்ச் கிடந்தது. அதன் மீது ஒரு முதியவர் உட்கார்ந்திருந்தார்.

"வல்லிக்கண்ணன் சார் வீடுதானே?"

"தம்பியைப் பார்க்கணுமா? உக்காருங்க வந்திருவான்... ஆத்துக்குப் போயிருக்கான்" என்று சொல்லிக்கொண்டே தோளில் கிடந்த துண்டினால் தட்டி, பெஞ்சில் பக்கத்தில் உட்காரச் சொன்னார். உள்ளேயிருந்து தினமணி, தீபம் எல்லாம் எடுத்து வந்து தந்தார். வீட்டினுள்ளிலிருந்து வெள்ளைச் சேலை கட்டிய ஒரு வயதான அம்மாள் கூன் விழுந்த முதுகுடன் மெது வாக வந்து கண்களை இடுக்கிக்கொண்டு பார்த்தார்.

"தம்பியைப் பார்க்க வந்திருக்காரு..." என்று அவரிடம் சொல்லிவிட்டு என்னிடம், "எங்க அம்மா" என்றார் அந்த முதியவர். அவர் வல்லிக்கண்ணனின் மூத்த அண்ணன் கல்யாணி அண்ணாச்சி.

"உக்காருங்க ஐயா... வார நேரந்தான்" என்றார் அவர்கள் தாயார்.

"எசக்கி போயிட்டாளா?" என்று மகனிடம் கேட்டார்.

"வீட்டுக்குத்தான் போயிருக்கா வந்துருவா" என்றார் வ.க.வின் அண்ணாச்சி. எல்லோருக்கும் மூத்தவர் அவர்தான். அவருக்கு அடுத்ததுதான் 'அசோகன்' என்ற ரா.சு. கோமதி நாயகம். மூன்றாவது கடைக்குட்டிதான் 'வல்லிக்கண்ணன்' என்ற ரா.சு. கிருஷ்ணசாமி. 'இசக்கி' என்பது அவர்கள் வீட்டில் ஒரு நபராகவே ஆகிவிட்ட இசக்கியம்மாள்.

சிறிது நேரத்தில் வ.க. வந்துவிட்டார்கள். வேட்டியும் துண்டும்தான். கல்யாணி அண்ணாச்சியைவிடக் கொஞ்சம்

மாநிறம். நான் எழுந்து நின்று கை கூப்பினேன். "உக்காருங்க. நீங்கள் பாளையங்கோட்டை உ.நா.ராமச்சந்திரனா?" என்று கேட்டார். "ஆமாமா..." எப்படி இவ்வளவு சரியாகச் சொன்னார்கள் என்று ஆச்சரியமாக இருந்தது. சிறிது நேரம் பெஞ்சிலேயே உட்கார்ந்து பேசிக்கொண்டிருந்தோம்.

"வாங்க உள்ள போயி உக்காருவோம்" என்று அழைத்துச் சென்றார்கள். வலது புறம் நீளவாக்கில் ஓர் அறை இருந்தது. சுவரோடு சுவராகப் புஸ்தக ஷெல்புகள். மர நாற்காலிகள். நாற்காலிகளிலும் வெள்ளை வெளேரென்று தூசி. தன் துண்டினால் தூசியைத் தட்டித் துடைத்துக் கொண்டே... "ம், உக்காருங்க. சிமெண்ட் பேக்டரி தூசி... ஊரெல்லாம் இப்பிடித்தான். வர்ற வழியிலே பாத்திருப்பீங்களே? மரம் மட்டை, வயக்காடெல்லாம் வெள்ளை வெளேர்னு இருந்திருக்குமே... உக்காருங்க" என்றார்கள். (தாழையூத்து சிமெண்ட் பேக்டரியை வைத்துத் தாமரையில் 'காளவாய்' என்ற அருமையான சிறுகதையை வ.க. எழுதியிருக்கிறார்.)

ஷெல்பில் புஸ்தகங்கள் எல்லாம் காக்கி அட்டை போடப் பட்டு அழகாக வைக்கப்பட்டிருந்தன. நான் கையெழுத்துப் பத்திரிகை நடத்துகிறேன் என்றதும், வ.க. தான் நோட்டில் எழுதி வைத்திருந்த கையெழுத்துப் பத்திரிகையை என்னிடம் காண்பித்தார்கள். "அப்பப்போ தோணுகிறதை எழுதி, நானே பத்திரிகை மாதிரி பண்ணிருவேன்" என்றார்கள்.

அவர்கள் வீட்டில் எப்போதும் ரவா உப்புமா விசேஷம். கல்யாணி அண்ணாச்சி சாப்பிடக் கூப்பிட்டார்கள். பட்டக சாலையை அடுத்து இரண்டாங்கட்டு மாதிரி சிறு அறை. அதற்குக் கிழக்கே சமையலறை. இரண்டாங் கட்டிலிருந்து இறங்கினால் நீளமான தாழ்வாரம். கிழக்கு மூலையில் கிணறு. சாப்பிட்டுவிட்டு வந்து திரும்பவும் உட்கார்ந்து பேசினோம். ரொம்ப கூச்ச சுபாவமும் தயக்கமும் உள்ள நான் கூட ரொம்ப சகஜமாகப் பேசினேன். எனக்கே அது ஆச்சரியமாக இருந்தது.

வ.க.வின் உரையாடல்களில் ஏராளமான தகவல்களும், ஞாபகசக்தியை வியக்க வைக்கும் பல பழைய சம்பவங்களும் நினைவுகளும் இடம் பெறும். புதுமைப்பித்தன், கு.ப.ரா.வின் கதைகளில் பலவற்றைத் தலைப்புடன் வ.க.வினால் அப்படியே

ஞாபகத்துக்குக் கொண்டுவர முடியும். (இதேபோல அபாரமான நினைவாற்றலுள்ள இன்னொரு இலக்கிய உலக நண்பர் ஜி.எம்.எல்.பிரகாஷ். பிரகாஷ், மௌனியின் பல கதைகளை அப்படியே வரி பிசகாமல் சொல்வார்.)

பல பத்திரிகையாளர்கள், எழுத்தாளர்களைப் பற்றிய நுணுக்கமான தகவல்கள்கூட வ.க.வுக்குத் தெரிந்திருக்கும். சினிமா குறித்து ஹிந்துவில் அவ்வப்போது எழுதிவந்த 'ராண்டர் கை' பற்றி 70களின் தொடக்கத்திலேயே வ.க.விபரமாகச் சொல்லியிருக்கிறார்கள்.

அவர்களது 'ஆண் சிங்கம்' என்ற சிறுகதைத் தொகுப்பைப் படிக்கக் கேட்டு வாங்கிக்கொண்டு புறப்பட்டேன். பஸ் நிறுத்தம்வரை உடன் வந்து வழியனுப்பி வைக்கும் பழக்கம் வ.க.வுக்கு எப்போதும் உண்டு. ராஜவல்லிபுரம் பஸ் முப்பது, நாற்பது நிமிடங்களுக்கு ஒரு முறைதான் வரும். எவ்வளவு நேரமானாலும் பஸ் வரும்வரை நின்று பேசிக் கொண்டிருப்பார்கள். அன்றும் அப்படித்தான் நடந்தது.

பிறகு பலமுறை வ.க.வைச் சந்தித்தேன். சமயங்களில் கல்யாணியும் (வண்ணதாசனும்) நானும்கூடச் சேர்ந்தே போவோம். அப்போது எனக்கு இலக்கியம் பற்றிப் பெரிய அபிப்பிராயமெல்லாம் ஏதுமில்லை. இப்போதும் கூட இப்படித்தான். பொதுவாக வ.க. எந்தப் படைப்பைப் பற்றியும் நன்றாக இல்லை என்று சொன்னதில்லை. 'இன்னும் நல்லா எழுதியிருக்கலாம்' என்று சமயங்களில் சொல்வதுண்டு. அது தான் அப்படைப்பைப் பற்றிய விமர்சனம். பொதுவாக நல்ல அம்சங்களைப் பாராட்ட வேண்டும் என்பார்கள். இது அவர்களது வழிமுறை. வாசகனுக்குப் படைப்பிலுள்ள நல்ல அம்சங்களை எடுத்துச் சொல்வதுதான் விமர்சகனின் வேலை என்பது வ.க. கட்சி.

'எழுத்து' பற்றி, சி.சு.செல்லப்பா பற்றியெல்லாம் வ.க. தான் சொன்னார்கள். ஒரு புது உலகத்தை 'எழுத்து' இதழ்கள் என் முன்னே விரித்தன. அதுவரை நான் படித்த சிறுகதைகள், கவிதைகளுக்கும் 'எழுத்து' சிறுகதைகள், கவிதைகளுக்கும் பெரும் வித்தியாசம் இருந்தது. பள்ளிநாட்களில் படித்த பெர்ல் பப்ளிகேஷன்ஸ், தென்மொழிகள் புத்தக டிரஸ்ட்

மொழிபெயர்ப்பு நூல்களில் விட்ட கண்ணிகளை எழுத்து இதழ்கள் இணைப்பது போலிருந்தது. வ.க.வைப் பார்க்கச் செல்லும் போதெல்லாம் மனம் சிறகடித்துப் பறந்தது. ஏதோ ஓர் அபூர்வமான உலகினுள் நுழைந்துவிட்டது போலிருந்தது. 58,59இல் ஸ்ரீவைகுண்டம் பஞ்சாயத்து லைப்ரரி யில் படித்த எமிலி ஜோலாவின் நாணா, நாணாவின் தாய், ஜெர்மினால் போன்ற மொழிபெயர்ப்பு நூல்களில் தரிசித்த படைப்புலகுக்கும் எழுத்து இதழ்களின் பக்கங்களில் தரிசித்த படைப்புலகுக்கும் ஏதோவொரு தொடர்பிருப்பது புகை மூட்டம்போல் தெரிந்தது. அது என்ன தொடர்பு என்பதை விளங்கிக்கொள்ள முடியவில்லை. ஏதோ ஓர் ஒற்றுமை மனதில் தட்டுப்பட்டது.

சி.கனகசபாபதி - பிச்சமூர்த்தி கவிதைகளைப் பற்றி எழுதி யிருந்த கட்டுரைகளை எழுத்துவில் படித்துவிட்டு, பிச்சமூர்த்தி மீது ஒரு பிரேமையே எழுந்தது. அந்தப் பிரேமை அவரது கதைகளில் இன்னும் இந்த வயதிலும் அப்படியே இருப்பது விளங்கிக்கொள்ள இயலாத மனப்புதிராகத்தான் தோன்றுகிறது. பாளையங்கோட்டை மத்திய நூலகத்தில் படித்த நேருவின் தங்கை கிருஷ்ணா ஹத்திசிங்கின் அந்தத் தலைப்பு மறந்துபோன புஸ்தகம், ஜிம் கார்பெட்டின் 'குமாயுன் புலிகள்' இதெல்லாம் ஏதோவொரு எழிலும் பரவசமுமிக்க வாசக அனுபவத்தை, அபூர்வமான லாகிரியை மனத்தில் மூட்டியிருந்தன.

அவையெல்லாம் தனித்தனிக் கண்ணிகளாக மனத்தில் புரண்டுகொண்டிருந்தன. வ.க.வுடனான தொடர்பும், அவர்கள் தந்த எழுத்து இதழ்களும், புஸ்தகங்களும் அந்தக் கண்ணிகளை இணைத்தன. இணைத்த அந்த ஆரம் என்ன? அந்தச் சங்கிலி என்ன? பதில்தான் தெரியவில்லை. சித்திரை வெயிலில் வந்தவுடன் ஒரு சொம்பு தண்ணீரைக் குடித்ததும் மனத்தில் படரும் அந்தப் பேருவகை மாதிரித்தான் இதுவும்.

உரையாடல்கள் என்பவை பலவகைப்பட்டவை. சிலரு டன் பேசிக் கொண்டிருக்கும்போது, பேச்சுக்குப் பேச்சு தங்களுடைய அபிப்பிராயத்தைச் சொல்ல வேண்டும் என்று நினைப்பார்கள். சிலர் எதிரே இருப்பவருடைய அபிப்பிராயம் எவ்வளவுதான் வித்தியாசப்பட்டாலும் அதை வெளியே சொல்லாமல் மௌனமாக இருப்பார்கள். சிலர் நாசூக்காகத்

தாங்கள் நினைப்பதைச் சொல்லிவிட்டுச் சும்மா இருப்பார்கள். சிலருடன் பேசும்போதே, உரையாடல் என்பது முறுக்கேறி விவாதமாகி, இனி நேரில் பார்த்துப் பேச முடியாதபடி, பகையாகவே முற்றிவிடும்.

வ.க. எதையும் ஆணித்தரமாக, முகத்திலடிக்கிற மாதிரி பேசவே மாட்டார்கள். அவர்களது கட்டுரைகள்கூட இப்படித் தான் இருக்கும். கட்சி கட்டி நிற்கிற உத்தேசமே வ.க.வுக்குக் கிடையாது. எதையும் ஸ்தாபிக்க வேண்டும். தன் வாதத்தை நிலைநிறுத்த வேண்டும் என்ற எண்ணமே வ.க.வுக்குக் கிடையாது.

வ.க.வின் கட்டுரைகள் மேம்போக்கானவை, ஆழமில் லாதவை என்று கூறப்படுவதற்குக் காரணம், வ.க.விடம் வாதம் செய்கிற போக்கு அறவே இல்லாமல் போனதுதான், பெரும்பாலும் எல்லாவற்றையும் ரசிக்கிற மனோபாவம் வல்லிக்கண்ணனுடையது. தன்னைப் பற்றிய தகவல்களைக் கூட ஒரு மூன்றாவது மனிதன் சொல்வதைப் போலத்தான் வ.க. சொல்வார்கள். ஒரு விட்டேற்றியான மனம். அதே சமயம் பிறருடைய கஷ்டங்களைக் கண்டு உருகிவிடும் மனம் வ.க.வுடையது.

ஞாயிற்றுக்கிழமைகள்தான், அதுவும் ஞாயிற்றுக்கிழமை மதியத்துக்கு மேல்தான் எனக்குச் சொந்தமான நேரம். வ.க. தினசரி சாயந்திரம் ஆற்றங்கரை வரை வாக்கிங் போவது தப்பாது. ராஜவல்லிபுரம் ஊருக்கும் ஆற்றுக்கும் ஒரு மைலாவது இருக்கும். நான் சீக்கிரமாகப் போய்விட்டால், அவர்களுடன் சேர்ந்தே ஆற்றுக்குப் போவேன். தாமதமாகிவிட்டால் வீட்டில் போய் தேடிவிட்டு ஆற்றங்கரைக்குச் செல்வதுண்டு. சில சமயம் பாதி வழியிலேயே ஆற்றிலிருந்து திரும்பும் அவர்களை எதிர்கொள்ளவும் நேர்ந்திருக்கிறது.

ராஜவல்லிபுரம் ஆற்றுப் பகுதிக்குச் 'செப்பரை' என்று பெயர். ஆற்றின் கரைமீது அழகான சிவன் கோவிலும், கோவிலின் முன்னே ஓர் ஓடாத தேரும் உண்டு. கோவிலைச் சுற்றி ஏராளமான பனைமரங்கள். அந்தக் கோவிலில் திருவாதிரை விழா ரொம்ப விசேஷம். அந்தக் கோவில், ஓடாத தேர், பனை மரங்கள், ஆறு இவற்றைத் தவிர அங்கே மனித சஞ்

சாரமே கிடையாது. எப்போதாவது ஆடு மேய்க்கிறவர்களோ, வயல்களில் வேலை செய்பவர்களோ தென்படுவார்கள். மற்றபடி அவ்வளவு அமைதியான ஆற்றங்கரையைப் பார்ப்பது அபூர்வம். தூரத்தில் ஏதாவது பனையிலிருந்து, காய்ந்த ஓலை கீழே விழுகிற சத்தம்கூடத் துல்லியமாகக் கேட்கும் அமைதி அது. 'நான், எனது' என்ற நம் மனத்தின் இருப்பையே அழித்து விடும் பேரமைதி அது.

அப்படியொரு ஞாயிற்றுக்கிழமை மாலை ராஜவல்லிபுரம் சென்றிருந்தபோது தான் வ.க.வின் வீட்டிலிருந்த கல்யாணி அண்ணாச்சி 'ஊர்லேருந்து செல்லப்பா வந்திருக்கார். அவரோட தம்பி ஆத்துக்குப் போயிருக்கான்' என்று சொன்னார்கள். வேக வேகமாக ஆற்றை நோக்கி நடந்தேன். வழக்கமாக வ.க. குளிக்கும் இடத்தில் வ.க.வும் அவருடன் இன்னொரு முதியவரும் ஆற்றில் இறங்கிக் குளித்துக் கொண்டிருந்தார்கள்.

என்னைப் பார்த்ததும் வ.க.வுக்கு ஒரே சந்தோஷம். செல்லப்பாவைக் காட்டி, 'இவர்தான் சி.சு. செல்லப்பா' என்று அறிமுகம் செய்து வைத்தார்கள். 'இவர் ராமச்சந்திரன். பாளையங் கோட்டையில் இருக்கார்.' அவர்கள் குளித்துக் கரையேறும் வரை எனக்கு எதுவுமே பேசத் தோன்றவில்லை. 'எழுத்து' என்ற அந்த மகத்தான பத்திரிகையின் ஆசிரியர் இந்த மனிதர்தானா? அவ்வளவு பெரிய மனிதரை இவ்வளவு சர்வசாதாரணமாக ஆற்றங்கரையில் பார்க்கிறபோது, இது சொப்பனமா, நிஜமா என்ற பரவசம் என்னை ஆட்கொண்டிருந்தது.

செல்லப்பா தொடங்கியிருந்த 'எழுத்து பிரசுர'த்தின் புஸ்தகங்களைப் பள்ளிகளிலும், கல்லூரிகளிலும் விற்பதற்காகத்தான் அவர் வந்திருந்தார். ஒரு வாரமோ, பத்து தினங்களோ செல்லப்பா, வல்லிக்கண்ணன் வீட்டில் தங்கியிருந்தார். இருவரும் நெல்லை பகுதிகளிலும், சுற்றியுள்ள ஊர்களிலும் உள்ள கல்வி நிறுவனங்களுக்குச் சென்று, எழுத்து பிரசுர நூல்களை விற்பனை செய்தனர்.

ஒருமுறை ராஜவல்லிபுரம் சென்றிருந்தபோது, நான் எழுதி வைத்திருந்த இரண்டு சிறுகதைகளை எடுத்துச் சென்று வ.க.விடம் கொடுத்தேன். 'கதை சரியாக வந்திருக்கிறதா?' என்று தெரிந்துகொள்ள ஆசை.

ஒரு பத்து நாட்களுக்குப் பிறகு எனக்குத் தபாலில் தூத்துக் குடியிலிருந்து வெளிவரும் 'சாந்தி' என்ற (அந்நாளைய பிளிட்ஸ், கரண்ட் போன்ற டேபுளாய்ட் சைஸ்) பத்திரிகை வந்திருந்தது. அதைப் புரட்டினேன். நான் வ.க.விடம் கொடுத்திருந்த சிறுகதை 'மண்ணின் மலர்கள்' என்ற தலைப்பில் சாந்தியில் வெளிவந்திருந்தது. எழுதியவர்: வண்ணநிலவன் என்று இருந்தது. கொடிய வறுமை, சரியான படிப்புமில்லை. உயிரோடு வாழ்வதே பெரிய சமாச்சாரம் என்ற நிலையிலிருந்த ஒரு மனிதன், கதை எழுதி அது பிரசுரமும் ஆகும் என்றால் அதை எப்படி நம்புவது என்ற நிலையில்தான் இருந்தேன். வ.க.வுக்கு நன்றி தெரிவித்து ஒரு கடிதம் எழுதினேன். வ.க.வும் உற்சாகப்படுத்திப் பதில் கடிதம் எழுதியிருந்தார்கள். ராமச்சந்திரன் வண்ணநிலவனாகி விட்டான்.

நான் எழுதுவது இலக்கியமா அல்லது வெறும் பிதற்றலா என்பது எனக்குத் தெரியாது. ஆனால், ஏதோ கொஞ்சம் தெரிந்து வைத்திருந்த எழுத்துதான் இன்றும் ஏதோவொரு வடிவில் எனக்குச் சோறு போடுகிறது. அதற்காக இந்த பாஷைக்கும், 'வண்ணநிலவன்' என்று ஒரு விலாசத்தைக் கொடுத்த வல்லிக்கண்ணனுக்கும் என்றென்றும் நான் கடன்பட்டவன்.

- தமிழ்சிஃபி.காம்

உதிர்ந்தது ஓர் இலக்கிய மலர்

பாரதிக்குப்பின் தோன்றிய தமிழ் இலக்கியச் செடியில் பூத்த மலர்கள் ஒவ்வொன்றாக உதிர்ந்து வருகின்றன. க.நா.சு., சி.சு.செல்லப்பா, சுந்தர ராமசாமி, சிட்டி... இப்போது நண்பர்களால் 'வானாகானா' என அன்போடு அழைக்கப்பட்ட வல்லிக்கண்ணனும் அமரராகிவிட்டார். 'வாழ்ந்தே தீரணும் வாழ்வை' என்கிற அவரது கவிதை வரியை மெய்யாக்கிச் சென்றுவிட்டார்.

முழு நேர எழுத்தாளனாக வாழ்வதென்பது கத்தியின்மீது நடப்பதற்குச் சமம். இந்தக் கடுமையான காரியத்தை எவ்வித வருத்தமும் இன்றிச் செய்தவர் வல்லிக்கண்ணன்.

வண்ணதாசனும் நானும் வல்லிக்கண்ணன் வீட்டுக்குப் பலமுறை சென்றிருக்கிறோம். வல்லிக்கண்ணனுடனான ஒரு சந்திப்பில், நான் கிறுக்கி வைத்திருந்த சில காகிதங்களைக் கொடுத்து, 'படித்துப் பாருங்கள்' என்றேன். சில நாட்கள் கழித்து, 'சாந்தி' பத்திரிகையில், 'மண்ணின் மலர்கள்' என்ற தலைப்பில், 'வண்ணநிலவன்' என்ற புனைபெயரில் அச் சிறுகதை பிரசுரமாகியிருந்தது. இப்படித்தான் வ.க.வினால் என் எழுத்துலக வாழ்வு துவங்கியது.

வல்லிக்கண்ணனின் எல்லாக் காரியங்களிலுமே ஒரு நேர்த்தியும், சுத்தமும் இருக்கும். அவரது ராஜவல்லிபுரத்து வீட்டில் ஏராளமான புத்தகங்கள் இருந்தன. எல்லாப் புத்தகங்களுக்குமே மேலட்டை இடப்பட்டிருக்கும். அப்போது,

சென்னையிலும் ராஜவல்லிபுரத்திலுமாக மாறி மாறி வல்லிக் கண்ணன் வசித்து வந்தார். ஊரிலிருக்கும்போது தினசரி மாலையில் தாமிரவருணிக்குச் சென்று குளிப்பது வ.க.வின் வழக்கம்.

வல்லிக்கண்ணனின் மூன்று சிறுகதைகளையாவது உலகத் தரம் வாய்ந்த சிறுகதைகள் என்று கருதலாம். குறிப்பாக, 'பெரிய மனுஷி' வல்லிக்கண்ணனின் மிகச் சிறந்த சிறுகதை. மிக உன்னதமான இலக்கிய அமைதியைக் கொண்ட 'பெரிய மனுஷி' சிறுகதையைப்போல ஒரு சிறுகதையாவது எழுதிவிட முடியாதா என்ற ஆதங்கம் என்னை அலைக்கழிக்கிறது!

- ஆனந்த விகடன்

லா.ச.ரா. என்றொரு
மனவெளிக் கலைஞன்

மணிக்கொடி காலத்தின் எஞ்சிய ஒரேயொரு நட்சத்திரமும் உதிர்ந்துவிட்டது. 'லா.ச.ரா.' என்று இலக்கிய உலகம் பிரியமாக அழைத்துவந்த லால்குடி சப்தரிஷி ராமாமிர்தம் மறைந்து விட்டார். அது ஒரு யுகம். அந்த யுகத்தின் கடைசி மூச்சும் இதோ ஒடுங்கிவிட்டது. புதுமைப்பித்தன், மௌனி, கு.ப.ரா., ந.பிச்சமூர்த்தி, சிட்டி, சி.சு.செல்லப்பா, பி.எஸ்.ராமையா, எம்.வி.வி. என்ற அந்த இலக்கியப் பாரம்பரியத்தின் எஞ்சியிருந்த விழுதுகளில் ஒன்று லா.ச.ரா.

நாற்பது ஆண்டுகளுக்கு முன்னால் மதுரை ரீகல் டாக்கீஸுக்கு எதிரே டவுன்ஹால் ரோடு ஆரம்பிக்கும் இடத்தில் பாரதி புத்தக நிலையம் இருந்தது. விடுமுறையில் மாமா வீட்டுக்குச் செல்லும்போதெல்லாம் தேடிப்போன புஸ்தகக் கடை அது.

திண்டுக்கல் ரோட்டில் (இந்நாளைய நேதாஜி சாலை) ஜி.நாகராஜனின் முதல் சிறுகதைத் தொகுப்பை வெளியிட்ட 'பித்தன் பட்டறை' இருந்தது. மேலமாசி வீதி சௌராஷ்டிரா சந்தினருகே பெரும் பண்டிதர் ஆ.ஜெகவீர பாண்டியனாரின் கண்ணகி அச்சகம். மேலக் கோபுர வீதியில் தானப்ப முதலித் தெருவுக்கு எதிரே மீனாட்சி புத்தக நிலையம். வெண்கலக் கடைத் தெருவில் கலைப் பொன்னி பத்திரிகை அலுவலகம். மேலமாசி வீதியில் ஸ்வீட்லேண்டைத் தாண்டிப் போனால் ப.நெடுமாறனின் (அப்போது அவர் பழ.நெடுமாறனில்லை.) குறிஞ்சி பத்திரிகையை அச்சிட்ட விவேகானந்தா அச்சகம்.

புஸ்தகங்களும் பத்திரிகைகளும் தின்பண்டங்களைப் போல மனத்துக்குப் பிடித்திருந்தன. எவ்வளவுதான் படித்தாலும் தீராத தாகம். இன்றும் தீர்ந்தபாடில்லை. புஸ்தகம் வாங்கப் பண மில்லாவிட்டாலும் அவ்வப்போது பாரதி புத்தக நிலையத் துக்குப்போய் எதையாவது புரட்டிக்கொண்டிருக்க வேண்டும். அமுத நிலையம் வெளியிட்டிருந்த சிறுகதைத் தொகுப்பு ஒன்று கண்களில் பட்டது. நாலணாவோ எட்டணவோ விலை. அத் தொகுப்பின் முதல் சிறுகதையே 'பாற்கடல்'. லா.ச.ரா.வுடை யது. சுந்தர ராமசாமியின் 'கிடாரி' என்னும் அற்புதமான சிறுகதை யும் அத்தொகுப்பில் இருந்தது. லா.ச.ரா. என்னும் பெயர் எனக்குப் பரிச்சயமானது இப்படித்தான்.

முழுக்க முழுக்க எழுத்தாளர்கள் பதிப்பகங்களால் அறியப் பட்ட காலமொன்று இருந்தது. கு.ப.ரா., பிச்சமூர்த்தியின் சிறுகதைகள் என்றால் கலைமகள் காரியாலயம் நினைவுக்கு வராமல் போகாது. எம்.வி.வி.யின் படைப்புகள் என்றால் மணிவாசகர் நூலகந்தான். ஜெயகாந்தன் என்றதும் சட்டென்று மீனாட்சி புத்தக நிலையம்தான் ஞாபகத்துக்கு வரும். இது போல், 'லா.ச.ரா.' என்றால் கலைஞன் பதிப்பகம். கலைஞ னில் மட்டும் ஏறத்தாழ லா.ச.ரா.வின் ஆறு தொகுதிகள் வெளி வந்துள்ளன.

கல்யாணி வீட்டில் கலைஞன் பதிப்பகம் வெளியிட்ட லா.ச.ரா.வின் சிறுகதைத் தொகுப்பு ஒன்று இருந்தது. அத் தொகுப்பில்தான் என்னை உலுக்கிய பச்சைக் கனவு என்னும் சிறுகதை இருந்தது. சொன்னால் நம்புவதற்குக் கடினமாக இருக்கும். பச்சைக் கனவு சிறுகதையை எத்தனை தடவை படித்திருப்பேன் என்பது நினைவிலில்லை. இன்றும் அதை எடுத்து வாசிக்கிறேன். உலகத்து மொழிகளிலேயே இது போன்ற சிறுகதையை யாராவது எழுதியிருப்பார்களா என்பது சந்தேகமே. அதற்குச் சமதையான தமிழ்ச் சிறுகதை ஒன்றைச் சொல்ல வேண்டுமென்றால் பி.எஸ்.ராமையாவின் நட்சத்திரக் குழந்தையைச் சொல்லலாம். அவ்வளவு ஒப்பற்ற வனப்பும் செறிவும் மிக்க சிறுகதை பச்சைக் கனவு. அனார்கலியில் இடம் பெற்ற 'ராஜசேகரா....' என்னும் பாடலைத் திரும்பத் திரும்பக் கேட்கத் தோன்றுவதுபோல், திரும்பத் திரும்பப் படிக்கத் தூண்டும் மீளாத வசீகரத்தைப் பச்சைக் கனவு கொண்டிருக்கிறது. தமிழ்ச் சிறுகதையுலகின் சிகர சாதனை அக்கதை.

புதுமைப்பித்தனுடைய சிறுகதைகளை முதன்முதலாகப் படித்தபோது அவரது எள்ளல், பாத்திரங்கள், களம் இவற்றி லெல்லாம் பிறந்த மண்ணின் நினைவுகள் இருந்தன. இதனால் மிக எளிதாகப் புதுமைப்பித்தன் மனத்தில் இடம்பெற்றார்.

ஆனால், லா.ச.ரா.வின் உலகம் வேறுவிதமானது. லா.ச.ரா. விடம் புதுமைப்பித்தனின் குத்தல், கேலி மிகக் குறைவு. புதுமைப்பித்தனின் கதைகளில் இடம்பெறும் சோகம் விமர்சனத் துடன் கூடிய துயரம். லா.ச.ரா.வின் சோகம் தீவிரமானது. பார்வை அகவுலகம் சார்ந்தது. பெரும்பாலும் குடும்பந்தான் அவரது கதைகளின் களன். ரேழி, புறக்கடை, கோவில், கடைத் தெரு எல்லாம் பிற யதார்த்தவாதிகளைப்போல் அவரது படைப்புகளில் இடம் பெறுகின்றன. ஆனால், அவை ஒருவித மான சோக முலாம் பூசி நிற்கின்றன.

அவரது கதா உத்தியை 'நனவோடை உத்தி' என்று பல ஆண்டுகளுக்கு முன்பே அமரர் சி.சு.செல்லப்பா சரியாகவே கணித்துவிட்டார். பாற்கடல் கதை ஒரு சாயலில் வ.வே.சு. ஐயரின் குளத்தங்கரை அரச மரத்தின், தானே தன் கதையைச் சொல்வது போன்றிருந்தாலும், உணர்ச்சிகள் நுங்கும் நுரையுமாகச் சுழிக்கின்றன. அவரது நீண்ட நெடுங்கதையான 'புத்ர'விலாகட்டும், 'அபிதா' விலாகட்டும் பாத்திரங்களின் மனவோடை எது, லா.ச.ரா.வின் மனவோடை எதுவென்று பல சந்தர்ப்பங்களில் பிரித்துப் பார்க்க முடியவில்லை. மௌனியைப்போல் லா.ச.ரா. ஒரு மனவெளிக் கலைஞர்.

அந்நாள்களில் அவர் எழுத்துகள் ஊட்டிய லகரி தனி வித மானது. அது அவர் மீதான பிரேமையாகவே விரிந்திருந்தது. லா.ச.ரா. பற்றிய எல்லாம் வியப்பூட்டுவதாகக் கிளர்ச்சியூட்டு வதாக இருந்தன. ஆனந்த விகடனில் தனது ஊரான லால்குடி யைப் பற்றி அவர் எழுதியிருந்ததுகூட மனத்தைப் புரட்டிற்று. புகைப்படத்தில் பார்த்த அவரது அடர்த்தியான புருவ மயிர்க் கற்றைகள்கூட அவரது படைப்புகளைப்போல் அமானுஷ் யமாகத் தோன்றின.

மறைந்த நண்பர் தா.மணியுடனும் விக்ரமாதித்யனுடனும் 1975 மே வாக்கில் தென்காசியில் பணிபுரிந்து வந்த லா.ச.ரா.வை

முதன்முதலாகச் சந்திக்க முடிந்தது. மிக நீண்ட நேரம் அவருடன் ஆசை தீரப் பேசிக்கொண்டிருந்தோம். அவரது படைப்புகளைப் போலவே அவருடனான அந்த உரையாடலே, மொழியும் மனமும் முயங்குகிற லயத்துடனிருந்தது. அந்த அமானுஷ்யத்தையும் மயக்கத்தையும் தனது படைப்புகளில் திகட்டத் திகட்ட வாசகனுக்குப் பரிமாறியவர் லா.ச.ரா. எனத் தோன்றுகிறது.

- காலச்சுவடு

வெ.சா. என்ற வெங்கட் சாமிநாதன்: எனது நினைவுகள்

1970 என்று நினைவு. அப்போது சேலத்திலிருந்து 'நடை' என்ற சிற்றிதழ் பத்திரிகை வந்துகொண்டிருந்தது. இலக்கியம் மட்டுமின்றி ஓவியம், நாடகம் போன்ற துறைகளிலும் நவீனத் துவத்தை முன்னிறுத்திய பத்திரிகை அது. அந்தக் காலகட்டத்தில் இந்தியாவின் பிற பகுதிகளைப் போலவே தமிழகத்திலும் கலை-இலக்கியத் துறைகளில் மார்க்ஸியத்தின் தாக்கம் கணிச மான அளவு இருந்தது. கலைத்துறைகளில் 'முற்போக்கு', 'பிற்போக்கு' என்ற கருத்துகள் உலவி வந்த காலம் அது.

மார்க்ஸிய அணுகுமுறை தவிர 50-களில் மிகுந்த திராவிட இயக்கத்தின் தாக்கமும், வெகுஜன சினிமா, அரசியல் துறை களில் நீடித்து வந்தது. அரசியலிலும், சினிமாவிலும் அண்ணா துரை, கருணாநிதி போன்றோர் தீவிரமாக ஈடுபட்டு வந்தனர். அண்ணாதுரை 'வேலைக்காரி', 'ஓர் இரவு' ஆகிய இரண்டே படங்களுக்குத்தான் கதை வசனம் எழுதினார். ஆனால் கருணா நிதி மந்திரி குமாரி, மனோகரா, பராசக்தி என்று பல திரைப் படங்களுக்குக் கதை-வசனகர்த்தாவாக இருந்தார். காங்கிரஸ் காரர்களும், தேசியவாதிகளும் பாரதியைக் கொண்டாடினர் என்பதால், தி.மு.கழகம் பாரதிதாசனைக் கொண்டாடியது.

பெரிய அளவில் இலக்கிய உலகிலோ, கருத்துத் துறை யிலோ தாக்கத்தை ஏற்படுத்தாவிட்டாலும், கே.ஜி.ராதா மணாளன், ஸ்ரீனிவாசன் ('ஆடும் மாடும்' தொகுப்பின் ஆசிரியர்), எஸ்.எஸ்.தென்னரசு போன்றோர் தி.மு.கழகத்தின் அறியப்பட்ட

எழுத்தாளர்களாக இருந்தனர். ஆரம்பத்தில் கண்ணதாசன் கூட தி.மு.கழத்தில்தான் இருந்தார். காங்கிரஸும், ம.பொ.சியின் தமிழரசுக் கழகமும் தேசியத்தை முன்னிறுத்தின என்றால், தி.மு.க திராவிட நாடு, திராவிட கலாசாரம் என்ற குறுகிய வட்டத்துக்குள் தமிழர்களை அடக்கிவிடப் பாடுபட்டது.

1965-இல்தான் இந்திய கம்யூனிஸ்ட் கட்சி இரண்டாகப் பிளந்தது. ஒரே கட்சியாக இருந்தபோதும் சரி, இரண்டாகப் பிளந்தபோதும் சரி, கம்யூனிஸ்ட்கள் விஜயபாஸ்கரனின் 'சரஸ்வதி', தொ.மு.சி.ரகுநாதனின் 'சாந்தி', பிளவுபடாத கம்யூனிஸ்ட் கட்சியின் சார்பில் நடத்தப்பட்டு வந்த 'தாமரை' முதலான பத்திரிகைகளின் மூலம் இலக்கியத்தில் முற்போக்குக் கொள்கையை வலியுறுத்தினர். அத்தகைய கம்யூனிஸ்ட்களான த.ஜெயகாந்தன், சுந்தர ராமசாமி போன்றோர் முற்போக்கு இலக்கியத்தில் நம்பிக்கைகொண்டு சிறுகதைகளை எழுதினர். திராவிட, தி.மு.கழகத்தின் கலை-இலக்கியச் செயல்பாடுகளை விட, கம்யூனிஸ்ட்களின் செயல்பாடு தமிழ் இலக்கிய உலகில் கணிசமான அளவு தாக்கத்தை ஏற்படுத்தியது. பாதை தெரியுது பார், உன்னைப்போல் ஒருவன்(த.ஜெயகாந்தன் இயக்கத்தில்) போன்ற திரைப்படங்கள் முற்போக்கு முகாமைச் சேர்ந்த திரைப்படங்களாக வெளிவந்தன.

70களில் வானம்பாடி, சிவந்த சிந்தனை, மனிதன் என்று பல முற்போக்குப் பத்திரிகைகள் வெளிவந்தன. வெ.சா. என்ற வெங்கட் சாமிநாதன், தமிழ் கலாசாரச் சூழலில் நெடுங் காலமாக ஆட்சி செய்து வந்த திராவிட, மார்க்ஸியக் கலாசாரம் இரண்டையும் எதிர்த்துக் கட்டுரைகள் எழுதி வந்தார். அப்போதுதான் 'நடை'யில் வெளிவந்த அவரது 'மார்க்ஸின் கல்லறையிலிருந்து' என்ற கட்டுரைத் தொடரை முதல் முதலாகப் படித்தேன். வெங்கட் சாமிநாதன் என்ற பெயரை முதல் முதலாக அறிமுகம் செய்து கொண்டது இப்படித்தான்.

யார் இந்த வெங்கட் சாமிநாதன் என்று அவரைத் தேடத் துவங்கினேன். அவரது உணர்ச்சிகரமான, வேகமான உரைநடை எல்லாரையும்போல் என்னையும் தொற்றிக் கொண்டது. அதன் பிறகு, 'எழுத்து' இதழ்களில் அவர் எழுதியிருந்த சில கட்டுரைகள் படிக்கக் கிடைத்தன. 'நடை'யில் வெ.சா.எழுதிய டி.கே.பத்மினி என்ற நவீன ஓவியரைப் பற்றிய கட்டுரை என்னை வெகுவாகக் கவர்ந்தது.

70-களில்தான் அவர் 'உள்வட்டம்-வெளிவட்டம்' என்ற கருத்தாக்கத்தை முன்வைத்தார். 'பிரக்ஞை', 'கசடதபற' போன்ற பத்திரிகைகளில் அவர் எழுதிய அக்காலத்திய கட்டுரைகளில் இந்த உள்வட்டம்-வெளிவட்டத் தியரியின் தாக்கம் இருந்தது. சாகித்ய அகாடமி அகிலனுக்கு விருது தந்தபோது அதை வெ.சா. எதிர்த்தார். 90களுக்குப் பிறகு தமிழ்நாட்டிலேயே திராவிட, மார்க்ஸியக் கொள்கைகளின் தாக்கம் மெலிந்து குறைந்து தேய்ந்து போய்விட்டதால் வெ.சா.வும் தனது திராவிட-மார்க்ஸிய எதிர்ப்புக் கணைகளைக் குறைத்துக் கொண்டார். இதுவரை கலாசார, இலக்கிய அரசியல் கட்டுரைகளில் அதிக ஈடுபாடு காட்டி வந்த வெங்கட் சாமிநாதன், 90-களுக்குப் பிறகு பெரும்பாலும் இலக்கியத்தின் பக்கம் தனது கவனத்தை திருப்பினார்.

அவரது உள்வட்ட - வெளிவட்டத் தியரியை நான் ஏற்கவில்லை. க.நா.சு என்ற க.நா.சுப்ரமணியத்தைப் போலவோ, சி.சு.செல்லப்பாவைப் போலவோ வெங்கட் சாமிநாதன் இலக்கிய விமர்சகரல்ல. வெங்கட் சாமிநாதன் ஒரு கலாசார விமர்சகர். 'பாலையும் வாழையும்' என்ற அவரது கட்டுரைத் தொகுப்பு இதைத்தான் வலியுறுத்துகிறது. வெ.சா.விடம் ஒரு உணர்ச்சிவசப்பட்ட, புளகாங்கிதமயமான தன்மை அவரது கட்டுரைகளில் தொடர்ந்து துருத்திக் கொண்டிருக்கின்றன. தனக்குப் பிடித்தமான கதையை, ஓவியத்தை, சினிமாவை, நாடகத்தைக் கொண்டாடி விடுவார். வெ.சா. இது ஒரு விமர்சகனது வேலையல்ல. நிறைகுறைகளை உணர்ச்சிவசப் படாமல் சொல்லத் தெரியாது வெ.சா.வுக்கு. இந்த உணர்ச்சி வசப்பட்ட, அருள்வயப்பட்டது போன்ற அவரது உரைநடை தான் அவருக்குப் பல வாசகர்களைத் தேடியும் தந்தது.

வெ.சா.விடமுள்ள இன்னொரு பெரிய குறை, தனது அபிப் பிராயங்களை ஆங்காங்கே உதிர்த்துக் கொண்டே போவார். ஆனால், அந்த முடிவுக்குக் காரணமென்ன என்பதை அவர் ஒருபோதும் சொல்ல மாட்டார். காரண-காரிய அடிப்படையில் தனது அபிப்பிராயங்களை அவர் முன்வைத்திருந்தால் அவர் ஒரு சிறந்த கலை விமர்சகராகி இருப்பார். சுப்புடுவின் சங்கீத விமர்சனத்திலுள்ள அதே உணர்ச்சிகரமும், அபிப்பிராய உதிர்த் தலும் வெ.சா.விடமும் அப்படியே உள்ளன.

அவருடைய இந்தக் குறைகளை எல்லாம் சுட்டிக் காட்டித் தான் 1978 வாக்கில் 'சுவடு' என்ற இலக்கியப் பத்திரிகையில் எழுதினேன். ஆனால், என்னை வெ.சா. தனக்கு வேண்டாதவனாக ஒருபோதும் பாவித்ததில்லை. இது அவருடைய சிறப்பான குணம் என்பேன். புது டெல்லியிலுள்ள ஓர் அமைப்பு அசோகமித்திரன், சோ, வலம்புரிஜான் போன்றவர்களுக்கு மனித நேய விருது அளித்துக் கௌரவித்து வந்தது. இந்த விருதுக்கு வெங்கட் சாமிநாதன் என் பெயரைச் சிபாரிசு செய்து, அந்த விருது பெறக் காரணமாக இருந்தார். 1999 வாக்கில் நடந்த அவரது மகனின் திருமணத்திற்கு எனக்கு மறக்காமல் அழைப்பிதழ் அனுப்பி இருந்தார்.

அவரது கட்டுரைகளில் நிறைகுறைகள் உண்டு. அவரது திராவிட - மார்க்ஸிய கலாசார எதிர்ப்பு அவரது முக்கியமான பங்களிப்பு என்று தோன்றுகிறது.

- சொல்வனம்

ஆர்.சூடாமணியும் மறைந்துவிட்டார்

'சூடாமணி இறந்துவிட்டார்' என்ற தகவலை முதலில் சொன்னவர் கதிர்பாரதிதான். அடுத்தடுத்து லதா ராமகிருஷ்ணன், திருப்பூர் கிருஷ்ணன், தேவி பாரதி என்று பல நண்பர்கள் ஃபோனில் தொடர்புகொண்டு சொன்னார்கள். நண்பர் வண்ண தாசன் எஸ்.எம்.எஸ். அனுப்பியிருந்தார்.

தி.ஜானகிராமன் இறந்தபோதும் இப்படித்தான் தொலை பேசி மூலம் தகவல் வந்தது. ஜானகிராமனின் உடலையாவது பார்க்க முடிந்தது. ஆனால், சூடாமணியின் உடலைப் பார்க்க முடியவில்லை. கடைசித் தருணத்தில் தகவல் கிடைத்ததால் செல்ல முடியவில்லை. பல சமயங்களில் இப்படித்தான் ஆகிவிடுகிறது.

இன்றைய எழுத்துலகம் சூடாமணியை அனேகமாக மறந்தே போய்விட்டது. சுய தம்பட்டங்கள், படாடோபங்கள் இவற்றுக்கு மத்தியில் அவரை வாசகர்களும், எழுத்துலகமும் மறந்து போனதில் ஆச்சரியமே இல்லை. ஏனென்றால், சூடா மணி என்ற மனுஷியும் சரி, அவரது எழுத்தும் சரி ஆரவாரங் களுக்கும், பரபரப்புகளுக்கும் அப்பாற்பட்டவை. அவர் இயல் பிலேயே சங்கோஜி. அவரது உரையாடலே பூ உதிர்வது போல்தான் இருக்கும். அதிர்ந்து பேசவே மாட்டார். வெள்ளை யுடை அணிந்துதான் அவரைப் பார்த்திருக்கிறேன். மென்மை, சங்கோஜம் இவற்றையும்மீறி அவரிடம் வாழ்க்கை குறித்து அழுத்தமான கருத்துகளும் இருந்தன.

ஐம்பதுகளிலும், அறுபதுகளிலும் அவர் நிறைய எழுதி னார். என் பள்ளி நாட்களிலிருந்தே நான் சூடாமணியின்

எழுத்தை வாசித்து வந்திருக்கிறேன். அவரது கதை சொல்லும் பாணியிலிருந்த எளிமையும், ஜீவனும் எல்லோரையும் வசீகரித்ததுபோல் என்னையும் வசீகரித்தன.

மாடர்னிஸம், போஸ்ட் மாடர்னிஸம் என்று என்னென்ன கோணங்கித்தனமெல்லாமோ, 'இலக்கிய உத்தி' என்ற பெயரில் வாசகர்களைப் பயமுறுத்துகிற காலம் இது. அவர் எழுதிய காலத்திலும் நவீனம், நவீனத்துவம் என்று பயமுறுத்திக்கொண்டிருந்தார்கள். இந்த இலக்கியத் திருக்கூத்துகளுக்கு நடுவே மிக நுட்பமானதும், சன்னமானதுமான மன உணர்வுகளை ஜீவன் ததும்ப எழுதியவர் சூடாமணி.

அவரது 'நான்காவது ஆசிரமம்' என்ற சிறுகதை 'இலக்கியச் சிந்தனை'யில் அந்த ஆண்டின் மிகச் சிறந்த சிறுகதையாகத் தேர்ந்தெடுக்கப்பட்டபோது, அந்தச் சிறுகதையைப் பலமுறை திரும்பத் திரும்பப் படித்தேன். இன்றும் அக்கதை இன்றைய நவீன சிறுகதைகளுக்கெல்லாம் சவாலாக உள்ளது.

அவரது உடல்வாகு காரணமாக அவரால் அதிகமாக வெளியுலகுடன் தொடர்புகொள்ள முடியவில்லை. ஆனால், நான் சூடாமணியை 1973இல் முதல் முதலாகச் சந்தித்தபோதே, அப்போதுதான் மலர்ந்திருந்த பெண்ணியச் சிந்தனைகளைப் பற்றி நன்றாகத் தெரிந்து வைத்திருந்தார். அதைப் பற்றிய உறுதியான அபிப்பிராயங்களும் அவரிடமிருந்தன. தன்னை 'முற்போக்காளர்' என்று கூறிக்கொள்ளாத முற்போக்குவாதி அவர்.

நான் வேலைக்காக அலைந்து கொண்டிருந்தபோது, அந் நாளைய தினமணி கதிரில் ('சாவி' ஆசிரியராக இருந்த தின மணி கதிர்) என்னைச் சேர்த்துவிடுவதற்காக, கதிரில் பணிபுரிந்து வந்த அபர்ணா நாயுடு என்ற கண்ணனுக்குச் சிபாரிசுக் கடிதம் எழுதித் தந்ததோடு தொலைபேசியிலும் கண்ணனிடம் பேசினார். பலருக்கும் இதுபோல் அவர் தன்னாலியன்ற உதவிகளைச் செய்துள்ளார்.

அவருடைய அப்பா ராகவன் ஒரு ஐ.ஸி.எஸ்.அதிகாரி. சூடாமணியின் சகோதரி ருக்மணி பார்த்தசாரதியும் ஒரு படைப்பாளியே. நான் சென்னைக்கு வந்த புதிதில் அடிக்கடி சூடாமணியைச் சென்று பார்த்துப் பேசிக்கொண்டிருந்துவிட்டு

வருவேன். பின்னர் வேலைப் பளு, குடும்பம் இவற்றால் அவரைச் சந்திப்பது குறைந்துவிட்டது. எப்போது சென்றாலும் காஃபி கொடுத்து உபசரிப்பார்.

சில சமயங்களில் அவரது தந்தை ராகவனே காஃபி கொண்டு வந்து தருவார். அவரும் இறந்து விட்டார். சகோதரி ருக்மணி பார்த்தசாரதியும் இறந்துவிட்டார்.

இப்போது சூடாமணியும் மறைந்துவிட்டார்.

- கல்கி

கட்டுரைகள்

தமிழ் எழுத்துலகமும் சுதந்திரப் போராட்டமும்

இந்திய சுதந்திரப் போராட்டத்தை முன்னெடுத்துச் சென்ற காங்கிரஸ் மகாசபையின் கால்கோள் விழா சென்னையில்தான் நடைபெற்றது. 1883இல் சென்னை அடையாறில் பிரம்ம ஞான சங்கம் என்ற தியாஸபிகல் சொஸைட்டி நிறுவப்பட்டது. இதற்கு முன்பே 1876இல் கல்கத்தாவிலும் பம்பாயிலும் இந்தியன் அஸோஸியேஷன்கள் தோற்றுவிக்கப்பட்டன. இதையொட்டி சென்னையில் மகாஜன சபை என்ற அமைப்பு ஏற்பட்டது. இவையெல்லாம் காங்கிரஸ் மகாசபை தோன்றுவதற்கு முன்பு இருந்த சிறு அரசியல் அமைப்புகள்.

1884இல் சென்னை பிரம்ம ஞான சங்கத்தின் வருடாந்திரக் கூட்டம் நடைபெற்றது. அக்கூட்டத்திற்கு வருகை தந்திருந்தவர்களில் சுமார் 17 பேர் திவான்பகதூர் ரகுநாதராவ் என்பவரின் வீட்டில் கூடி அனைத்திந்திய அமைப்பு ஒன்றை ஏற்படுத்த வேண்டும் என்று முடிவு செய்தனர்.

கிறிஸ்துமஸ் சமயத்தில் அந்த அமைப்பைக் கூட்ட முடிவெடுத்தனர். ஏற்கெனவே 1878இல் ஜி.சுப்பிரமணிய ஐயர், ஹிந்து என்னும் ஆங்கில வார இதழை நடத்திவந்தார். இதில் இந்தியரது பிரச்னைகள் குறித்த செய்திகள், கட்டுரைகள் வெளிவர ஆரம்பித்தன. நான்கு ஆண்டுகள் கழித்து 1882இல்

ஜி.சுப்பிரமணிய ஐயர் சுதேசமித்திரன் என்னும் வார இதழைத் தமிழில் தொடங்கினார். ஹிந்துவும், சுதேசமித்திரனும் இந்தியர் களின் குரலாக ஒலித்துக் கொண்டிருந்தபோதுதான், காங்கிரஸ் மகாசபையைத் தோற்றுவிக்கும் எண்ணம் பிரம்ம ஞான சங்கக் கூட்டத்துக்கு வந்திருந்த கனவான்களுக்கு ஏற்பட்டது.

இதை முன்னின்று நடத்தியவர் ஆலன் ஆக்டேவியன் ஹியூம் என்ற ஐ.ஸி.எஸ். அதிகாரி. சிப்பாய்க் கலகம் போன்ற ஒரு பெரும் கலகம் மீண்டும் நாட்டில் ஏற்பட்டு பிரிட்டிஷ் ஆட்சி சீர்குலைந்து விடக்கூடாது என்னும் எண்ணத்தில், அவர் இந்தியர்களின் குரலை எதிரொலிக்க ஒரு மேடை தேவையென்று கருதினார். இந்தியர்களுக்குப் பிரிட்டிஷ் அரசில் சலுகைகள் பெற்றுத் தருவது, வேலை பெறுவது போன்ற நோக்கத்துடன்தான் முதலாவது காங்கிரஸ் மகாசபைக் கூட்டம் 1885 டிசம்பர் 28, 29, 30 தேதிகளில் பம்பாய் கோகுலதாஸ் தேஜ்பால் சமஸ்கிருதக் கல்லூரியில் நடைபெற்றது.

இம்மாநாட்டில் சென்னையிலிருந்து எட்டுப் பேரும், செங்கல்பட்டிலிருந்து இருவரும், தஞ்சாவூர், கும்பகோணம், மதுரை, திருநெல்வேலி, கோயம்புத்தூர், சேலத்திலிருந்து தலா ஒருவரும் கலந்துகொண்டனர். ஹிந்து, சுதேசமித்திரன் பத்திரிகைகளின் அதிபரான ஜி.சுப்பிரமணிய ஐயரும் பம்பாய் மாநாட்டில் கலந்து கொண்டார். சென்னை மாகாணத்திலிருந்து சென்றிருந்த பிரதிநிதிகள் எல்லோரும் சென்னை மகாஜன சபையின் சார்பில்தான் சென்றிருந்தனர்.

பம்பாய்க்குப் பின் கல்கத்தா, சென்னை, அலஹாபாத் என்று ஆண்டுதோறும் டிசம்பர் மாதம் காங்கிரஸ் மகாசபையின் கூட்டம் நடந்து வந்தது. அந்தக் காலத்தில், ஏதாவது ஒரு பொதுப் பிரச்னையைப் பற்றி 'வினா-விடை' என்னும் தலைப்பில் துண்டுப் பிரசுரங்கள் வெளியிடுவது வழக்கமாக இருந்தது. இதைப் பின்பற்றி 1883லேயே ஜி.சுப்பிரமணிய ஐயர், 'சுய அரசாட்சி வினா-விடை' என்னும் பிரசுரத்தை எழுதி வெளியிட்டிருந்தார்.

சுயாட்சி, சுயராஜ்யம், விடுதலை போன்ற கருத்தாக்கங்கள் காங்கிரஸ் மகாசபை தோன்றுவதற்கு முன்பே அந்நாளைய சென்னை மாகாணத்தில் தோன்றிவிட்டன. தமிழ் எழுத்துலகம்

அப்போதே சுதந்திர வேள்வியில் இறங்கிவிட்டது. பத்திரிகை யாளர்களும் எழுத்துலகவாதிகளே என்றால் அக்காலத்திய ஜி.சுப்பிரமணிய ஐயர், பிற்கால பாரதி போன்றோர் பத்திரிகை யாளர்களே. ஜி.சுப்பிரமணிய ஐயரின் நண்பர் மு.வீரராக வாச்சாரியார், இவருக்குச் செங்கல்பட்டு மாவட்டத்திலுள்ள வடக்குப்பட்டு கிராமம், சுப்பிரமணிய ஐயர் ஹிந்து பத்திரிகையைத் தொடங்குவதற்கு இவரும் துணையாக இருந்தார். ஹிந்துவின் நிர்வாக இயக்குநராகவும் இருந்து தனது 50ஆம் வயதில் மரணமடைந்தார்.

காங்கிரஸ் மகாசபையின் மூன்றாம் மாநாடு 1887இல் சென்னை ஆயிரம் விளக்குப் பகுதியிலுள்ள மக்கீஸ்கார்டனில் நடைபெற்றது. இம்மாநாட்டுச் செலவுக்கு நிதி திரட்டுவதற் காக மு.வீரராகவாச்சாரியார் 'காங்கிரஸ் வினா-விடை' என்ற பிரசுரத்தை எழுதி வெளியிட்டார். சென்னை மாநாட்டில் சென்னை மகாஜன சபை, சென்னை பட்டதாரிகள் சங்கம், திருவல்லிக்கேணி இலக்கியச் சங்கம் போன்ற பட்டதாரிகளின் அமைப்புகளைச் சேர்ந்த பலர் கலந்துகொண்டனர். வீரராக வாச்சாரியார், இந்து நேசன் என்ற பெயரில் மாதமிருமுறைப் பத்திரிகையையும் நடத்தியிருக்கிறார். இவையெல்லாம் ஆரம்பக் காலத்திய சுதந்திரப் போராட்டத்திற்குத் தமிழ்நாட்டு எழுத்துலகம், பத்திரிகையுலகம் அளித்த பங்கு.

சென்னை மாநாட்டில் கும்பகோணம் சங்கரமடம், தருமபுர ஆதீனத்திலிருந்தும் பிரதிநிதிகள் கலந்து கொண்டிருக்கின்றனர். ஒவ்வொரு காங்கிரஸ் மாநாட்டிலும் பிரிட்டீஷ் அரசருக்கு வாழ்த்துப் பாடிய பின்னரே சபை நடவடிக்கைகள் தொடங்கப்பட்டிருக்கின்றன. வைஸ்ராய் இம்மாநாடுகளுக்கு வாழ்த்துச் செய்தி அனுப்புவதும், அவற்றை மாநாட்டில் வாசிப்பதும், யூனியன் ஜாக் கொடியை ஏற்றுவதும் நடைமுறைகளாக இருந்திருக்கின்றன. இது குறித்து மகாத்மா காந்தி தமது சுயசரிதையிலேயே குறிப்பிட்டிருக்கிறார். அவர் தென்னாப் பிரிக்காவில் இருந்தபோது, கலந்துகொண்ட கூட்டங்களில் ராஜ வாழ்த்து பாடப்பட்டிருக்கிறது.

இந்நிலையில் 1899இல் லார்டு கர்ஸான் என்பவர் வைஸ்ராய் ஆனார். அப்போது பிரிட்டிஷ் அரசின் இந்தியத் தலைமை யகம் கல்கத்தாவில்தான் இருந்தது. வங்காளத்திலுள்ள படித்த

இந்தியர்கள் பிரிட்டீஷாருக்குத் தலைவலியாக இருந்தனர். லார்டு கர்ஸான், வங்காளிகளை இந்து - முஸ்லீம் எனப் பிரிப்பதன் மூலம் வங்காளிகளின் அரசியல் எழுச்சியை ஒடுக்க லாம் என நினைத்து, முஸ்லீம்களை அதிகமாகக் கொண்ட சிட்டகாங், டாக்கா ஆகிய பகுதிகளைக் கிழக்கு வங்கம் என்றும், இதர பகுதியை மேற்கு வங்காளம் என்றும் அறிவித்தார். 1905இல் வங்கப் பிரிவினைச் சட்டம் அமலுக்கு வந்தது. இதை காங்கிரஸ் மகாசபை எதிர்த்தது. வங்கப் பிரிவினை சுதேசி இயக்கத்துக்கு வழிகோலிற்று.

காங்கிரஸ் கட்சியிலிருந்த மிதவாதிகள், 'சுதேசி இயக்கம் நடத்துவது ஆட்சியாளர்களுடன் மோதலை உருவாக்கும்' என்று எண்ணினர். தீவிரவாதிகள் சுதேசி இயக்கத்தை ஆதரித் தனர். இதன் எதிரொலியாக வ.உ.சி. 1906இல் சுதேசிக் கப்பல் கம்பெனியைத் தொடங்கினார். பாரதி, சிவா, வ.உ.சி. போன்றோர் சுதேசி இயக்கத்தை ஆதரித்தனர். மிதவாதிகளைப் பழைய கட்சியார் என்றும் தீவிரவாதிகளைப் புதிய கட்சியார் என்றும் கூறினர். 1906இல் நடந்த கல்கத்தா காங்கிரஸுக்கு சென்னை வக்கீல் வி.கிருஷ்ணசாமி ஐயர் தலைமையில் மிதவாதிகளும் பாரதியார் தலைமையில் சுதேசியரான தீவிர வாதிகளும் சென்றனர். மகாகவி பாரதி இந்திய சுதந்திரப் போராட்ட வரலாற்றில் இப்படித்தான் அடியெடுத்து வைத்தார்.

தமிழின் முதல் நாவலென்று அறியப்படும் பிரதாப முதலியார் சரித்திரம் 1879இல் வெளிவந்தது. இதற்கு முன்பு ஏறத்தாழ இதே காலகட்டத்தில் கோபால கிருஷ்ண பாரதியார் நந்தனார் சரித்திரத்தை எழுதுகிறார். நந்தனார் சரித்திரம் பெரிய புராணத்தில் உள்ளதுதான் என்றாலும், அந்தச் சரித்திரத்தில் அந்தணர் பாத்திரம் கிடையாது. பெரிய புராண நந்தனார் ஏர்பிடித்து உழுபவரும் அல்ல. நந்தனார் சரித்திரம் என்பது பாரதியின் பாஞ்சாலி சபதத்தைப்போல், அந்நாளைய அந்நியர் ஆட்சியை மனத்தில் உருவகித்து எதிர்த்து எழுதப்பட்டது எனக் கருத இடம் உண்டு. மாயூரம் வேதநாயகம் பிள்ளையின் பிரதாப முதலியார் சரித்திரம் வெளிவந்த பிறகுதான் காங்கிரஸ் மகாசபை தோன்றுகிறது.

பாரதியைப்போல் பத்திரிகையாளராகச் செயல்பட்டவர் திரு.வி.க. அவர் தொழிற்சங்கவாதியாகவும் தீவிரமாக இயங்கி யிருக்கிறார். ஆனால், விடுதலைப் போராட்ட காலத்தில்

முப்பத்தி ஒன்பது ஆண்டுகளே வாழ்ந்து மறைந்த பாரதிபோல் ஒரு வியப்புக்குரிய எழுத்துலக ஆளுமை அவனுக்கு முன்பும் பின்புமில்லை. பத்திரிகை, இலக்கியம் என்ற இரு துறைகளிலும் பாரதி சண்டமாருதம்போல் செயல்பட்டிருக்கிறான். ஆனால், பாரதியைப்போல் கவித்துவ அழகுடன் எழுதாவிட்டாலும் நாமக்கல் வெ.ராமலிங்கம் பிள்ளையும், கவியோகி சுத்தானந்த பாரதியும் அக்கால கட்டத்திய குறிப்பிடத்தக்க கவிஞர்கள். பாரதிக்குப்பின் தோன்றிய மணிக்கொடிக்காரர்களில் பலர் கதரணிந்த காங்கிரஸார்தான். என்றாலும் அவர்களது சிறுகதை களிலோ, நீண்ட உரைநடைப் படைப்புகளிலோ சுதந்திரப் போராட்டம் பற்றிய எதிர்வினைகள் எதுவும் இல்லை.

சி.சு.செல்லப்பா பின்னாட்களில் சுதந்திர தாகத்தை எழுதி னாலும், சுதந்திரத்துக்கு முன்பு செல்லப்பாவும் சரி, அவரது சமகாலப் படைப்பாளிகளான கு.ப.ரா., ந.பிச்சமூர்த்தி, புதுமைப்பித்தன், மௌனி, சிட்டி, பி.எஸ்.ராமையா போன்ற மணிக்கொடி எழுத்தாளர்களும் சரி, முழுக்க முழுக்க அகவாழ்வு குறித்த சமூகக் கதைகளையே பெரும்பாலும் எழுதி யிருக்கின்றனர். கு.ப.ரா. பாரதியைப் பற்றிக் கட்டுரைகள் எழுதி யிருக்கிறார், பக்கிம்சந்திரரின் நாவலைத் தமிழில் மொழி பெயர்த்திருக்கிறார்.

1972,73 வாக்கில் இடைச்செவலிலிருந்த கி.ராஜநாராயண னுடன் பேசிக்கொண்டிருந்தபோது, பிரச்சார எழுத்து பற்றிப் பேச்சு வந்தது. அப்போது வியட்நாம் யுத்த காலம். ‘வியட்நாம் யுத்தம் பற்றி எழுதாதவர்கள் படைப்பாளிகள் அல்ல’ என்னும் கருத்து அந்நாட்களில் நிலவி வந்தது. தமிழ்நாட்டில் இருந்து கொண்டு வியட்நாம் யுத்தத்தின் கொடுமையைப் பற்றி ஒருவன் எப்படி எழுத முடியும்? மனத்தைப் பாதித்த விஷயங் களைத்தான் ஓர் எழுத்தாளனால் எழுத முடியும் எனக் கி.ராவும், இதர நண்பர்களும் கருதினர். ஆனால், பிரச்சார எழுத்து என்ற ஒருவகை எழுத்து உலக அளவில் இருந்துவருகிறது. இதற்கு ஆதரவும் எதிர்ப்பும்கூட நிலவிவருகிறது.

இது குறையல்ல. மணிக்கொடிப் படைப்பாளிகளின் எழுத்து நோக்கின்படி, அவர்கள் அரசியல் சார்ந்து எழுதுவதைத் தவிர்த் திருக்கலாம். அதை அவர்கள் பிரச்சார எழுத்தாகக் கருதி யிருக்கலாம். புதுமைப்பித்தன், சி.சு.செல்லப்பா போன்ற

வர்கள் செய்திப் பத்திரிகைகளிலேயே பணிபுரிந்திருக்கின்றனர். ஆனால், அவர்களது அக்காலத்திய சிறுகதைகளிலோ இதர உரைநடைப் படைப்புகளிலோ சுதந்திரப் போராட்டம் சார்ந்த விஷயங்கள் எதுவும் இடம் பெறவில்லை.

கா.சீ.வேங்கடரமணியின் நாவலையும் எம்.எஸ். கல்யாண சுந்தரத்தின் இருபது வருடங்கள் என்ற நாவலையும் தமிழ் இலக்கிய உலகம் சுதந்திரப் போராட்ட நாவல்களாக அங்கீகரித்துள்ளது. ஆனால், இவர்கள் அக்கால இலக்கிய வட்டத்தைச் சேர்ந்த எழுத்தாளர்களல்ல.

பாரதிக்குப் பிந்திய நவீன தமிழ் இலக்கிய வட்டத்துக்கு அப்பால், ஓர் எழுத்தாளர் சுதந்திரப் போராட்டத்திலும் ஈடு பட்டார். பல லட்சக்கணக்கான வாசகர்களைப் பெற்றிருந்தார். சுதந்திரப் போராட்டக் காலத்தையும் அக்காலத்தில் நடைபெற்ற சமூகச் சீர்திருத்தங்களையும் கருவாகக் கொண்டு தியாக பூமி, அலை ஓசை, மகுடபதி போன்ற படைப்புகளை உருவாக்கினார். அவர்தான் கல்கி. அலை ஓசை அவரது மிகச் சிறந்த படைப்பு. சுதந்திரப் போராட்டக் காலத்தில் இருந்து வந்த மிதவாதம், தீவிரவாதம் ஆகிய இரு போக்குகளையும் கல்கி, தனது அலை ஓசையிலும், மகுடபதியிலும் அருமையாகக் கையாண்டுள்ளார். பாரதிக்குப் பின் தோன்றிய மிகப் பெரும் பத்திரிகையாசிரியர், உரைநடைக்காரர் கல்கி. ஆனால், 'கல்கி'யைத் தற்கால நவீன, தீவிர எழுத்துலகம் ஓர் எழுத்தாளராகவே கருதுவதில்லை. பாரதியைப்போல் கல்கி ஒரு மிகப் பெரும் சக்தி. பாரதியின் கவிதைகளையே வெறும் இசைப் பாடல்கள் எனக்கருதும் நவீன இலக்கிய உலகில் கல்கிக்கு இடம் இல்லாததில் வியப்பில்லை. இதனால் பாரதியின் நாமத்தையோ, கல்கியின் நாமத்தையோ தமிழ் எழுத்துலகிலிருந்து அழித்துவிட முடியாது.

- காலச்சுவடு

இலக்கியமென்பது...

தமிழ்நாட்டில் எழுத்தாளர்கள் அதிகமாகிவிட்டார்கள். யாரைப் பார்த்தாலும் 'நான் ஒரு இலக்கியவாதி' என்கிறார்கள். 'புரட்சி' என்ற சொல் காலப்போக்கில் அதன் வீரியத்தை இழந்து விட்டது. பாரதியார் எழுதிய காலத்தில் 'புரட்சி' என்ற சொல்லுக்குத் தனித்ததொரு அர்த்தமிருந்தது. அதனால்தான் 'ஆஹா வென்றெழுந்தது பார் யுகப் புரட்சி' என்று எழுதினார் பாரதியார். இன்று 'புரட்சி' என்றால் யாரும் அதைப் பெரிதாகக் கருதுவதில்லை. தன் உண்மையான அர்த்தத்தை அது இழந்து விட்டது.

இந்த மாதிரித்தான் 'இலக்கியம்', 'இலக்கியவாதி' அல்லது 'இலக்கியகர்த்தா' என்பது முதலான சொற்களும், மெல்ல மெல்லத் தங்கள் அர்த்தச் செறிவை இழந்து கொண்டிருக்கின்றன. அச்சில் வெளிவருகிற கதைகளெல்லாம் இலக்கியம் என்று அழைக்கப்படுகின்றன. ஒரு பக்கக் கதை எழுதியவர்கள்கூட தங்களை 'இலக்கியவாதி' என்று கருதிக் கொள்கிறார்கள்.

முன்பு, வெகுஜனப் பத்திரிகைகளில் எழுதியவர்களை 'எழுத்தாளர்கள்' என்பார்கள். எழுத்து, நடை, கசடதபற, தீபம், கணையாழி, தாமரை போன்ற சிறு பத்திரிகைகளில் எழுதியவர்களைத்தான் இலக்கியவாதி, இலக்கிய கர்த்தா என்பார்கள். அந்தளவுக்கு வெகுஜனப் பத்திரிகை எழுத்தையும், சிறு பத்திரிகைகளில் வெளிவந்த எழுத்துகளையும் பிரித்துப் பார்த்து அணுக சமூகம் தெரிந்து வைத்திருந்தது. இன்று இந்த வித்தியாசக் கோடு அழிந்துவிட்டது. இலக்கியம், இலக்கியவாதி என்ற சொற்கள் வெறும் சம்பிரதாயச் சொற்களாகிவிட்டன.

எது இலக்கியம், தமிழில் எழுதுகிறவர்களில் யார் இலக்கியக் கர்த்தா என்பதைக் கறாராக வரையறுக்க வேண்டிய காலம் வந்துவிட்டது. யதார்த்தம், நடப்பியல் என்ற பேரில் வட்டார வழக்கில் எழுதப்படும் எழுத்துகள் எல்லாம் இலக்கியமாகிவிடாது. அத்தானை 'அய்த்தான்' என்றும், 'அப்படித்தான்' என்பதை 'அப்படித்தேன்' என்றும், வட்டார வழக்கில் தோய்ந்து தோய்ந்து எழுதப்படும் எழுத்துகளை, 'இலக்கியம்' என்று மயக்கம் கொள்ளும் போக்கு தமிழில் சர்வ சாதாரணமாகவே நிகழ்ந்துவிடுகிறது. கோவை, மதுரை, நெல்லை, குமரி மாவட்டங்களில் இருந்து எழுதும் பல எழுத்தாளர்கள், தங்கள் வட்டார வழக்குகளில் கதாபாத்திரங்களைப் பேசவிடுவது, முடிந்தால் ஆசிரியர் கூற்றாக எழுதும் விவரணைகளைக்கூட வட்டார வழக்கிலேயே எழுதி வாசகனைக் கிறங்கடிப்பதைத் தங்கள் எழுத்துத் தர்ம மாகக் கொண்டு இயங்கி வருகின்றனர்.

வட்டார வழக்கில் ஓர் இனிமை இருக்கிறது. ஆனால், அதுவே இலக்கியமாகிவிடாது. 'மக்களைப் பெற்ற மகராசி' படம் முதல் சினிமா உலகிலும் அந்த வட்டார வழக்கு ஒரு கிளுகிளுப்பை ஏற்படுத்தப் பயன்பட்டு வருகிறது. எழுத்திலும் வட்டார வழக்கு இதே கிளுகிளுப்பைத்தான் ஏற்படுத்து கிறது. வட்டார வழக்கில் எழுதப்படுவதனாலேயே ஒரு சிறுகதைக்கோ, நாவலுக்கோ இலக்கிய அந்தஸ்து கிடைத்து விடாது. வட்டார வழக்கின் இனிமை மேலெழுந்தவாரியான கிளுகிளுப்பைத் தருவது. அதனால் இது இலக்கியமாகிவிடாது.

சில எழுத்தாளர்கள் புகைப்படம் பிடிப்பதுபோல், ஒரு அறையையோ, வீட்டையோ, தெருவையோ ரொம்ப நுணுக்கமாகச் சித்தரிப்பார்கள். இந்த நுணுக்கமான சித்தரிப்பும் மேலெழுந்த வாரியாக ஒரு லகரியை வாசகனது மனதில் ஏற்படுத்தும். இதுபோன்ற காட்சி வர்ணனைகளை இலக்கியம் என்று ஏமாந்துபோகும் பலர், தமிழ் வாசகர்களாக இருக்கின்றனர். காட்சிகளை நுணுக்கமாக விழுந்து விழுந்து வர்ணிப்பதும் இலக்கியமல்ல.

வட்டார வழக்கு, நுட்பமான காட்சி வர்ணணை இவை யெல்லாம் 'இலக்கியம்' என்ற தோற்றத்தைத் தரும். வாசகனின் மனதில் ஒரு லகரியை ஏற்படுத்தும். ஆனால், இதில் மயங்கி

விடக்கூடாது. இதிலேயே மயங்கி நின்றுவிடுகிறவன் உன்னத மான இலக்கியத்தை அடையாளம் காண முடியாது. இலக்கியம் வட்டார வழக்கிலோ, காட்சி வர்ணனையிலோ இல்லை.

சில சிறுகதைகளிலும், நாவல்களிலும் கதாபாத்திரங்களின் உரையாடல்கள் ரொம்பக் கூர்மையாக இருக்கும். இதுபோன்ற உரையாடல்களைத் தங்கள் கதைகளில் அமைத்துவிடும் சாமர்த்தியமான பல எழுத்தாளர்களை வாசகர்களும் தமிழ்ச் சமூகமும் 'இலக்கிய கர்த்தா' என்று கருதி மயங்குகின்றனர். இதுவும் தவறானது. கூர்மையான உரையாடல்கள் இலக்கிய அந்தஸ்து பெற்றுவிடாது. பயிற்சி இருந்தால் எழுதிவிட முடிவது இது. வட்டார வழக்கு, காட்சி வர்ணனை போன்றவற்றுடன் சேர்க்க வேண்டிய எழுத்துச் சரக்கு கூர்மையான உரையாடல்கள்.

இந்த மூன்றையுமே திறமையாகக் கையாளும் எழுத்தாளர்கள், கவிஞர்கள் பலர் இருக்கத்தான் செய்கிறார்கள். இவர்களைத் தமிழ் வாசகர்கள், இலக்கியவாதிகளென்று கருதி மயங்கிக் கிடக்கிறார்கள். 98 சதவிகித தமிழ் இலக்கியவாதிகள் இந்த ரகத்தவர்களே. உண்மையிலேயே இலக்கியம் படைக்கத் தெரிந்தவர்கள் இரண்டு சதவிகிதம் பேர்கூடத் தேற மாட்டார்கள்.

இன்னொரு பெரும் போக்கும் தமிழில் இருக்கிறது. வறுமை, கஷ்டம், சோகம் இவற்றைச் சொல்வதுதான் 'இலக்கியம்' என்று பல இலக்கியவாதிகளும் வாசகர்களும் கருதிக்கொண்டிருக்கிறார்கள். அது கவிதையாக இருந்தாலும் சரி, சிறுகதை அல்லது நாவலாக இருந்தாலும் சரி, அதில் சோகச் சுவை மட்டுமே இருக்க வேண்டும். சோகம் இருந்துவிட்டால் அதுதான் இலக்கியம் என்று நினைக்கிறார்கள். தமிழில் எழுதப் பட்ட, எழுதப்படுகிற பெரும்பாலான படைப்புகள் 'சோகம்' என்ற ஒற்றைச் சுவையை மட்டுமே கொண்டுள்ளன. சோகம் மட்டுமே இலக்கியமல்ல.

இவை தவிர முற்போக்குப் படைப்புகள், தலித்தியம், பெண்ணியம் என்றெல்லாம் தற்காலத்தில் இலக்கியம் என்று சொல்லிக்கொண்டு ஃபேஷன்கள் உலவுகின்றன. முற்போக்கு, தலித்தியம், பெண்ணியம் இத்யாதிகளெல்லாம் அரசியல் சார்ந்த கருத்தாக்கங்கள். சுதந்திரப் போராட்ட காலத்தில்,

சுதந்திரப் போராட்டத்தை முன்னிலைப்படுத்திய பல நாவல்கள் வெளிவந்தன.

சுதந்திரம் அடைந்துவிட்ட இந்த நாட்களில், அந்த நாவல்கள், ஒரு காலத்திய நாவல்களாகக் குறுகிவிட்டன. அதுபோல்தான் இந்த முற்போக்கு, தலித்திய, பெண்ணிய நாவல்களும் காலப்போக்கில், ஏதோவொரு காலத்தின் அடையாளமாகக் குறுகிவிடும். அதனால் இந்த ரகமான, அரசியல் சார்ந்த, முற்போக்கு, தலித்திய, பெண்ணியப் படைப்புகளெல்லாம் இலக்கியமாகாது. இவை பிரச்சாரப் படைப்புகள்.

சிலர் விறுவிறுப்பாக, வேகமான நடையில் எழுதுவது இலக்கியமாகாது என்று நினைத்துக்கொண்டிருக்கிறார்கள். அமைதியான நடையில் எழுதினால் அது இலக்கியத்தன்மை பெற்றுவிடும் என்று நம்புகிறார்கள். வேகமற்ற, அமைதியான நடையில் எழுதப்படுவதெல்லாம் இலக்கிய அந்தஸ்து பெற வேண்டும் என்ற கட்டாயமில்லை. வெகு சிலரைத் தவிர பெரும்பாலான எழுத்தாளர்கள், கவிஞர்கள் அமைதியான நடையில் எழுதுகிறவர்கள்தான். இலக்கியம் என்பது நிதானமான நடையில் எழுதுவது மட்டுமல்ல.

அப்படியானால் இலக்கியம் என்பது என்ன? யார் இலக்கிய கர்த்தா?

மேலே குறிப்பிட்ட எல்லா மயக்கங்களுக்கும் கருத்துகளுக்கும் அப்பாலுள்ளது இலக்கியம். ஒரே வரியில் சொல்வதானால், இலக்கியம் என்பது காவியத் தன்மையுடனிருக்க வேண்டும். தன் சமகால வாழ்வைக் காவிய உணர்வுடன் அணுகி எழுதுகிறவனே இலக்கியவாதி. வாழ்க்கை குறித்த, மனித இருப்பு குறித்த மன அவசம் படைப்பில் வெளிப்பட வேண்டும். இது தீவிரமான நிலையில், மௌனியின் சிறுகதைகளில் வெளிப்படுவது போலும் இருக்கலாம். அல்லது ஸ்பானிய நாவலாசிரியர் செர்வாண்டிஸ், தனது 'டான் க்விக்ஸாட்' நாவலில், நகை முரணுடன், நையாண்டியுடன் வெளிப்படுத்துவது போலுமிருக்கலாம். வெறும் சம்பவங்களையும் கதாபாத்திரங்களையும் விவரிப்பதல்ல இலக்கியம்.

மௌனியின் சிறுகதைகளை, மேலெழுந்தவாரியாகப் பார்த்தால், அவை வெறும் பெண் ஏக்கக் கதைகள் என்றுதான் தோன்றும். ஆனால், வாழ்வின் நிலையாமை, மனிதனின் தோல்விகள் இவற்றையெல்லாம் ஒரு காவிய அழகுடனும், தத்துவ விசாரத்துடனும் தனது சிறுகதைகளில் மௌனி சொல்லிக்கொண்டு போகிறார். அதனால் தான் புதுமைப்பித்தன், மௌனியைத் திருமூலருடன் ஒப்பிட்டார். மௌனியின் எல்லாக் கதைகளிலும் இந்தக் காவியத்தன்மையும் விசாரமும் ஒரே தரத்துடன் வெளிப்பட்டுள்ளன.

மௌனியின் எல்லாச் சிறுகதைகளிலும் இந்தக் காவிய மனநிலை வெளிப்பட்டுள்ளதுபோல் வேறு எந்தப் படைப்பாளியிடமும், அவர்களது எல்லாப் படைப்புகளிலும் வெளிப்படவில்லை.

லா.ச.ரா. என்ற லா.ச.ராமாமிர்தத்தின் 'பச்சைக் கனவு' ஓர் அபூர்வமான சிருஷ்டி. இந்தச் சிறுகதையில் அவர் எட்டி யுள்ள உயரத்தை வேறு எந்தப் படைப்பிலும் அவர் எட்ட வில்லை. 'புத்ர', 'அபிதா' ஆகிய இரு நாவல்களிலும், சில இடங்களில் உன்னதமான இலக்கியம் வெளிப்படுகிறது. 'க.நா.சு.' என்ற க.நா.சுப்ரமண்யம், தி.ஜானகிராமன், ஜெய காந்தன், சுந்தர ராமசாமி, நீல.பத்மநாபன் போன்றவர் களின் சில படைப்புகளில், சில பகுதிகள் காவிய உணர்வுடன் எழுதப்பட்டுள்ளன. இவர்களைத்தான் இலக்கிய கர்த்தாக்கள் என்று அழைக்க முடியும். மற்றவர்கள் எழுதுவதெல்லாம் இலக்கியமல்ல. அவை வெறும் கதைகள்.

இதேபோல், கவிதையுலகில் 'வழித்துணை' என்ற நீண்ட கவிதைக்காக ந.பிச்சமூர்த்தியையும், சில கவிதைகளுக்காக பிரமிள் என்னும் தர்மூ சிவராமையும், இலக்கியம் சிருஷ்டிக்கத் தெரிந்தவர்கள் என்று கூறலாம்.

உலக அளவில் காவிய உணர்வுடன் எழுதியவர்கள் என்று செர்வாண்டிஸ், டால்ஸ்டாய், தாஸ்தாயேவ்ஸ்கி போன்றோரைச் சொல்லலாம். டால்ஸ்டாயின் எல்லா நாவல்களுமே காவியம் போலிருக்கின்றன. தன் சமகால வாழ்வைக் காவிய உணர்வுடன் பார்க்கும் திறமையிருந்தால்தான் இது சாத்தியமாகும். டால்ஸ்டாய்க்கு இது சித்தித்துள்ளது.

இந்திய அளவில் எனக்குத் தெரிந்த வரை விபூதிபூஷண் வந்தோ பாத்யாயாவிடமும், தாரா சங்கர் பானர்ஜியிடமும், தகழி, 'உரூபு' என்ற உன்னிகிருஷ்ணனிடமும் காவிய உணர்வு உள்ளது. விபூதி பூஷணின் வனவாசி, பதேர் பாஞ்சாலி இரண்டுமே நவீன உரைநடைக் காவியங்களைப் போலுள்ளன. தாகூரிடமும், சரத்சந்தரிடமும் கதை சொல்லும் நேர்த்திதான் உள்ளது. தாகூரிடம் சரத்சந்தரைவிட அழகுணர்வு அதிகம் உள்ளது. அவ்வளவுதான். அகண்ட காவிய மனம் வாய்க்கப் பெற்றவர்களல்ல இவர்கள் இருவரும்.

நீல. பத்மநாபனின் தலைமுறைகளிலும், சுந்தர ராமசாமி யின் கடைசி நாவலான குழந்தைகள், பெண்கள், ஆண்களிலும் சில இடங்களில் அவர்களது காவிய மனம் வெளிப்பட்டுள்ளது. மற்றபடி 'கிளாஸிக்' என்று நாம் கருதிக்கொண்டிருக்கும் பொய்த்தேவு, புத்தம் வீடு, அறுவடை, மோகமுள், அம்மா வந்தாள், தலை கீழ் விகிதங்கள் போன்ற பல நாவல்கள் வெறும் கதைகளாகவே தேங்கிவிடுகின்றன. கதை எழுதுவதென்பது வேறு; நவீன காவியம் எழுதுவது என்பது வேறு.

- தீராநதி, 2013

வாசகர்களுக்கு ஒரு பட்டியல்

வாசிப்பு அனுபவம் என்பது இன்று குறைந்துவருகிறது. மாநில அளவில் பல நகரங்களில் புத்தகக் கண்காட்சிகள் நடை பெறுகின்றன. ஏராளமான புத்தகங்களும் விற்பனை யாகின்றன. ஆனால், வாங்கப்படுகிற நூல்கள் பெரும்பாலும் கல்வித் தேவை சார்ந்த நூல்களாகவோ, ஆன்மிக நூல்களாகவோ தான் இருக்கின்றன.

இவற்றைத் தாண்டி அரசியல், சினிமா, நாவல்கள், சிறுகதைகள், கவிதைகள், கட்டுரை நூல்கள் போன்றவற்றின் விற்பனை குறைவாகத்தான் உள்ளது. மக்களுக்கு சினிமா பார்ப்பதிலுள்ள விருப்பம் குறையவில்லை. ஆனால், சினிமா சம்பந்தப்பட்ட நூல்கள் அவ்வளவாக விற்பனையாவதில்லை என்று ஒரு பதிப்பாளர் வருத்தப்பட்டார். இதுபோல் கவிதை நூல்களும் விற்பனையாவதில்லை என்கிறார்கள்.

வாசிப்பு என்பது பரவலாக, பலதுறை சார்ந்த நூல்களையும் படித்துப் பெறும் அனுபவமாக இருக்க வேண்டும் என்பது போய், தங்களது வாழ்க்கைக்கு, பொருளீட்டுவதற்கு என்ன நூல்கள் தேவையோ அவற்றை மட்டுமே படிப்பது என்ற சாதாரண லௌகீகப் பயன்பாட்டுக்குள் மனிதர்கள் தள்ளப்பட்டு விட்டார்கள். இது சமூகக் கலாசாரமாகவும் ஆகிவிட்டது. இது ஆபத்தானது. இதனால் சமூகம் முனைமழுங்கி, பொது அறிவுத் திறன் மங்கி, படித்தும் பாமரர்களாக வாழும் நிலைதான் ஏற்படும்.

எனக்கு நன்றாக நினைவிருக்கிறது. ஐம்பதுகளில் திருமணங்களுக்குச் செல்வோர், மணமக்களுக்குப் பரிசளிப்பதற்காக நூல்களை வாங்கிச் சென்றதைப் பார்த்திருக்கிறேன். மு.வ.வின் நூல்கள், வி.ஸ.காண்டேகரின் நாவல்களை வாங்கி மணமக்களுக்குப் பரிசளிப்பது சகஜமாக இருந்த காலம் ஒன்று இருந்தது. இன்று இந்த நல்ல பழக்கம் காணாமல் போய்விட்டது.

மனிதர்களிடம் வாசிக்கும் பழக்கத்தைத் தூண்டிவிட்டதில் 1950, 1960-களில் வெளிவந்த வார, மாதப் பத்திரிகைகளின் பங்கு பெரியது. வார இதழ்களிலும் மாத இதழ்களிலும் ஏராளமான சிறுகதைகள், தொடர்கதைகள் பிரசுரிக்கப்பட்ட காலம் ஒன்று இருந்தது. கதைகளைப் பிரசுரித்து, அவற்றைப் படிக்க வைப்பதன் மூலம் சமூகத்தின் வாசிப்புப் பழக்கம் பத்திரிகைகளால் தூண்டிவிடப்பட்டது. இன்று பெரும் இலக்கியவாதிகளாகக் கொண்டாடப்படும் புதுமைப்பித்தன், ந.பிச்சமூர்த்தி, கு.ப.ரா என்ற கு.ப.ராஜகோபாலன், தி.ஜானகிராமன், ஜெயகாந்தன் போன்றோர் ஆனந்த விகடன், கல்கி, கலைமகள் போன்ற பத்திரிகைகளில் தொடர்ந்து எழுதியவர்களே.

கல்கியின் தியாக பூமி நாவல் ஆனந்த விகடனில் தொடராக வெளிவந்தபோது, ரயில்வே ஸ்டேஷனுக்கே வந்து, பத்திரிகைக் கட்டு பிரிக்கப்பட்டதும் அதை அவசர அவசரமாக வாங்கி அங்கே படிக்க ஒரு பெரும் வாசகர் கூட்டமே இருந்தது என்றால், அன்றைய வாசிப்புப் பழக்கம் சமூகத்தில் எந்தளவுக்கு வேரோடியிருந்தது என்பதைப் புரிந்துகொள்ளலாம். ஆனால், இன்று இதே பத்திரிகைகளில் சிறுகதைகள், தொடர்கதைகளைப் பார்ப்பது குதிரைக் கொம்பாக உள்ளது. சமூகத்தில் வாசிப்புப் பழக்கம் குறைந்து விட்டதற்குப் பத்திரிகைகளும் ஒரு முக்கியக் காரணம்.

அக்காலத்தில் பெரும்பாலான வீடுகளில், பத்திரிகைகளில் வெளிவந்த தொடர்கதைகளைக் கிழித்து அவற்றை பைண்ட் செய்து வைக்கும் பழக்கம் இருந்தது. தேவன், எஸ்.வி.வி., கல்கி போன்றோரின் பல தொடர்கதைகளை நான் இந்த பைண்ட் வால்யூம்களில்தான் படித்தேன். இந்த பைண்ட் வால்யூம்கள் ஒரு தலைமுறையிடமிருந்து அடுத்த தலைமுறைக்குக் கைமாறிச் செல்லும். இப்படி வாசிக்கும் பழக்கம் குடும்பம்

குடும்பமாகப் பரவியிருந்தது. இன்று இந்தப் பழக்கம் காணாமல் போய்விட்டது.

க.நா.சு. என்ற க.நா.சுப்ரமண்யம் எழுதிய 'படித்திருக்கிறீர்களா' என்ற இரண்டு கட்டுரைத் தொகுதிகளையும் படித்துவிட்டு, அவர் குறிப்பிட்ட நூல்களை ஒன்றுவிடாமல் தேடி எடுத்துப் படித்த நாட்கள் இன்றும் பசுமையாக நினைவிலுள்ளன. க.நா.சு இந்தக் கட்டுரைத் தொகுதியில் தீபனின் 'அரும்பிய முல்லை' என்ற அபூர்வமான கட்டுரைத் தொகுதியைக் குறிப்பிட்டிருக்கிறார். அதைப் படிக்காமல் போயிருந்தால் எனக்குத் தீபனையோ, அவரது அரும்பிய முல்லையோ அறிமுகமாகியிராது.

க.நா.சு.வைப் 'பட்டியல் போடும் விமர்சகர்' என்று சிலர் இளக்காரமாகக் குறிப்பிடுவார்கள். ஆனால், அவரது பட்டியல்கள்தான் எனக்கு நவீன இலக்கியத்தையே அறிமுகம் செய்து வைத்தன. அவரது பட்டியல்கள் வாசகனுக்குக் கைவிளக்காக இருந்தன. க.நா.சு.வின் உன்னதமான இலக்கிய ரசனையுள்ளம் அவரது பட்டியல்களில் வெளிப்பட்டுள்ளது.

ஒரு நல்ல வாசகன் அல்லது புத்தகம் வாசிக்கும் பழக்கம் உள்ளவன் எல்லாவிதமான நூல்களையும் தேடி எடுத்து வாசிப்பான். அவன் மார்க் டுல்லியின் *No Full stops in India*-வையும் படிப்பான். ஜெயமோகனின் ரப்பர் நாவலையும் கொண்டாடுவான். அவன் தென்னிந்தியத் திருச்சபை வெளியிட்டுள்ள பைபிளையும் படிப்பான். ஓஷோவின் தி பிலாஸபி ஆஃப் கிருஷ்ணாவையும் படிப்பான். அவனுக்கு ஜிம் கார்பெட்டின் குமாயுன் புலிகளும், ஆனந்த குமாரசுவாமியின் சிவானந்த நடனமும் மிக உன்னதமான நூல்கள். விரிவான வாசிப்பு நம் அறிவையும் மனத்தையும் விசாலமாக்கும்.

என் நினைவிலிருக்கும் சில நூல்களைப் பட்டியல் இட்டுள்ளேன். வாசகர்கள் தேடிப்பிடித்துப் படிக்க வேண்டும் என்று விரும்புகிறேன்.

1. வை.மு.கோபால கிருஷ்ணமாச்சாரியார் உரை எழுதிய கம்பராமாயணம்
2. கலித்தொகை
3. முத்தொள்ளாயிரம்

4. பரிபாடல்
5. தேவாரம்
6. திருமந்திரம்
7. சித்பவானந்தர் மொழிபெயர்த்துள்ள பகவத் கீதை
8. பாரதியின் பகவத் கீதை
9. பாரதியார் கவிதைகள்
10. புதுமைப்பித்தன் சிறுகதைகள்
11. ந.பிச்சமூர்த்தியின் வழித்துணை
12. கு.ப.ரா.வின் அகலிகை நாடகம்
13. கு.ப.ரா. சிறுகதைகள்
14. ராதாகிருஷ்ண நாயுடு எழுதிய டணாயக்கன் கோட்டை
15. கவிஞர் தமிழ் ஒளியின் விதியோ வீணையோ
16. சத்யஜித்ராயின் பதேர் பாஞ்சாலி பற்றி பாலின் கேல் என்ற விமர்சகர் எழுதிய நூல்
17. ஆக்ஸ்போர்டு வெளியிட்டுள்ள சத்யஜித்ராயின் வாழ்க்கை வரலாறு
18. மகாத்மா காந்தியின் சத்திய சோதனை
19. வினோபாஜியின் கீதைப் பேருரைகள்
20. ராமகிருஷ்ண மடம் வெளியிட்டுள்ள விவேகானந்தரின் ஞானதீபம் தொகுதிகள்
21. ஆதிசங்கரரின் விவேக சூடாமணி
22. தி.ஜானகிராமனின் மோகமுள்
23. ஜெயகாந்தனின் ஒரு மனிதன் ஒரு வீடு, ஒரு உலகம்
24. சுந்தர ராமசாமியின் ஒரு புளியமரத்தின் கதை, ஜே.ஜே. சில குறிப்புகள், குழந்தைகள், பெண்கள், ஆண்கள்
25. சா. கந்தசாமியின் சாயாவனம்
26. காஸ்யபனின் அசடு
27. நகுலனின் நினைவுப்பாதை
28. நீல.பத்மநாபனின் தலைமுறைகள், பள்ளிகொண்ட புரம்
29. ஹெப்ஸிபா ஜேசுதாசனின் புத்தம் வீடு
30. கண்ணதாசனின் தைப்பாவை, வனவாசம்
31. தெ.பொ.மீ.யின் கானல்வரி
32. ஜி.நாகராஜனின் நாளை மற்றொரு நாளே

33. க.நா.சு.வின் படித்திருக்கிறீர்களா தொகுதிகள்
34. ஆனந்தகுமாரசாமியின் சிவானந்த நடனம்
35. *No Fullstops in India, Mark Tully*
36. *Krishna - Osho*
37. *Carl Sagan - Cosmos*
38. ஜாக்லண்டனின் கானகத்தின் குரல்
39. டால்ஸ்டாயின் அன்னா கரினீனா, புத்துயிர்ப்பு
40. தாஸ்தாயேவ்ஸ்கியின் வெண்ணிற இரவுகள், குற்றமும் தண்டனையும், கரமஸோவ் சகோதரர்கள்
41. *Changing, Liv Ullmann*
42. ஆந்த்ரே ழீடின் டைரிக் குறிப்புகள்
43. காஃப்காவின் விசாரணை, *The Castle*
44. ஜேம்ஸ் ஜாய்ஸின் *Dubliners*
45. ஆல்பர் காம்யுவின் அந்நியன்
46. ஏ.வி.சுப்பிரமணிய ஐயரின் கட்டுரைகள்
47. ஆதவனின் காகித மலர்கள்
48. வையாபுரிப்பிள்ளையின் கட்டுரைகள்
49. அனடோல் பிரான்ஸின் தாசியும் தபசியும்
50. விபூதி பூஷண் வந்தோபாத்யாவின் வனவாசி, பதேர் பாஞ்சாலி
51. ராஜேந்திர சிங் பேடியின் பொலிவிழந்த போர்வை
52. நீலகண்டப் பறவையைத் தேடி என்ற அஸ்ஸாமிய நாவல்.
53. தகழியின் செம்மீன்
54. சிவராம கராந்தின் மண்ணும் மக்களும்

பல நூல்களின் தலைப்புகள், ஆசிரியர்களின் பெயர்கள் மறந்துவிட்டன. ஆனால், அந்த நூல்களின் சுவை மனத்தில் அப்படியே இருக்கிறது.

வாசிப்பது என்பது ஒரு கலையனுபவம். இதை எல்லோரும் பெற வேண்டும்.

- 2013

தமிழில் விமர்சகர்களே இல்லை

'இலக்கியம் கலையா, சமுதாய மாற்றத்துக்கான கருவியா' என்ற விவாதம் இன்னும் நடந்து கொண்டிருப்பதுபோல், 'விமர்சனம்' என்பது ரசனை அடிப்படையில் அமைய வேண்டுமா, கோட்பாட்டு அடிப்படையில் அமைய வேண்டுமா என்ற சர்ச்சையும் தொடர்ந்து கொண்டுதான் இருக்கிறது. தமிழ் எழுத்தாளர்களும், கவிஞர்களும், தமிழ் விமர்சகர்களும் இரண்டு பிரிவாக நின்று இன்றும் விவாதித்துக் கொண்டிருக்கின்றனர்.

பல்கலைக்கழகப் பேராசிரியர்கள் கோட்பாட்டை முன் வைத்தே விமர்சனம் எழுதுகின்றனர். கல்வித் துறை சாராத விமர்சகர்களில் சிலரும் கோட்பாட்டு விமர்சனத்தை முன் வைக்கின்றனர். பாரதிக்குப் பிந்திய தமிழ், இலக்கியப் பத்திரிகைகளில்தான் வளர்ந்தது. இன்று போலவே அன்றும், இலக்கியப் பத்திரிகைகளில், விமர்சனம் என்பது பெரும்பாலும் புத்தக விமர்சனமாகவே இருந்தது.

ஒரு நாவலையோ அல்லது கவிதையையோ அலசி ஆராய்ந்து எழுதப்பட்ட விமர்சனங்கள் மிக மிகச் சொற்பம். பெரும்பாலான விமர்சனக் கட்டுரைகள் போகிற போக்கில் அபிப்பிராயங்களை உதிர்த்துச் சென்ற விமர்சனங்களாகவே இருந்தன; இருக்கின்றன. ஒரு படைப்பாளியின் ஒட்டு மொத்தப் படைப்புகளையும், அழகு கெடாமல் கலாபூர்வமாகவும், ஆழமாகவும் விமர்சித்த விமர்சனங்கள் இன்றுவரை தமிழில் இல்லை.

கல்லூரிப் பேராசிரியர்களும், ஆய்வு மாணவர்களும் கல்விப் புலத்திற்கு ஏற்ற சட்டகத்தில் எழுதப்பட்ட ஆய்வுக் கட்டுரைகள், வண்டி வண்டியாகக் குவிந்து கிடக்கின்றன. ஒரு பக்கம் இலக்கியப் பத்திரிகைகளில் எழுதப்படும் புத்தக மதிப்புரைகளை விமர்சனமாகக் கருதும் போக்கும், இன்னொரு பக்கம் கல்வித் துறையில் எழுதிக் குவிக்கப்படும் வறண்ட ஆய்வுக் கட்டுரைகளுமே 'தமிழ் இலக்கிய விமர்சனம்' என்ற மயக்கத்தைத் தோற்றுவிக்கின்றன.

விமர்சனம் என்பது வெறும் கோட்பாடோ, ஆய்வோ அல்லது வெறும் ரசனை சார்ந்து உதிர்க்கப்படும் அபிப்பிராயங் களோ அல்ல. மொழியின் அழகும், படைப்பின் ஆழமும் ஒரு சேர வெளிப்படும் அபூர்வமான கலையே விமர்சனம் என்பது. ஒரு படைப்பையோ, அல்லது ஒரு படைப்பாளியின் ஒட்டுமொத்த மன உலகையோ நளினமும், அழகும் மிக்க உரைநடையில் ஆழமான வீச்சுடன் எழுதத் தெரிந்தவனே முதல் தரமான விமர்சகன். இதுபோன்ற விமர்சன மனோபாவம் கொண்ட விமர்சகர் தமிழில் இல்லவே இல்லை. இருந்தவர்கள், இருப்பவர்கள் எல்லோரும் அரைகுறை விமர்சகர்களே.

பழைய சங்க இலக்கியங்களிலும், புதுமைப்பித்தனைப் போன்ற உரைநடையாசிரியரிடமும் மிகுந்த ஈடுபாடு கொண் டிருந்த வையாபுரிப் பிள்ளைகூட, மேலெழுந்த வாரியான அபிப்பிராயங்களையும், முடிவுகளையுமே தனது கட்டுரை களில் சொல்லிக்கொண்டு போகிறார். புதுமைப்பித்தனது சிறுகதைகளுக்கு முதல் முதலாக முன்னுரை எழுதிய ரா.ஸ்ரீதேசி கனின் அந்த முன்னுரை கட்டுரையில் மதுரமான நடையிருக் கிறது. ஆனால் ஆழமில்லை. என்றாலும், வையாபுரிப் பிள்ளையும் ரா.ஸ்ரீதேசிகனும் வியக்கப்பட்டவர்கள். வையா புரிப் பிள்ளையின் பழைய இலக்கியங்களின் கால நிர்ணயம் பற்றிய ஆராய்ச்சியில் உள்ள ஆழம், அவை எப்படி இலக்கிய மாகின்றன என்பதில் இல்லை. இதை நுட்பமான வாசகனால் உணர்ந்து கொள்ள முடியும்.

புதுமைப்பித்தனைப்போல க.நா.சு., சி.சு.செல்லப்பா, தொ.மு.சி.ரகுநாதன், சுந்தர ராமசாமி, இன்றைய ஜெயமோகன் வரை பல உரைநடையாசிரியர்களும் விமர்சனக் கட்டுரைகளை எழுதியிருக்கின்றனர். புதுமைப்பித்தனுடைய விமர்சனக்

கட்டுரைகள் அவரது சிறுகதைகளின் நடையைப்போல் உணர்ச்சிகளின் கொந்தளிப்பில் ஜனித்தவை. மின்னல் கீற்று களின் ஜாலம் நிரம்பியவை.

க.நா.சு என்ற க.நா.சுப்ரமணியத்தின் விமர்சன பாணி அவரது தனிப்பட்ட ரசனையிலிருந்து உருவானது. ஆனால், அவரது ரசனை, உலக இலக்கியங்களை எளிதில் அடையாளம் கண்டுகொண்ட ரசனை. தனது ரசனையை அபிப்பிராயங் களாகவே வெளிப்படுத்தினார். ஆழம் அவ்வளவாக இல்லாதது. புதுமைப்பித்தனைப் போலவே மின்னல் கீற்றுகள்போல் சில பகுதிகள் தென்பட்டாலும், அவை விரிவற்றவையே.

சி.சு.செல்லப்பாவின் விமர்சனம் கல்லூரிப் பேராசிரியர் கள், ஆய்வு மாணவர்களின் கட்டுரைகளைப்போல், படிப் படியாகத் தனது வாதங்களை எடுத்து வைப்பவை. விரிவான அலசல் விமர்சனம் அது. ஆனால், நளினமற்றது. நடையழகில் லாதது... தொ.மு.சிதம்பர ரகுநாதனின் பாரதியின் காலம் பற்றிய கட்டுரை சற்று ஆழமானதுதான். ஆனால், செல்லப்பா, க.நா.சு.வைப் போலவே மொழியின் அழகு கூடி வராதது.

சுந்தர ராமசாமி விமர்சனக் கட்டுரைகளில் அவரது அபார மான உரைநடை அழகு கொட்டிக் கிடக்கிறது. ஆனால், சுந்தர ராமசாமி தனது முடிவுகளில் தவறு செய்யக்கூடியவர். ஒரு கவிஞனின் உணர்ச்சிகரமான மனநிலையைக் கொண். சு.ரா., சம்பத், இமையம், நாரணோ ஜெயராமன் போன்ற படைப்பாளிகளை மிகையாகப் பாராட்டியவர்.

ஜெயமோகன் தனது பெரும்பாலான கட்டுரைகளில், கோட் பாடுகளை நிறுவிவிட்டு, அதை நியாயப்படுத்தும் முயற்சிகளில் அலுப்பூட்டும்விதமாக ‘கூறியது கூறல்’ என்ற பிழையைச் சர்வசாதாரணமாகச் செய்பவர். (அவரது கதைகளும் இதே தன்மை கொண்டவைதான்.) சுந்தர ராமசாமியின் காலச்சுவட் டில் நடப்பவராகத் தோன்றும் ஜெயமோகனால் ஒருபோதும், சு.ரா. தனது கட்டுரைகளில் தோற்றுவிக்கும் உரைநடையின் லகரியைத் தோற்றுவிக்கவே முடியாது.

வெ.சா. என்ற வெங்கட் சாமிநாதனும் உணர்ச்சிகரமான, வேகமான உரைநடைக்குச் சொந்தக்காரர்தான். இவர் இலக் கியத்தைத் தாண்டி நாடகம், சினிமா, ஓவியம் குறித்தும்

தீவிரமான அபிப்பிராயங்களைச் சொல்கிறவர். ஆனால், தனது அபிப்பிராயங்களைத் தரப்படுத்தாமல் எழுதுகிறவர் வெ.சா. இலக்கியத்தில் தி.ஜானகிராமனை வியப்பவர் வெ.சா. மற்ற படைப்பாளிகளைவிட தி.ஜா. எப்படி உன்னத மான இலக்கியத்தைப் படைத்துள்ளார் என்பதை வெ.சா. ஒருபோதும் தரப்படுத்திச் சொன்னதே இல்லை. டி.கே.பத்மினி யின் ஓவியங்களை வியக்கிறார் வெ.சா. எந்த அடிப்படையில் டி.கே.பத்மினி வியப்பிற்குரிய கலைஞர் என்பதை விரி வாகவோ, ஆழமாகவே தரப்படுத்த இயலாதவர். பெரிய விமர் சகரைப்போல் தோற்றம் தரும் வெ.சா.வுக்கும், க.நா.சு.வுக்கும் அதிக வித்தியாசமில்லை.

க.நா.சு.வும் மேலெழுந்தவாரியாக தனது அபிப்பிராயங் களைச் சற்று மொன்னையும், மிதமுமான உரைநடையில் சொன்னவர். இதேபோல்தான் வெங்கட் சுவாமிநாதனும் தனது கட்டுரைகளில் அபிப்பிராயங்களைக் கொட்டுகிறார். ஆனால் க.நா.சு.வைவிட வேகமான நடையில் எழுதியவர் வெ.சா. வேகமும், விரிவும் உண்டு. ஆனால் ஆழமில்லை வெ.சா.விடம்.

சி.சு.செல்லப்பா, க.நா.சு., வெங்கட் சாமிநாதன் போன்ற வர்கள் தங்களுடைய ரசனை சார்ந்து அபிப்பிராயங்களைச் சொன்னவர்கள். இவர்களிடம் இலக்கியக் கோட்பாட்டு அடிப் படையிலான அணுகுமுறை எதுவும் கிடையாது. அழகியல், செவ்வியல் கோட்பாடுகள்கூட இவர்களிடம் இல்லை. ஆனாலும், இவர்கள் தங்களது அபிப்பிராயங்களுக்காகத் தமிழ் வாசகர்கள் மத்தியில் 'விமர்சகர்கள்' என்று கொண்டாடப் படுகின்றனர். இவர்களை வியந்து கொண்டாடாமல், தூர விலகி நின்று பார்க்கும் வாசகனுக்கு இவர்களது குறைகள் தென்படாமல் போகாது.

இவர்களைத் தாண்டி வந்தால், மார்க்ஸியக் கோட் பாட்டை சுவீகரித்துக் கொண்டு, அதன் அடிப்படையில் முற்போக்கு - பிற்போக்கு என்று இலக்கியத்தை அணுகிய மார்க்ஸிய விமர்சகர்கள் சிலரும் உள்ளனர். சி.சு.செல்லப்பா வின் 'எழுத்து' பத்திரிகையில் எழுதிய சி.கனகசபாபதி மார்க்ஸிய அடிப்படையில் இலக்கியத்தை அணுகியவர். என்றாலும், வறட்டுத்தனமில்லாத கட்டுரைகளை எழுதியவர். ந.பிச்சமூர்த்தியின் கவிதைகளைப் பற்றி இவர் எழுதிய கட்டுரை

குறிப்பிடத்தக்கது. கலாப்ரியாவின் கவிதைகளைக் கனகசபாபதி ஏற்றுக்கொள்ளவில்லை. ஆனால், கனகசபாபதி ஓரளவு நல்ல விமர்சகர்.

கனகசபாபதியைப் போலவே பேராசிரியரான தி.சு.நடராஜனும் மார்க்ஸிய அடிப்படையில் இலக்கியத்தை அணுகியவர்தான். என்றாலும், வறட்டுத்தனம் தட்டாத ஒருசில விமர்சனங்களை தி.சு.நடராஜன் எழுதியிருக்கிறார். குறிப்பாக லா.ச.ராமாமிர்தத்தைப் பற்றி நடராஜன் எழுதியுள்ள கட்டுரை (அவரது கருத்தை நான் ஏற்கவில்லை) மிக முக்கியமான, ஆழமான கட்டுரை. கனகசபாபதியும் சரி, தி.சு.நடராஜனும் சரி, மனத்தைக் கவரும் உரைநடையைக் கொண்டவர்களல்ல. கவித்துவமான மொழியில் இவர்கள் எழுதியிருந்தால், இவர்களது விமர்சனங்கள் தமிழின் மிகச் சிறந்த விமர்சனங்களாகியிருக்கும்.

இலங்கை விமர்சகர்களான கைலாசபதி, மு.தளையசிங்கம், கா.சிவத்தம்பியும் தமிழ் வாசகர்களால் விமர்சகர்களாகக் கொண்டாடப்பட்டவர்கள். கைலாசபதியும், சிவத்தம்பியும் மார்க்ஸிய அணுகுமுறையை ஏற்றுக் கொண்டவர்கள். கைலாசபதியைவிட சிவத்தம்பியின் விமர்சனங்கள் சற்று ஆழமும், விரிவும் கொண்டவை. மு.தளையசிங்கம் மார்க்ஸியத்துக்கு எதிராக இயங்கி, இலக்கியத்தில் முற்போக்குக்கு மாற்றாக 'நற்போக்கு' என்ற கருத்தை முன் வைத்தவர்.

தளையசிங்கம் சர்வோதயச் சிந்தனையை வரித்துக் கொண்டவர். அவரது கதை, கட்டுரைகள் எல்லாமே வறட்சியானவை. என்றாலும் கைலாசபதி, சிவத்தம்பியைப்போல் பிரபலமான விமர்சகர். அவரது நற்போக்கு விமர்சனக் கோட்பாடு அவருடனேயே முடிந்துவிட்டது.

கோவை ஞானி ஆரம்ப காலத்தில் மார்க்ஸிய அடிப்படையை ஏற்றுக்கொண்டு விமர்சனங்கள் எழுதியவர். பின்னர் ஒரு சமயத்தில் இந்திய ஆன்மிகத்தையும் மார்க்ஸியத்துடன் இணைத்துக்கொண்டு ஒரு கலவையான சிந்தனைப் போக்கைக் கையாள ஆரம்பித்தார். இதனால் மௌனி, லா.ச.ரா. போன்ற, தீவிர மார்க்ஸிஸ்ட்டுகள் ஒதுக்கி வைத்த, தமிழின் முக்கியமான படைப்பாளிகளையும் ஏற்றுக்கொண்டு செயல்பட்டார் ஞானி.

எல்லாத் தரப்பு படைப்பாளிகளையும் அரவணைத்து ஏற்றுக் கொள்கிறார் ஞானி.

பல்கேரிய மார்க்ஸிய விமர்சகரான ஜார்ஸ் லூகாஸ் போலவோ, வால்டர் பெஞ்சமினைப் போலவோ நுட்பமும், கவித்துவமும், விரிவும் கொண்ட மார்க்ஸிய விமர்சகர்கள் தமிழில் இல்லை. சுய ரசனை அடிப்படையில் எழுதிய விமர்சகர்கள் என்று அறியப்பட்டவர்களும் சரி, மார்க்ஸிய அடிப்படையில் விமர்சனம் எழுதுவதாகக் கூறிக் கொண்டவர்களும் சரி, மேலே கூறப்பட்ட எல்லோருமே போகிற போக்கில் அபிப்பிராயங்களைத் தெளித்துவிட்டுச் செல்கிறவர்கள்தான்.

ஆழம், விரிவு, கவித்துவமான மொழிநடை இம்மூன்றும் இணைந்த முழுமையான விமர்சகர் என்று தமிழில் யாருமே இல்லை.

- ஆழம், 2012

'தலைமுறைகள்' முன்னுரை

1970இல் முதல் முதலாகத் தலைமுறைகள் நாவலை வாசித்தேன். நாற்பத்து மூன்று ஆண்டுகளுக்கு மேலாகிவிட்டன. சுதந்திரத்துக்குப் பின் வெளி வந்த நாவல்களில் மிகப்பெரியது தி.ஜானகிராமனின் 'மோகமுள்'. 'தலைமுறைகள்' இரண்டாவது பெரிய நாவல். இதைத் தனது நான்காவது நாவல் என்று ஆசிரியர் குறிப்பிடுகிறார்.

'தலைமுறைகள்' வெளி வருவதற்கு முன்பே நீல.பத்மநாபனின் பெயர் தமிழ் இலக்கிய உலகில் அறிமுகமாகிவிட்டது என்றாலும், 'தலைமுறைகள்' நாவல்தான் நீல.பத்மநாபனை தமிழின் தவிர்க்க முடியாத நாவலாசிரியராகவும், இலக்கிய கர்த்தாவாகவும் ஆக்கியது. 70இல் இந்த நாவலை முதல் முதலாகப் படித்தபோது ஏற்பட்ட பிரமிப்பு, இந்த 2013-லும் ஏற்படுகிறது.

நவீன தமிழ் உரைநடை நாவல் இலக்கியம் எப்படி யிருக்க வேண்டும் என்பதற்கு 'தலைமுறைகள்' ஒரு முன்னுதாரணமாகத் திகழ்கிறது. லீனியர், நான்லீனியர் என்றெல்லாம் எழுத்து முறைகள் வகைப்படுத்தப்படுகிற இந்த நாட்களிலும் 'தலைமுறைகள்' தனித்துவத்தோடு சுடர்கிறது.

'நாவல்' என்பது நவீன இதிகாசம். வாழ்வை, இதிகாசம் போல் சித்திரிப்பவனே உயர்ந்த படைப்பாளி, உன்னதமான இலக்கியகர்த்தா. நீல.பத்மநாபனிடம் இந்த அம்சம் மேலோங்கி யிருக்கிறது. வாசகனுக்கு இதிகாச உணர்வைத் தரும் நவீன

தமிழ் நாவல்கள் வெகு சொற்பமானது. விபூதி பூஷண் வந்தோ பாத்யாவின் 'பதேர் பாஞ்சாலி', 'வனவாசி', தாராசங்கர் பானர்ஜி யின் 'கவி', சிவராம கராந்தின் 'மண்ணும் மனிதரும்', தகழியின் நாவல்களிலும் இந்த இதிகாசத் தன்மை உள்ளது. இந்த மகத்தான நாவலாசிரியர்களோடு வைக்கத் தகுந்தவர் நீல பத்மநாபன். 'தலைமுறைகள்' ஒரு நவீன இதிகாசம்.

குமரி மாவட்டத்திலுள்ள இரணியல் செட்டியார் என்ற ஒரு சமூகத்தின் சமூக, கலாசார வாழ்வை வெகு விஸ்தாரமாகச் சொல்கிறது 'தலைமுறைகள்'. 'திரவி' என்ற திரவியத்தின் பார்வையில் நாவல் சொல்லப்படுகிறது. இந்த நாவலில் விவரிக்கப்பட்டுள்ளதுபோல், எனக்குத் தெரிந்தவரை எந்த இந்திய நாவலிலும், ஒரு சமூகத்தின் பிறப்பு முதல் இறப்பு வரை யிலான சடங்குள், சம்பிரதாயங்கள் இவ்வளவு சவிஸ்தாரமாகச் சொல்லப்படவில்லை.

குமரி மாவட்டத்தின் வட்டார வழக்கு மொழியில் ஒரு இசை நயமிருக்கிறது. இதை உரைநடையில் முதல் முதலாகப் பதிவு செய்தவர் நீல.பத்மநாபன்தான். அவருக்குப் பிறகு ஹெப்ஸிபா ஜேசுதாசன், பொன்னீலன் முதல் இன்றைய குமரி மாவட்ட இளம் எழுத்தாளர்கள் வரை இதைத் தங்கள் படைப்பு களில் பதிவு செய்துள்ளனர்.

'தலைமுறைகள்' ஒரு குடும்பத்தின் கதை மட்டுமல்ல, ஒரு சமூகத்தின் கதையும்கூட. நாவல் விரிய விரிய உண்ணாமலை ஆச்சி, கூனாங் காணிப் பாட்டா, நாகரு பிள்ளை, திரவி, சாலம், நாகம்மக்கா, சிவானந்த பெருமாள், குற்றாலம் என்று கதாபாத் திரங்களும் விரிகின்றன. யுக யுகாந்திரமாகக் காப்பாற்றப்பட்டு வரும் சடங்கு, சம்பிரதாயங்களைக் காப்பாற்ற முடியாமல், அவற்றின் செலவுகளுக்கு ஈடு கொடுக்க முடியாமல் திணறும் நாகரு பிள்ளையும், அவரது குடும்பமும் நாவல் முழுவதும் வியாபித்து நிற்கின்றனர்.

1950, 60களில், குழந்தைப் பேறு இல்லை என்பதற்காக மனைவியைத் தள்ளிவைத்த குடும்பங்கள் பல உண்டு. இப்போது குழந்தைப் பேறு கிடைக்க மாற்று முறைகள் பல வந்துவிட்டன. ஆனால், ஒரு காலத்தில் இதற்கெல்லாம் வழி யில்லை. மனிதாபிமானமற்ற முறையில், குழந்தைப் பேறு

இல்லை என்பதற்காக வாழாவெட்டியாகப் பிறந்த வீடுகளைத் தஞ்சமடைந்த பல பெண்கள் அக்காலத்தில் இருந்தனர். குறை நாகம்மையிடம் இல்லை. அவள் கணவனிடம்தான். பழமைக்கும், நவீனத்துக்கும் ஏற்படும் போராட்டத்தில் திரவி முன்னால் நிற்கிறான். அக்காவுக்கு மறுமணம் செய்து வைக்க முயற்சிக்கிறான்.

நாகம்மையின் கணவனுக்குப் பித்துப் பிடிப்பது, அவனும் குத்தாலமும் அடுத்தடுத்துக் கிணற்றில் விழுந்து மாண்டு போவது போன்ற சம்பவங்கள் நாவலின் இறுதிப் பகுதியில் மிக விரைவாகச் சொல்லப்படுகின்றன. இது ஒரு சிறு குறை பால் தோன்றுகிறது.

இந்தக் குறையைப் பெரிதுபடுத்த வேண்டியதில்லை. 'தலைமுறைகள்' நாவல் இதையெல்லாம் தாண்டி மிக உன்னத மான இலக்கியமாகவும், நவீன இதிகாசமாகவும் உயர்ந்து நிற்கிறது.

■

நூல் வெளி

நூறு, நூற்றைம்பது ஆண்டுகளுக்கு முன்பாகவே ஐரோப்பிய நவீன இலக்கியத்தைப்போல் ரஷ்ய இலக்கியமும் இந்தியாவில் அறிமுகமாகிவிட்டது. காந்திஜிக்கு, லியோ டால்ஸ்டாயையும் அவருடைய படைப்புகளைப் பற்றியும் தெரிந்திருந்தது. டால்ஸ்டாய்மீது கொண்ட அபிமானத்தினால் அவர், தென்னாப்பிரிக்காவில் இருந்தபோது, டால்ஸ்டாயின் பெயரிலேயே ஒரு பண்ணையை ஆரம்பித்தார் என்பது உலக மறிந்த செய்தி.

1800களில் வாழ்ந்த கோகேல், துர்க்கனேவ், டால்ஸ்டாய், தாஸ்தயெவ்ஸ்கி முதலான பல பெரும் ரஷ்ய இலக்கியப் படைப்பாளிகளையும் அவர்களது படைப்புகளையும் ஆங்கிலம் படித்த இந்திய மேல்தட்டு வர்க்க மக்கள், அந்நாட்களிலேயே அறிந்துவைத்திருந்தனர். இன்று உலக இலக்கியங்கள் எல்லாமே ஆங்கிலத்திலும் பிற மொழிகளிலும் சர்வசாதாரணமாகக் கிடைக்கின்றன. ஆனால் நூறு, நூற்றைம்பது ஆண்டுகளுக்கு முன்னால் அயல் இலக்கியங்களை ஆங்கிலத்தில்தான் படிக்க முடியும். 19ஆம் நூற்றாண்டின் மத்தியிலிருந்து ரஷ்ய இலக்கிய மொழிபெயர்ப்புகள், உலகமெங்கும் மெல்ல மெல்ல வெளிவர ஆரம்பித்தன. தமிழில் இந்த முயற்சி, சென்ற நூற்றாண்டில்தான் தொடங்கியது.

'தினமணி' நாளிதழின் முதலாசிரியரான டி.எஸ்.சொக்க லிங்கம், டால்ஸ்டாயின் முதல் நாவலான 'போரும் வாழ்வும்' என்ற மகத்தான ரஷ்ய இதிகாசத்தைத் தமிழில் மொழிபெயர்த்

தார். ஈடு இணையில்லாத அந்த மொழிபெயர்ப்பை மிஞ்சிய நூல் தமிழில் இதுவரை வெளிவரவில்லை. சுதந்திரப் போராட்ட நாட்களில் காங்கிரஸ்காரரான ஆக்கூர் அனந்தாச்சாரி, டால்ஸ்டாயின் சில சிறுகதைகளைத் தமிழில் மொழி பெயர்த்தார்.

ஐரோப்பிய அமெரிக்க இலக்கியங்களைப் புதுமைப்பித்தன் படித்திருக்கிறார் என்பதற்கு அவர் மொழிபெயர்த்த ஐரோப்பியச் சிறுகதைகளே சான்று. ரஷ்ய இலக்கியத்தைப் பற்றிப் புதுமைப்பித்தன் என்ன நினைத்தார் என்று தெரிந்துகொள்ள முடியவில்லை. ரஷ்யப் படைப்புகள் எதையும் அவர் மொழி பெயர்த்தாகவும் தெரியவில்லை. பு.பி.யின் நண்பரான க.நா.சு., ரஷ்ய இலக்கியக் கர்த்தாக்களைப் பற்றித் தனது கட்டுரைகளில் குறிப்பிட்டுள்ளார். ஆனால், ஐரோப்பிய நாவல்களைத் தமிழில் மொழிபெயர்த்த க.நா.சு., ரஷ்யப் படைப்புகள் எதையும் மொழிபெயர்க்கவில்லை. 1940-50களில் இருந்து பல தமிழ்ப் பதிப்பகங்கள் ரஷ்யப் படைப்புகளைத் தமிழில் மொழிபெயர்த்து வெளியிட்டிருக்கின்றன. அவை ஆங்கிலம் அறியாத தமிழ் வாசகர்கள் மத்தியில் தாக்கத்தை ஏற்படுத்தியிருந்தன.

இவையெல்லாமே உதிரி உதிரியாகச் சிறு அளவில் நடந்த மொழிபெயர்ப்பு முயற்சிகள். ரஷ்யப் புரட்சிக்குப்பின் அமைந்த சோவியத் ரஷ்யாவின் அயல்மொழிப் பதிப்பகத் துறை, மார்க்ஸிய நூல்களோடு, பெருவாரியான அளவில் ரஷ்ய நாவல்கள், சிறுகதைகளையும் தமிழில் மொழிபெயர்த்துக் குறைந்த விலையில் வெளியிட்டது.

தமிழைப் போலவே பிற இந்திய மொழிகளிலும் அவை மொழிபெயர்க்கப்பட்டு வெளியாகின. தமிழ் மொழிபெயர்ப்புக் காக மாஸ்கோ பதிப்பகத்தில் ரா.கிருஷ்ணையா, பூர்ணம். சோம சுந்தரம், தர்மராஜன் முதலான தமிழ் மொழிபெயர்ப் பாளர்கள் ரஷ்யாவிலேயே தங்கியிருந்து பணிபுரிந்தனர். மாஸ்கோ பதிப்பகத்தின் இம்முயற்சி, ரஷ்ய நூல்களைத் தமிழகமெங்கும் கொண்டு சென்று, பரவலான அளவில் வாசகர்களையும் உருவாக்கியது. இப்படித்தான் நவீன ரஷ்ய இலக்கியம் ஏராளமான தமிழ் வாசகர்களைச் சென்று அடைந்தது.

ரஷ்ய இலக்கியம் தமிழ்நாட்டில் பரவலாக்கப்பட்ட அளவுக்குத் தமிழ் இலக்கியத்திலும் அதன் தாக்கம் இருந்திருக்க வேண்டும். ஆனால் துரதிருஷ்டவசமாகவோ, எதனாலோ தமிழ் இலக்கியத்தில் அதன் தாக்கம் இல்லையென்பதே உண்மை. ஒரு 'அன்னா கரீனினா' போல், ஒரு 'கரமஸோவ் சகோதரர்கள்' போல் அல்லது 'டான் நதி அமைதியாக ஓடுகிறது' நாவலைப் போல் தமிழில் எந்த நாவலும் உருவாகவில்லை.

அன்றைய மணிக்கொடி எழுத்தாளர்கள் முதல் இன்றைய புது எழுத்தாளர்கள், கவிஞர்கள் வரை, பெரும்பாலான தமிழ் இலக்கியவாதிகள், ரஷ்ய இலக்கியங்களைப் படித்திருக் கிறார்கள். அவை, தங்களைப் பாதித்ததாகவும் கூறுகிறார்கள். ஆனால், ரஷ்ய இலக்கியத்தின் ஆழத்தையும் அதன் வீச்சையும் கொண்டு தமிழில் எந்தப் படைப்பும் உருவாகவில்லை.

சமீபகாலமாக, குறிப்பாக 1980களிலிருந்து தமிழ் இலக்கிய உலகில் தஸ்தாயெவ்ஸ்கி பெரிதும் கொண்டாடப்படுகிறார். தற்காலத் தமிழ் இலக்கிய அறிவுஜீவிகள் டால்ஸ்டாயைவிட, தஸ்தாயெவ்ஸ்கியை அதிகமாகக் கொண்டாடுகிறார்கள். ஆனால், தஸ்தாயெஸ்கியின் 'வெண்ணிற இரவுகள்' போலவோ, 'அசடன்', 'குற்றமும் தண்டனையும்' போன்ற உன்னதமான படைப்புகளுக்கு நிகராகவோ எந்தத் தமிழ் படைப் பாளியாலும் எழுத முடியவில்லை. ரஷ்ய இலக்கியத்தை அனு பவிக்கிற தமிழ்ப் படைப்பாளிகளிடம் அவற்றுக்குச் சமமான படைப்புகளை எழுதும் திராணி இருந்ததில்லை.

ரஷ்ய இலக்கியத்தின் தாக்கம் எனக்குத் தெரிந்த அளவில் மலையாளத்தில், வங்கமொழியில், இந்தியில், குஜராத்தியில் இருக்கிறது. ஆனால், தமிழில் இல்லவே இல்லை. இனி தோன்றும் என்பதற்கான சாத்தியக்கூறுகளும் தென்படவில்லை.

- தி இந்து தமிழ், 2016

யார் கலைஞர்?

கலைஞர், கலைஞர்கள் ஆகிய சொற்கள் இன்று புழங்கித் தேய்ந்துபோன சொற்களாகிவிட்டன. என்றாலும், 'கலை' என்ற சொல்லுக்கு இன்னமும் அர்த்தமிருப்பது போலவே, 'கலைஞர்' என்ற சொல்லுக்கும் ஓரளவு அர்த்தமிருக்கிறது. மனதில் அழகுணர்ச்சியைத் தூண்டுவது கலை. இசை, ஓவியம், இலக்கியம் போன்ற கலைகளெல்லாமே, மனித மனத்தில் அழகுணர்ச்சியைத் தூண்டிவிட்டு உவகை கொள்ள வைக்கின்றன. இதுதான் கலையின் அடிப்படை. இந்த உவகையை, இந்தப் புளகாங்கிதத்தைத் தோற்றுவிக்கிறவர்கள் கலைஞர்கள்.

கலையின் சமூகப் பயன்பாடு என்பது எல்லாக் கலை களுக்குமே பொருந்தும். சமூகப் பயன்பாடு இல்லாத கலை என்று எதுவும் இல்லை. கலையின் அடிப்படை மனித மனத்தில் உவகையை அல்லது வேறு ஏதாவது ஒரு மன உணர்வைத் தோற்றுவிப்பதாக இருந்தாலும், அதனுடன் கூடவே, அதன் நுகர்ச்சிக்கு ஏற்ப சமூகப் பயன்பாட்டையும் கொண்டே அது திகழ்கிறது.

இலக்கியக் கலை, மனித மனத்தில் சோக உணர்வையோ, அல்லது எல்லையற்ற அன்பையோ, இரக்கத்தையோ ஏற் படுத்துகிறது. இதை உணர வைக்கிறது. இலக்கியக் கலைஞன் என்பவன் விதவிதமாக எழுதுபவன். பன்முகமாகத் தனது கலையை வெளிப்படுத்துகிறவனையே மிக உயர்ந்த இலக்கியக் கலைஞன் என்று சொல்ல முடியும்.

மகாகவி பாரதி கவிதை, கதை, கட்டுரை என்று மொழியின் சகல தளங்களிலும் பயணப்பட்டவன். இந்தப் பன்முகத் தன்மையே அவனைக் கலைஞனாக்குகிறது. பாரதிக்குப் பிறகு எழுத வந்த புதுமைப்பித்தனும் தனது சிறுகதைகளையே விதவிதமாக, ஒன்றைப்போல் ஒன்று இல்லாமல் எழுதியவர். நாவல் எழுதவும் முயற்சித்திருக்கிறார். ஏராளமான கட்டுரை களையும் எழுதியிருக்கிறார். மொழியின் சகல பரிமாணங் களையும் பயன்படுத்திப் பார்த்த புதுமைப்பித்தனும் ஒரு எழுத்துக் கலைஞரே.

பெண் படைப்பாளி, ஆண் எழுத்தாளர் என்ற பாகுபாடு கலைக்குத் தேவையில்லை. எல்லோருமே படைப்பாளிகள் தான். என்றாலும், வெகுஜன ஊடகமும், சமூகமும் ஆண், பெண் என்ற பாலியல் வித்தியாசத்தைப் பிரயோகிக்கிறது. பேதப்படுத்துகிறது. எனவே, இந்தப் பிரிவினையை இலக் கியத்திலும் நமக்கு விருப்பமின்றியே அங்கீகரிக்க வேண்டிய திருக்கிறது.

அறுபதுகளில் எழுத ஆரம்பித்த பெண் இலக்கியவாதிகள் கிருத்திகாவும், அம்பையும். கிருத்திகா இதற்கு முன்பேகூட எழுத ஆரம்பித்திருக்கலாம். இது பற்றிச் சரியான தகவல் இல்லை. ஆனால் அம்பை அறுபதுகளின் தொடக்கத்தில்தான் எழுதத் தொடங்கினார். அக்காலத்தில் நடந்து வந்த கண்ணன் என்ற சிறுவர் பத்திரிகையிலேயே, அம்பை, சி.எஸ்.லெட்சுமி என்ற தனது இயற்பெயரில் கூட எழுதியிருக்கிறார். அதன் பிறகு கலைமகள் நாராயணசாமி ஐயர் நாவல் போட்டியில் அம்பையின் 'அந்தி மாலை' என்ற நாவல் தேர்ந்தெடுக்கப்பட்டு கலைமகளில் தொடராக வெளிவந்தது.

ஆனந்த விகடனில்கூட அம்பை அக்காலத்தில் ஒன்றிரண்டு சிறுகதைகளை எழுதிய ஞாபகம். ஆனால், இவையெல்லாம் இப்போது அவரே சொல்லிக்கொள்ள விரும்பாத வெகுஜனப் பத்திரிகைகளில் வெளிவந்த படைப்புகள். அம்பை இலக்கிய உலகின் கவனத்தைப் பெற்றது எழுபதுகளின் தொடக்கத்தில், கசடதபற என்ற இலக்கியச் சிற்றிதழில் வெளிவந்த அவரது 'அம்மா ஒரு கொலை செய்தாள்' என்ற சிறுகதைக்காகத்தான்.

அதன்பிறகு கணையாழி, பிரக்ஞை, பாலம், சலங்கை, காலச்சுவடு போன்ற சிற்றிதழ்களில் ஏராளமாக எழுதித்

தன்னை தமிழின் முக்கியமான சிறுகதையாசிரியராக நிலை நிறுத்திக்கொண்டார். அந்தி மாலைக்குப் பிறகு அம்பை நாவல் எதுவும் எழுதவில்லை. ஒரு நாவலாசிரியராக அவர் வெளிப்படுவதற்குரிய கூறுகள் அவரது சிறுகதைகளில் உள்ளன. அம்பை ஒரு முக்கியமான சிறுகதையாசிரியரே தவிர, கலைஞரல்ல.

ராஜம் கிருஷ்ணன் கலைமகள், விகடன், கல்கி போன்ற வெகுஜனப் பத்திரிகைகளில் பல சிறுகதைகளையும் நாவல்களையும் எழுதியவர். ஆர்தர் ஹெய்லி என்ற ஆங்கில நாவலாசிரியர் ஏர்போர்ட், ஹோட்டல் என்று தொழில்சார்ந்த களன்களை நாவல்களாக்கியது போல், ராஜம் கிருஷ்ணனும் மீனவர்கள், உப்பளத் தொழிலாளர்களின் வாழ்வையெல்லாம் நாவல்களாக எழுதியிருக்கிறார். ராஜம் கிருஷ்ணனின் எழுத்துகளை இலக்கியமாகக் கருத முடியாது. லட்சுமியைவிட ஒரு படி மேலான எழுத்து என்று வேண்டுமானால் சொல்லலாம். இலக்கிய அழகில்லாத, கலாபூர்வமற்ற படைப்புகள் என்று தான் ராஜம் கிருஷ்ணனின் படைப்புகளைச் சொல்ல வேண்டும்.

ராஜம் கிருஷ்ணனைப் போலவே வெகுஜனப் பத்திரிகைகளில் ஆழமும், அழகுமற்ற சிறுகதைகளையும், தொடர் கதைகளையும் சிவசங்கரி, இந்துமதி, அனுராதா ரமணன் முதலான பெண் எழுத்தாளர்கள் ஏராளமாக எழுதிக் குவித்துள்ளனர். ஆனால், வெகுஜன இதழ்களில் எழுதினாலும், இயன்றவரை இலக்கியப்பூர்வமாக எழுதியவர் ஆர். சூடாமணி. மனிதர்களின் நுட்பமான மன உணர்வுகளைத் தன் சிறுகதைகளில் அபாரமாக எழுதிக் காட்டியவர் ஆர்.சூடாமணி. சிவசங்கரி, அனுராதா ரமணனைவிடவெல்லாம் கலாபூர்வமாகவும், இலக்கியச் செறிவுடனும் எழுதியவர் சூடாமணி.

சிவகாமியும், பாமாவும் நேரடியாகவே நாவல்களை எழுதியவர்கள். இவர்களுடைய நாவல்கள் வெளிவந்தபிறகு தான் சிறு பத்திரிகைகளில் எழுதினார்கள் என்று கருதலாம். சிவகாமியின் பழையன கழிதல், பாமாவின் கறுக்கு இரண்டும் மிக முக்கியமான படைப்புகள். இந்த இரண்டு நாவல்களும் இலக்கியப் பூர்வமாகவும், கலாபூர்வமாகவும் வெற்றிபெற்ற நாவல்கள். வாழும் பெண் நாவலாசிரியர்களில் தவிர்க்க முடியாத, முக்கியமான நாவலாசிரியர்கள் சிவகாமியும், பாமாவும்.

அம்பை, ஆர்.சூடாமணி, சிவகாமி, பாமா ஆகியோர் இலக்கிய எழுத்தாளர்கள்; ஆனால், கலைஞர்களல்ல. ஏனென்றால், கலைஞர்களுக்கே உரிய விரிவும், பன்முகத்தன்மையும், விதவிதமாக எழுதிப் பார்க்கும் போக்கும் இவர்களிடம் இல்லை. ஆனால், தமிழ் இலக்கியத்தில் முக்கியமான பெண் படைப்பாளிகள் இவர்கள். அப்படியானால், பெண் எழுத்தாளர்களில் கலைஞர் என்று கூறத் தகுந்தவர் யார்?

நானறிந்த வரை, 'கிருத்திகா' ஒருவரைத்தான் தமிழிலக்கியத்தின் மிகச் சிறந்த கலைஞர் என்று கூற முடியும். 99 சதவிகித இலக்கியவாதிகள் ஒரே மாதிரியான கதைகளையும், நாவல்களையும் எழுதுகிறவர்கள். பழக்கத்தினால் வருவது இது. கலைஞன் என்பவன் இதற்கு நேர்மாறானவன். அவன் ஒரு படைப்பைப்போல் இன்னொரு படைப்பை அச்சில் வார்த்ததுபோல், யாந்திரீகமாக உருவாக்குவதில்லை. பாரதியைப்போல், புதுமைப்பித்தனைப்போல் நவநவமாக, புதிது புதிதாக எழுதுகிறவனே கலைஞன். இப்படி விதவிதமாக எழுதினார் கிருத்திகா.

கிருத்திகாவின் புகைநடுவில், வாஸவேச்வரம், புதிய கோணங்கி போன்ற நாவல்களெல்லாம் முற்றிலும் வித்தியாசமான நடை, உருவம், உத்திகளைக் கொண்ட அபாரமான படைப்புகள். விதவிதமாக எழுதிப் பார்க்கும் ஆசை கொண்ட கிருத்திகாவின் கலையுள்ளம் சிறுவர்களுக்காக ஏராளமான படைப்புகளையும் எழுதியுள்ளது.

ஏராளமான பெண் எழுத்தாளர்கள் அன்றும் இன்றுமிருக்கிறார்கள். ஆனால், எழுத்துக் கலைஞர் என்றால் அது கிருத்திகா மட்டும்தான்.

- ஆழம், 2014

அழிவை நோக்கிச் செல்லும் நாடகம்

தமிழ் நாடகம் என்பது சுமார் நூறு ஆண்டுகளுக்கு முன் தமிழகத்தில், குறிப்பாக வட தமிழகத்தில் ஆடப்பட்டு வந்த தெருக்கூத்திலிருந்துதான் தொடங்குகிறது. தெருக்கூத்து இசை யும், வசனமும் கலந்த இசை நாடக வடிவம். ராமாயணம், மகா பாரதம் போன்ற புராணங்களிலிருந்தே தெருக்கூத்து நாடகங் களுக்கான கதைகள் தயாரிக்கப்பட்டன.

தெருக்கூத்து கோவில் திருவிழாக்களில் நிகழ்த்தப்பட்டது. கட்டணமின்றி இலவசமாகவே ரசிகர்கள் கூத்துகளைப் பார்த்தனர். அது கலைகளும், கலைஞர்களும் மன்னர்களா லும், கோவில்களாலும் போஷிக்கப்பட்ட காலம். அதனால் கலைஞர்கள் பொது மக்களிடம் தங்களுடைய ஜீவனோபாயத் துக்கும், கலையின் வளர்ச்சிக்கும் கையேந்த வேண்டிய நிலை அன்று இல்லை. கோவிலிலிருந்தோ, ஊர்ப் பஞ்சாயத்தி லிருந்தோ கலைஞர்களுக்கு மானியங்கள் வழங்கப்பட்டன. அதனால் தெருக்கூத்துக்கு டிக்கெட் போட்டு விற்க வேண்டிய வழக்கம் அன்று இல்லை.

சென்ற இருபதாம் நூற்றாண்டில் சங்கரதாஸ் ஸ்வாமி களைப் போன்ற இசை நாடக ஆசிரியர்கள், ஏராளமான இசை நாடகங்களைத் தெருக்கூத்து பாணியிலேயே இசையும், வசனமும் கலந்த நடையில் அமைத்தனர். இவர்களும் ராமாயணம், மகாபாரதம் போன்ற புராணங்களிலிருந்தும், அந்தந்த வட்டாரங்களில் நிலவிய கிராமியக் கதைகளிலிருந்தும் தங்களது இசை நாடகங்களை அமைத்துக் கொண்டனர். இசை

நாடகங்களின் பிதாமகனான சங்கரதாஸ் சுவாமிகள் வட இந்தியா விலிருந்த மேடை அரங்க முறையைத் தமிழ்நாட்டிலும் அறிமுகப்படுத்தினார். திறந்தவெளியில் நிகழ்த்தப்பட்ட தெருக் கூத்து கோவில்களைத் தாண்டி வேறு எங்கும் சென்றதில்லை.

ஆனால், பவளக்கொடி, அல்லி அர்ஜூனா போன்ற இசை நாடகங்கள் பெரிய அரங்கத்தினுள், மேடையில் பிரம்மாண்டமான சீன்ஸ், செட்டிங்ஸ்களுடன் நடத்தப்பட்டன. தவிர, தெருக் கூத்தைப் போலின்றி, இந்த இசை நாடகங்களைக் காண விலையும் வைக்கப்பட்டது. பிரம்மாண்டமான மேடை யமைப்பு ரசிகர்களைக் கவர்ந்தது. அதனால் அந்த நாடகங்களை விலைகொடுத்துக் காண்பதை மக்கள் ஏற்றுக்கொண்டனர். தெருக்கூத்தின் செல்வாக்கும், பிரபலமும் மங்கி, மேடை நாடகங்களுக்குப் பெரிய மவுசு ஏற்பட்டது.

தெருக்கூத்து தமிழ்நாட்டின் பழைய நாடக வடிவம் என்று கருதப்பட்டாலும், தெருக்கூத்து தமிழகம் பூராவும் பிரபலமாக இருந்ததில்லை. மத்திய, வட தமிழகத்தில்தான் கூத்து வடிவம் உண்டு. தென் மாவட்டங்களில் தெருக்கூத்து வடிவம் கிடை யாது.

சங்கரதாஸ் சுவாமிகள் பிறந்தது தூத்துக்குடி மாவட்டம். என்றாலும், தனது நாடகங்களால் அவர் தமிழகத்தையும் தாண்டி புகழ்பெற்றிருந்தார். அவர் காலத்தில் ஏராளமான பாய்ஸ் நாடகக் கம்பெனிகள் தமிழகமெங்கும் பயணம் செய்து இசை நாடகங்களை நடத்தி வந்தன.

பெண் கதாபாத்திரங்களை ஏற்றுப் பெண்களே நடிக்க முன்வராத காலம் அது. அதனால் ஆண்களே பெண் வேடமிட்டு நடித்தனர். அதிலும் பெரும்பாலும் சிறுவர்களே நடித்ததால், பாய்ஸ் நாடகக் கம்பெனிகள் என்று அவை அழைக்கப்பட்டன.

மேடை நாடகம் பிரிட்டனிலிருந்து வட இந்தியாவுக்கு வந்து, அங்கிருந்து தமிழகத்துக்கு வந்தது. மின்சாரம் கண்டு பிடிக்கப்பட்டதால் ஒலி-ஒளி அமைப்புடன் கூடிய மேடை நாடகங்கள் புகழ்பெற்றதிலும், அவற்றுக்குப் பெருமளவில் பணம் வசூலானதிலும் ஆச்சரியமில்லை. பாய்ஸ் நாடகக் கம்பெனிகள் சென்ற நூற்றாண்டின் ஆரம்பத்தில் நூற்றுக்கணக் கில் இருந்தன. அவை ஊர் ஊராகச் சென்று நாடகங்களை நடத்தின.

வண்ணநிலவன்

பேசும் சினிமா வரும் வரை நாடகங்கள் தமிழர்களால் பெரிதும் விரும்பப்பட்டன. பெரிய சர்க்கஸ் கம்பெனியைப் போல் தங்களது நாடகத் தளவாடங்களுடன் ஊர் ஊராகச் சென்ற பல பெரிய நாடகக் கம்பெனிகள் பெரும் பணத்தை ஈட்டின. எஸ்.ஜி.கிட்டப்பா, அவர் மனைவியான கே.பி.சுந்தராம்பாள், எம்.எம்.மாரியப்பா போன்ற பல புகழ்பெற்ற மேடை நாடக நடிகர்கள் இலங்கை, மலேசியா போன்ற நாடுகளிலும் பிரபலமாக விளங்கினர்.

சக்தி நாடக சபா, நவாப் ராஜமாணிக்கம் நாடகக் கம்பெனி, டி.கே.எஸ். சகோதரர்களின் நாடகக் கம்பெனி போன்றவை பெரிய வணிக நிறுவனங்களைப்போல நூற்றுக்கணக்கான நடிகர்கள், டெக்னிஷியன்களுடன் பிரம்மாண்டமாக இயங்கின.

பாய்ஸ் கம்பெனிகளில் நாடக நடிகர்களாக இருந்து பின்னர் சினிமாவிலும் நடித்துப் பிரபலமானவர்கள் பலருண்டு. அதனால் தங்களுடைய பால்ய கால நாடகத் தொடர்பை சினிமாவுக்கு வந்த பிறகும் விட்டு விடாத என்.எஸ்.கிருஷ்ணன், கே.ஆர்.ராமசாமி, எம்.ஆர்.ராதா, சிவாஜிகணேசன், எம்.ஜி.ஆர். போன்ற பிரபலமான சினிமா நடிகர்கள் சொந்தமாகவே நாடகக் கம்பெனிகளையும் வைத்திருந்தனர். இரண்டாவது உலக மகா யுத்த காலத்தில் பாய்ஸ் நாடகக் கம்பெனிகளின் எண்ணிக்கை விரல்விட்டு எண்ணக்கூடிய அளவுக்குச் சுருங்கிவிட்டது. காரணம், மக்களைப் பிடித்து ஆட்டுவித்த சினிமா மோகம்.

தெருக்கூத்தை, நாடகம் குழிதோண்டிப் புதைத்ததைப் போல சினிமா, நாடகத்தைக் குழிதோண்டிப் புதைத்துவிட்டது. என்றாலும், சினிமா என்ற புதிய தொழில்நுட்பத்தின் வரவினால் நாடகம் ஒரே நாளில் அழிந்துவிடவில்லை. படிப்படியாக அழிவை நோக்கி நாடகம் சென்றது. உயிர் பிரியும்போது மனிதர்களின் கண்களில் ஒரு பிரகாசம் தெரியும் என்பார்கள். அதுபோல், நாடகம் தனது இறுதி அத்தியாயத்தை தொலை காட்சியின் வரவு வரை தக்க வைத்துக்கொண்டிருந்தது. சினிமா தொடங்கி வைத்த நாடகத்தின் இறுதி யாத்திரையை தொலைக்காட்சி முடித்து வைத்தது.

1950இல் இருந்து 1980கள் வரை தமிழ் நாடகம் பிரகாச மாக ஒளிர்ந்தது. தொழில்முறை நாடகசபாக்கள், நாடகக்கம்பெனிகள்

எல்லாம் ஓய்ந்த பிறகு, 50களில் அமெச்சூர் நாடகக் கம்பெனிகள் புற்றீசல்களைப்போல் முளைத்தன. இந்தக் கம்பெனிகள் முழுக்க முழுக்கச் சமூக நாடகங்களையே மேடையேற்றின. 'சோ'வின் விவேகா பைன் ஆர்ட்ஸ், கே.பாலசந்தரின் ராகினி ரிக்ரியேஷன்ஸ் போன்ற அமெச்சூர் நாடகக் குழுக்கள் பல அருமையான, தரம் வாய்ந்த நாடகங் களை மேடையேற்றின. கே.பாலசந்தருக்குப் பிறகு மேஜர் சுந்தர்ராஜனின் நாடகக் குழு, காத்தாடி ராமமூர்த்தி, மௌலி, எஸ்.வி.சேகர், கிரேஸி மோகன் போன்றவர்களின் நாடகக் குழுக்கள் ஏராளமான நாடகங்களை எழுபதுகளில் மேடையேற்றின. சென்னை நகரிலுள்ள பல சபாக்களில் தினசரி நாடகங்கள் இடைவிடாது நடைபெற்ற காலம் அது.

80களில் மேற்கு வங்கத்திலிருந்து பிரபலமான வீதி நாடக இயக்குனரான பாதல் சர்க்கார் தமிழகத்துக்கு வந்து ஞாநியின் நண்பர்களுக்கும், ராஜேந்திரன் போன்றவர்களுக்கும் பயிற்சி யளித்தார். திண்டுக்கல்லில் பாதல் சர்க்கார் நாடகப் பட்டறை நடந்தது. வீதி நாடகங்களுக்கு, பழைய தெருக்கூத்தைப்போல் நாடகங்களை நடத்த அரங்கமோ, பிரம்மாண்டமான சீன், செட்டிங்ஸ்களோ தேவையில்லை. அதனால் வீதி நாடகங்கள் சென்னை போன்ற நகரங்களில் பிரபலமாகின. தெருக்கூத்தைப் போலவே வீதி நாடகங்களும் கட்டணமில்லாமல் நடத்தப் பட்டன. பல விதி நாடகக் குழுக்கள் தோன்றின. 80இல் தொடங்கிய வீதி நாடக இயக்கம் 90களின் மத்தியில் முடிவுக்கு வந்தது. இப்போது அங்கொன்றும் இங்கொன்றுமாகச் சில வீதி நாடகங்கள் நடைபெறுகின்றன.

மேடை நாடகங்களும் இன்றும் அங்கொன்றும் இங்கொன் றுமாக நடைபெறுகின்றன என்றாலும், ஏதோ மியூஸியத்தி லுள்ள காட்சிப் பொருட்களைப்போல் நாடகம் ஆகிவிட்டது. சினிமாவாவது நாடகத்தை மட்டும்தான் அழித்தது. தொலை காட்சியோ நாடகம், சினிமா இரண்டையுமே விழுங்கி ஏப்பம் விட்டுவிட்டது. புதிய தொழில் நுட்பத்தின் வருகை என்பது தவிர்க்க முடியாதது; காலத்தின் கட்டாயம் இது.

- ஆழம், 2012

திராவிட இயக்கங்களும் இலக்கியமும்

'திராவிட' என்ற சொல் சங்க இலக்கியங்களிலோ அல்லது பிற்கால இலக்கியங்களான கம்பராமாயணம், சிலப்பதிகாரம், மணிமேகலை போன்றவற்றிலோ இருப்பதாகத் தெரிய வில்லை. இதைப்போல், 'ஆரியம்' என்ற சொல்லும் இல்லை. ஆரியப் படை கடந்த நெடுஞ்செழியன் என்ற சொற்றொடர், பதினெட்டுப் பத்தொன்பதாம் நூற்றாண்டுச் சரித்திர ஆசிரியர் கள் கொடுத்த அடைமொழி. எனவே, திராவிடம், ஆரியம் என்ற கருத்துகள் பிரிட்டிஷ் ஆட்சிக் காலத்தில் ஆங்கிலேயர்கள் உருவாக்கிய கருத்தாக்கமே.

ஆங்கிலக் கிறிஸ்தவப் பாதிரியாரான கால்டுவெல் 'திராவிட மொழிகளின் ஒப்பிலக்கணம்' என்ற நூலை எழுதினார். அதில் கன்னடம், தெலுங்கு, மலையாளம் போன்ற மொழிகள் எல்லாம் திராவிட மொழிகள் என்றும், அவை தமிழ் மொழி யிலிருந்து கிளைத்தவை என்றும் தனது மொழியாராய்ச்சியின் மூலம் நிறுவினார். இதே காலகட்டத்தில், பாகிஸ்தானிலுள்ள ஹரப்பா, மொஹஞ்சதாரோ போன்ற இடங்களில் தொல் பொருளாய்வு நடத்திய ஆங்கிலேய ஆய்வாளர்கள், அந்த நகரங்களில் வாழ்ந்திருந்த மக்களைத் 'திராவிடர்கள்' என்றும், அவர்களுடைய நாகரிகத்தைத் 'திராவிட நாகரிகம்' என்றும் வரையறுத்தனர். இப்படித்தான் முதல் முதலாக இந்தியாவில் பிரிட்டிஷ் ஆட்சிக் காலத்தில்தான் 'திராவிட' என்ற சொல் இந்தியச் சமூகத்தினுள் புகுத்தப்பட்டது. 'திராவிடம்' என்ற கருத்து கட்டமைக்கப்பட்டது இப்படித்தான்.

இந்தியா பூராவும் திராவிடப் பண்பாடும் நாகரிகமும்தான் பரவியிருந்தது. ஈரான் பகுதியிலிருந்து இந்தியாவிற்குள் புகுந்த ஆரிய இனம் திராவிட நாகரிகத்தையும் கலாசாரத்தையும் அழித்தது என்று ஆங்கில ஆய்வாளர்களும், சரித்திராசிரியர் களும் கூறினர்; இதற்கு இலக்கியச் சான்றுகளோ அல்லது வேறு கல்வெட்டுச் சான்றுகளோ கிடையாது. இவை எல்லாமே யூக அடிப்படையிலும், ஆங்கிலேய ஆய்வாளர்களின் கற்பனை அடிப்படையிலும் கூறப்பட்ட கருத்துகள். ஹரப்பா காசுகள், நகைகள் போன்றவை உலகெங்கிலுமுள்ள அகழ்வாய்வு களில் கிடைக்கக்கூடிய வழக்கமான பொருட்கள்தான். அவை 'திராவிடம்' என்ற தனியான மக்களின் வாழ்வைச் சுட்டிக்காட்டு கிறது என்பதை நிறுவ முடியாது. இந்தோனேஷியாவில் அகழ்வாராய்ச்சி செய்தாலும் இவை எல்லாம் கிடைக்கும். சைபீரியாவில் அகழ்வாராய்ச்சி செய்தாலும் கிடைக்கக் கூடியவையே.

இந்தத் 'திராவிடம்' என்ற கருத்தாக்கத்தை இந்தியாவில் எந்த மொழி பேசுகிற மக்களும் முதன்மைப்படுத்தவில்லை. திராவிட மொழிக் குடும்பத்தைச் சேர்ந்த மொழிகள் என்று கால்டுவெல் நிறுவிய கன்னட மொழிக்காரர்களோ, தெலுங்கு மொழியைப் பேசுகிறவர்களோ, மலையாளம் பேசும் மக்களோ தங்களைத் 'திராவிடர்கள்' என்று இனங்காணவில்லை. கன்னடர், தெலுங்கர், மலையாளி என்று தாங்கள் பேசும் மொழி அடையாளத்தைத்தான் முன்னிலைப்படுத்தினர்.

தமிழர்களும் தங்களைத் 'திராவிடர்கள்' என்று கருதிக் கொள்ளவில்லை. ஆனால், தமிழ்நாட்டிலுள்ள ஒரு சில அரசியல் அமைப்புகள் 'திராவிடம்' என்ற கருத்தாக்கத்தை எடுத்துக்கொண்டன. 'மனோன்மணியம்' எழுதிய சுந்தரம் பிள்ளை, கால்டுவெல் சொன்னதைக் கிளிப்பிள்ளை போல், 'கன்னடமும் களி தெலுங்கும் கவின் மலையாளமும் துளுவும் உன் உதரத்து உதித்தெழுந்தே ஒன்று பல ஆயிடினும்' என்று தானும் அதை வழிமொழிந்தார்.

அரசியல் என்று வருகிறபோது, சுதந்திரப் போராட்ட காலத்தில் காங்கிரஸ் கட்சிக்கு எதிரான அரசியலை நடத்தியது நீதிக்கட்சி. நீதிக்கட்சியின் தலைவர்கள் தாழ்த்தப்பட்ட, பிற் படுத்தப்பட்ட ஜாதியினருக்கான கொள்கைகளையும் கோஷங்

களையும் கொண்டிருந்தனர். காங்கிரஸ் கட்சியும் ஹரிஜன முன்னேற்றத்துக்காகப் பாடுபட்டது என்றாலும், தமிழ் நாட்டைப் பொறுத்தவரை, காங்கிரஸ் கட்சி என்றால், அது முன்னேறிய, முற்பட்ட வகுப்பினரின் கட்சி என்ற அபிப்பிராயம் சாதாரண மக்களிடம் இருந்தது. ஆனால், மாகாண சபைத் தேர்தல்களில் நீதிக்கட்சியே வென்றது. காங்கிரஸ் கட்சியில் அதிருப்தியடைந்த ஈ.வெ.ரா. தனியாகக் கட்சி ஆரம்பித்தபோது, நீதிக்கட்சியின் கொள்கைகளையே சுவீகரித்துக்கொண்டு, 'திராவிடர் கழகம்' என்று தனது கட்சிக்குப் பெயர் வைத்தார்.

இந்திய மக்களின் பெரும் இதிகாசமான ராமாயணத்தை ஈ.வெ.ரா. கடுமையாகத் தாக்கினார். பெரியாருக்குப் பழந் தமிழர் இலக்கியங்களிலோ, பிற மொழி இலக்கியங்களிலோ ஆர்வம் இருந்ததாகத் தெரியவில்லை. அவர் ரஷ்யாவுக்குச் சென்றபோது, ஸ்டாலினைச் சந்திக்கத்தான் முயற்சி செய்தாரே தவிர, ரஷ்ய இலக்கியவாதிகள் யாரையும் சந்திக்க அவர் முயற்சி செய்யவில்லை. அரசியலில்தான் ஈ.வெ.ரா.வுக்கு அதிக ஈடுபாடு.

ராமாயணத்தை அவர் ஆரிய காவியமாகத்தான் பார்த் தாரே தவிர, அது ஓர் இலக்கியம் என்ற அணுகுமுறை அவரிட மில்லை. அவரது கட்சியிலிருந்த குத்தூசி குருசாமி, புலவர் குழந்தை போன்றவர்களும் பெரியாரின் அடியொற்றியே இலக் கியத்தை அணுகினர். புலவர் குழந்தை ராமாயணத்துக்கு எதிராக 'ராவண காவியம்' எழுதினார். ஆனால், அது இலக்கிய ரீதியாகத் தோல்வியடைந்த ஒரு நூல். திராவிடர் கழகத்தினர் கால்டுவெல், ஈ.வெ.ரா. இவர்களுடைய கருத்துகளின் மயக்கத் திலேயே ஆழ்ந்து 'திராவிடம்' என்பதை அணுகிய மாதிரியே இலக்கியத்தையும் அணுகினர்.

திராவிடர் கழகத்திலிருந்து பிரிந்த சி.என். அண்ணாதுரை, 'திராவிடர்' என்ற சொல்லை விட்டுவிடாமல், 'திராவிட முன்னேற்றக் கழகம்' என்றுதான் தன் கட்சிக்குப் பெயர் வைத் தார். திராவிடர் கழகத்தின் சிந்தனைகளையே அண்ணாதுரையும் அவரது தம்பிகளும் கொண்டிருந்தனர். தனது பழைய தலைவ ரான ஈ.வெ.ரா.வைப் போல் அண்ணாதுரையும் கம்பராமா யணத்தைக் கடுமையாகச் சாடினார். 'கம்பரசம்' என்று கம்ப ராமாயணத்தை இழிவுபடுத்தி எழுதினார். கம்பராமாயணத்

தின் இலக்கியச் சுவையை உணரக்கூடிய அளவுக்கு அண்ணா துரையின் இலக்கிய அறிவு இல்லை.

ஈ.வெ.ரா. திராவிடர் கழகத்தை ஆரம்பிப்பதற்கு முன்பே தமிழ்நாட்டில் பாரதியாரின் கவிதைகளும் ராமலிங்க சுவாமிகளின் கவிதைகளும் பாரதம், ராமாயணம் போன்ற இதிகாசங்களோடு பிரபலமாக இருந்தன. தேவாரம், நாலாயிர திவ்வியப் பிரபந்தம் போன்ற பக்தி இலக்கியங்களைத் திராவிடர் கழகமும், அதன் வழித் தோன்றிய திராவிட முன்னேற்றக் கழகமும் அறவே வெறுத்து ஒதுக்கிவிட்டதால், தமிழின் பெரும் இலக்கிய வளத்தைப் பற்றிய அறிமுகம்கூட அவர்களுக்கு இல்லாமலேயே போயிற்று. ஈ.வெ.ரா. திராவிடர் கழகத்தை ஆரம்பித்து காங்கிரஸ் கட்சிக்கு எதிராகக் கட்சியை நடத்திக் கொண்டிருந்தபோது, காங்கிரஸ் இயக்கத்தைச் சேர்ந்த ஸ்ரீனிவாஸன் என்பவர் 'மணிக்கொடி' என்ற பத்திரிகையை ஆரம்பித்து, தமிழில் நவீன இலக்கியத்தை அறிமுகப்படுத்தினார். பாரதி காலத்திலேயே தாகூர், பக்கிம் சந்திரர், சரத் சந்திரர் போன்ற வங்க இலக்கியவாதிகளின் படைப்புகள் தமிழில் அறிமுகமாகியிருந்தன என்றாலும் மணிக்கொடி, பாரதி காலத்துக்குப் பிறகு தமிழ் இலக்கியத்தின் புதிய வரவாகத் தோன்றி, நவீன தமிழ்ச் சிறுகதையாசிரியர்களான புதுமைப் பித்தன், மௌனி, கு.ப.ரா. என்ற கு.ப.ராஜகோபாலன், ந.பிச்ச மூர்த்தி, எம்.வி.வெங்கட்ராம், கி.ரா.கோபாலன், பி.எஸ். ராமையா போன்ற பலரது படைப்புகளையும் வெளியிட்டது.

மணிக்கொடியைப் போலவே அக்காலத்தில் தோன்றிய காங்கிரஸ் பத்திரிகையான சுதந்திரச் சங்கு, பாரதம் என்று பல பத்திரிகைகள், பல நவீன தமிழ்ச் சிறுகதைகளை வெளியிட்டு வந்தன. இதே சமயத்தில் விடுதலையும், குடியரசும் திராவிடர் கழகத்தின் சார்பில் வெளிவந்துகொண்டிருந்தன. அவற்றில் எந்த இலக்கியப் பகுதியும் இல்லை. திராவிடர் கழகத்தைச் சேர்ந்த குருசாமியின் குத்தூசி பத்திரிகையிலும் இலக்கியமில்லை. தி.மு.கழகப் பத்திரிகைகளான திராவிட நாடு, மன்றம், முரசொலி போன்ற பத்திரிகைகளிலும் இலக்கிய உணர்வு இல்லை. இலக்கியத்துக்காக இவை எதையும் செய்ய வில்லை. மாறாக, இலக்கியமாகப் போற்றப்பட வேண்டிய வற்றையெல்லாம் தி.க., தி.மு.க., பத்திரிகைகள் கேலி செய்தன.

அண்ணாதுரையும் கருணாநிதியும்கூடச் சிறுகதைகள் எழுதியிருக்கின்றனர். கருணாநிதி நாவல்களும் எழுதியிருக்கிறார். எல்லாமே அவர்களுடைய கட்சியின் கொள்கைகள், லட்சியங்களைப் பிரச்சாரம் செய்யும் பிரச்சாரச் சிறுகதைகளே. அவற்றில் ஒரு சொல்கூட இலக்கியமாகத் தேறாது. கருணாநிதி ‘முத்தாரம்’ என்ற பத்திரிகையை இலக்கியத்துக்காக என்று நடத்தி வந்தார். அதில் ஆ.மாதவன்கூட சிறுகதை எழுதியிருக்கிறார் என்றாலும், முத்தாரத்தை இலக்கியப் பத்திரிகை என்று சொல்ல முடியாது.

ஸ்ரீனிவாசன் என்ற தி.மு.க.காரரின் ‘ஆடும் மாடும்’ என்ற சிறுகதைத் தொகுப்பை க.நா.சு. குறிப்பிடுவார். ஆனால், அது மிகச் சாதாரணமான பத்திரிகைக் கதைகளே. க.நா.சு. ஏன் ஸ்ரீனிவாசனைக் குறிப்பிட்டார் என்று ஆச்சரியமாக இருக்கிறது. ஸ்ரீனிவாசனைவிட இன்னொரு தி.மு.க.காரரான எஸ்.எஸ். தென்னரசுவின் உரைநடை பரவாயில்லை என்று சொல்லலாம். அவரது ‘மயிலாடும் பாறை’ என்ற நாவல் சுமாராக இருக்கும். ‘எல்லார்வி’ யின் தரத்தில் அந்த நாவல் இருக்கும்.

இப்போது நாவலாசிரியராகவும், சிறுகதையாசிரியராகவும் அறியப்பட்டுள்ள ‘இமையம்’ தி.மு.க.வைச் சேர்ந்தவர்தான். இதேபோல் ‘சல்மா’வும் தி.மு.க.வின் உறுப்பினர்தான் என்றாலும், இவர்கள் எழுதுவது இலக்கியமா என்றால், ‘யதார்த்தம்’ என்ற பெயரில் வறட்டுத்தனமாக எழுதுகிறவர்கள் என்றுதான் சொல்ல வேண்டியதிருக்கும்.

குறிப்பாக இமையத்தின் நாவல்கள், சிறுகதைகள் எல்லாம் வறட்டுத்தனமாக எழுதப்படுகின்றன. வாழ்க்கை குறித்த தேடலோ, தத்துவார்த்தச் சரடோ, ஆழமோ இல்லாமல்தான் இமையமும், சல்மாவும் எழுதுகிறார்கள். குறைந்தபட்சம், நெகிழ்வும் பரவசமும் தரக்கூடிய உரைநடைகூட இவர்களிடம் இல்லை. ‘தமிழ் இலக்கியம்’ என்பது எந்த இயக்கத்திலிருந்தும் உருவாக முடியாது. அது இயக்கத்துக்கு வெளியிலிருந்துதான் உருவாக முடியும். உருவாகிறது. திராவிட இயக்கங்கள் தமிழ் இலக்கியத்துக்கு அளித்தது எதுவுமில்லை. கதை வேறு, இலக்கியம் வேறு என்பதை உணர்ந்தவர்கள் இதை அறிவார்கள்.

- 2013

இலக்கியமும் வலதுசாரிகளும்

இலக்கியத்தைப் பொறுத்தவரை வலதுசாரி இலக்கியம் என்று எதுவுமில்லை. ஆனால், இடதுசாரி இலக்கியம் என்றில்லா விட்டாலும், முற்போக்கு இலக்கியம் என்று ஒரு வகை உண்டு. ஆதி முற்போக்கு இலக்கிய ஆதரவாளர்கள் ரஷ்யாவின் இலக்கிய, எழுத்துலகச் சித்தாந்தத்தைத்தான் இந்திய மொழி யிலக்கியங்களின் மீதும் திணித்தனர். நம்பிக்கை யூட்டுவதே இலக்கியம் என்று 1940களில் கருதப்பட்டது. எழுத்து நம்பிக்கை யூட்டுவதோடு, வாழ்க்கையை எதிர்த்து எதிர் நீச்சல் போடவும், போராடவும் மனிதனைத் தூண்ட வேண்டும் என்று ஆதி முற்போக்குவாதிகள் கருதினார்கள்.

நம்பிக்கையின்மை, அழுகுணித்தனம், அழகுணர்வு இவற்றை முற்போக்குவாதிகள் அந்நாட்களில் ஏற்பதில்லை. அதனால்தான் அக்கால முற்போக்குவாதிகள் புதுமைப்பித்தனை யும், லா.ச.ரா என்ற லா.ச.ராமாமிர்தத்தையும் எதிர்த்தனர். புதுமைப்பித்தனின் எழுத்துகளில் நம்பிக்கையின்மை அடிநாத மாக ஓடுகிறது. அதனால் பு.பி. எழுதியது முற்போக்கு இலக்கிய மில்லை என்றனர். இதுபோல், லா.ச.ராவின் எழுத்தில் தென் படும் அழகுணர்வையும் நடையலங்காரத்தையும் அக்கால முற்போக்குவாதிகள் ஏற்கவில்லை.

பாரதியைக்கூட அரைமனத்துடன்தான் அவர்கள் ஏற்றனர். ஏனென்றால், பாரதிக்குள்ள வேத, தெய்வ நம்பிக்கைகள் அவர் களுக்கு ஏற்றதாக இல்லை. என்றாலும், ஆஹாவென்றெழுந்தது பார் யுகப் புரட்சி என்றும் பாரதி எழுதிவிட்டான். ஆதலால்,

போனால் போகிறது என்று பாரதியை ஏற்றுக்கொண்டார்கள். இது கறாரான இடதுசாரித் தன்மை கொண்ட முற்போக்கு வாதிகளின் அன்றைய நிலை.

ஆனால் 20-ஆம் நூற்றாண்டின் இறுதியிலேயே இந்தக் கட்டுப்பெட்டித்தனம் உடைய ஆரம்பித்துவிட்டது. பாரதியை யும், புதுமைப்பித்தனையும் பிற்கால இடதுசாரிகளும் மார்க் ஸிஸ்ட்களும் மனமுவந்து ஏற்றுக்கொண்டனர். என்றாலும், இவர்களும்கூட, லா.ச.ரா. மௌனி போன்ற தமிழின் முக்கிய மான படைப்பாளிகளை ஏற்கவில்லை.

'முற்போக்கு' என்ற சொல் மங்கி 'யதார்த்தம்' என்ற சொல் புழக்கத்துக்கு வந்தது. 'யதார்த்த எழுத்து என்று இடதுசாரிகள் பேச ஆரம்பித்தனர். குறிப்பாக சி.பி.ஐ., சி.பி.எம்., போன்ற அரசியல் கட்சிகளைச் சேராத மார்க்ஸிஸ்ட்கள், இந்த யதார்த்த இலக்கியத்தைத் தூக்கிப்பிடித்தனர். அசோகமித்திரன், பூமணி போன்றவர்களை யதார்த்த இலக்கியவாதிகள் என்று எழுபது களில் கூறினர்.

இதுபோன்ற கறாரான வரையறைகள் எதுவும் வலதுசாரி எழுத்து என்ற கருத்தாக்கத்துக்கு இல்லை. வலதுசாரி எழுத்து என்றே தனி இலக்கிய வகையை, எழுத்து வகையைப் பிரிக்க முடியுமா என்று தெரிவில்லை.

ஏனென்றால், யதார்த்த வகைப் படைப்புகளில் கடவுள் நம்பிக்கை கொண்ட கதாபாத்திரங்கள் சர்வசாதாரணமாக இடம் பெற முடியும். கடவுள் நம்பிக்கை என்பது சமூகத்தில் உள்ளது தான். ஆனால், அந்நாளைய முற்போக்குவாதிகளும், தீவிர மார்க்ஸிஸ்ட்களும் கடவுள் நம்பிக்கையை ஏற்க மாட்டார்கள்.

யதார்த்த இலக்கியத்தில் அவநம்பிக்கை, நம்பிக்கை வறட்சி போன்ற மனித குணங்கள்கூட இடம் பெறமுடியும். மனிதர்களை முற்போக்குவாதிகளைப் போல் அல்லாமல் போர்க் குணமற்ற, போராடத் திறனற்ற, அடங்கி ஒடுங்கி, அழுகுணித்தனமாகத் திரியும் மனிதர்களைக்கூட சித்திரிக்க முடியும். ஏனென்றால், நிஜவாழ்கையில் எல்லாருமே போ ராட்ட குணமிக்கவர்களாக இருப்பதில்லை. யதார்த்த வகைச் சித்திரிப்பில் இவற்றுக்கெல்லாம் இடமுண்டு.

புதுமைப்பித்தனால் 'சிறுகதையின் திருமூலர்' என்று சிலாகிக்கப்பட்ட மௌனி என்ற தமிழின் அற்புதமான கலைஞ

ருடைய சிறுகதைகள் எல்லாம், நம்பிக்கை வறட்சி, அழகுணித் தனம் போன்ற சோக முலாம் பூசப்பட்டவையே. தொழில் சங்கம் அமைத்துப் போராடும் கதை மாந்தர்களைக் கொண்ட தொ.மு.சி.ரகுநாதனின் 'பஞ்சும் பசியும்' நாவல் சிறந்த முற்போக்கு இலக்கியத்தின் உதாரணமென்றால், இதற்கு எதிர்முகாம் படைப்புகளாக மௌனியின் சிறுகதைகளைத் தாராளமாகச் சொல்லலாம். புதுமைப்பித்தனை, கு.ப.ரா.வைச் சொல்லலாம்.

இடதுசாரித் சித்தாந்தம், மார்க்ஸியச் சித்தாந்தம் என்று தத்துவக் கோட்பாடு அடிப்படை இருப்பதுபோல், வலதுசாரிச் சித்தாந்தத்துக்கு என்று தனிப்பட்ட கொள்கையோ, அல்லது தத்துவ அடிப்படையோ கிடையாது. வலதுசாரிகளின் பொருளாதாரக் கொள்கை என்பது சந்தையை முன்னிறுத்திய பொருளாதாரம்தான். அது சோஷலிஸ, கம்யூனிஸப் பொருளாதாரத்துக்கு எதிரானது. வலதுசாரி அரசியல் என்று பார்த்தால், அது ஜன நாயகம்தான். சோஷலிஸ, கம்யூனிஸ அரசியலைப்போல் ஒரு கட்சி ஆட்சி முறையை வலதுசாரிகள் ஆதரிப்பதில்லை. முழுமையான, பன்முகத்தன்மைக்கு இடமளிக்கும் ஜனநாயகமே வலதுசாரிகளின் அரசியல் சித்தாந்தம் என்று கொள்ளலாம்.

முழுமையான வலதுசாரிக் கட்சியான பாரதிய ஜனதா கட்சி மத்தியில் ஆட்சிக்கு வந்துவிட்டது. அதற்கு கம்யூனிஸ்ட் கட்சிகளைப்போல், சித்தாந்த அடிப்படையில் அமைந்த இலக்கியக் கொள்கைகள் என்று எதுவும் கிடையாது. தமிழக பாரதிய ஜனதா கட்சியின் சார்பில், 'பொற்றாமரை' என்ற இலக்கிய அமைப்பு உள்ளது. என்றாலும், பொற்றாமரைக்கென்று சித்தாந்த அடிப்படையில் அமைந்த இலக்கிய, எழுத்துக் கொள்கை என்று எதுவுமிருப்பதாகத் தெரியவில்லை.

என்றாலும், பொற்றாமரை இலக்கிய அமைப்பின் சார்பில் அடிக்கடி இலக்கியக் கூட்டங்கள் நடைபெறுகின்றன. இதில் எழுத்தாளர்களை அழைத்து கௌரவிக்கிறார்கள். பேசச் சொல்கிறார்கள். அகில இந்திய அளவில் இதுபோன்ற அமைப்பு எதுவும் இருக்கிறதா என்று தெரியவில்லை.

இடதுசாரிகளுக்கு, கம்யூனிஸ்ட் கட்சிகளுக்கு இறுக்கமான சித்தாந்த, இலக்கியக் கொள்கைகள் இலக்கியத்தில் இருப்பது

போல் வலதுசாரிகளுக்கு இல்லை என்றாலும், உதிரி உதிரியாகச் செயல்பட்டு வரும் பல இலக்கிய அமைப்புகளை இப்படிக் கருதலாம்.

மனிதனை, வாழ்க்கையை உள்ளது உள்ளபடியே சித்தரிப்பது, அல்லது சற்று நாடகத்தன்மையும், மிகைத்தன்மையும் கலந்து சித்தரிப்பது எல்லாமே வலதுசாரி இலக்கியம் என்று கருதலாம். பூமணி, இமையம் போன்ற எழுத்தாளர்கள் கிராமப் புறத்திலுள்ள நடுத்தர, அடித்தட்டு மக்களைப் பற்றித்தான் எழுதுகின்றனர். இவர்கள் எந்தச் சித்தாந்த அடிப்படையிலும் எழுதுவதில்லை. இவர்களைத் தாராளமாக வலதுசாரி அணிப் படைப்பாளிகள் என்று கருதலாம். சோ, தர்மன், திலீப்குமார், வண்ணதாசன் என்று இந்த வரிசையில் பலரைச் சொல்ல முடியும்.

மௌனி, லா,ச.ரா, நகுலன் போன்றவர்கள் மொழிநடையிலும், உள்ளடக்கத்திலும் செய்த பரிசோதனை முயற்சிகள் இன்றும் தொடர்கின்றன. எஸ்.ராமகிருஷ்ணன், ஜெயமோகன் போன்றவர்கள் இக்காலத்தில் வித்தியாசமான உருவ, நடைகளைக் கொண்ட சிறுகதைகளையும், நாவல்களையும் எழுதி வருகின்றனர். இவர்களோடு எம்.யுவன் என்ற இளம் படைப்பாளியின் சிறுகதைகளையும் நாவல்களையும் சேர்த்துக் கொள்ளலாம். ஒருவிதத்தில் இவை எல்லாம் வலதுசாரி வகையான, அதாவது முற்போக்கல்லாத எழுத்துகளே. சொல்லப் போனால், இடதுசாரிப் படைப்புகளைவிடவும் தமிழில் வலதுசாரிப் படைப்புகளே மிக அதிகம்.

■

முற்போக்கு பிற்போக்கு

மார்க்ஸிஸ்ட்டுகள் இலக்கியத்தை முற்போக்கு இலக்கியம், பிற்போக்கு இலக்கியம் என்று பிரித்து அணுகிப் பார்க்கிறவர்கள். இந்த 'முற்போக்கு பிற்போக்கு' என்ற சொல்லாடலே அவர்களது கண்டுபிடிப்புதான். ரஷ்யாவில் லெனினும் அவரது ஆதரவாளர்களும் ஆட்சியைக் கைப்பற்றியபோது கலைத் துறையில் அங்கு சில சிந்தனைகள் பிறந்தன. சோஷலிஸத்தை முன்னிறுத்தி எழுதப்படும் எழுத்துகளெல்லாம் 'முற்போக்கு' (அதாவது *Progressive*) என்றும், இந்த வகையைச் சேராதவை எல்லாம் 'பிற்போக்கு' என்றும் கூறப்பட்டது. இலக்கியம், எழுத்து, கலை போன்ற விஷயங்கள் அரசியல் மயப்படுத்தப்பட்டன.

சோஷலிஸத்தை ஏற்றுக்கொள்ளாத எழுத்தாளர்கள் ஸ்டாலின் காலத்தில் சைபீரியாவுக்கு அனுப்பப்பட்டனர். ஸொல்ஷெனிட்ஸின் என்ற முக்கியமான ரஷ்ய எழுத்தாளர் இந்த சைபீரியக் கொடுமைகளை அனுபவித்தவர். முற்போக்கு பிற்போக்கு என்ற சொற்றொடரே அரசியல் கறை படிந்ததுதான். இதையே சீனக் கம்யூனிஸ்ட் கட்சியும், அதன் முக்கியத் தலைவருமான மா.சே.துங்கும் பின்பற்றினார். ரஷ்யாவில் ஸ்டாலினால் உருவாக்கப்பட்ட கான்ஸன்ட்ரேஷன் கேம்ப்புகள் இருந்தன என்றால், சீனாவில் மாவோவால் உருவாக்கப்பட்ட கலாசாரப் புரட்சி இருந்தது.

இந்த முற்போக்கு-பிற்போக்கு வாய்ப்பாட்டை இந்திய கம்யூனிஸ்ட்களும் அப்படியே பின்பற்றினார்கள். மார்க்ஸியம்

ஒரு பிழையான, இயற்கைக்கு விரோதமான சிந்தனை. அது சமூகத்தையும், தனி மனிதர்களையும் தனது பரிணாம தத்துவக் கண்ணோட்டத்தின் கீழ் தவறாகவே அணுகியது. ஆனால், இந்தப் பிழையான தத்துவத்துக்கு இந்தியாவிலும் 1950களில் ஒரு மவுசு ஏற்பட்டது. ஐம்பது, அறுபதுகளில் அதன் செல்வாக்கு மேலோங்கியிருந்தது.

இந்திய மார்க்ஸிஸ்ட்கள், கம்யூனிஸ்ட்கள் எல்லோரும் 'முற்போக்கு'க் கண்ணாடியை அணிந்துகொண்டு, கலைத் துறைகளை அணுகினர். இதன் தாக்கம் தமிழ்நாட்டிலும் இருந்தது. ஆர்.எஸ்.எஸ்.காரர்கள் சத்ரபதி சிவாஜி, வல்லபாய் படேலை எல்லாம் உயர்வாகப் பேசிய மாதிரி, இடதுசாரிகள் மார்க்ஸ், ஏங்கெல்ஸ், லெனின், ஸ்டாலின், மாவோ என்பார்கள். தமிழின் முதல் முற்போக்கு நாவல் என்றால் தொ.மு.சி.ரகுநாதன் எழுதிய 'பஞ்சும் பசியும்' என்ற நாவலைத்தான் சொல்ல வேண்டும். அதில் நெசவாளர்கள் சங்கம் அமைத்துப் போராடுவதாகச் சித்தரித்ததால் 'பஞ்சும் பசியும்' ஒரு முற்போக்கு நாவல் என்று கூறப்பட்டது.

இதேபோல் விவசாயிகள் சங்கம் அமைத்து ஒன்றிணைவதாகச் சித்தரித்த இன்னொரு நாவல் டி.செல்வராஜின் 'மலரும் சருகும்.' கு.சின்னப்ப பாரதியும் தனது நாவல்களில் இதே அம்சத்தை வலியுறுத்தியுள்ளார். சங்கம் வைத்துப் போராடுவதாகச் சித்தரித்து விட்டால் அதுதான் முற்போக்கு என்ற எளிய, பாமரத்தனமான அணுகுமுறைதான் இது. தொ.மு.சி.ரகுநாதன், டி.செல்வராஜ், கு.சின்னப்ப பாரதி மூவரும் கம்யூனிஸ்ட் கட்சியில் உறுப்பினர்கள்.

ஆனால், கம்யூனிஸ்ட் அல்லாத, பழுத்த ஆன்மீகவாதியான எம்.வி.வெங்கட்ராமின் 'வேள்வித் தீயும்' நெசவாளர்களின் போராட்டத்தைப் பற்றிச் சொல்லுகிறது. தொழிலாளர்களின் மனவுலகைக் கலாபூர்வமாகச் சித்தரித்தவர்கள் என்று பார்த்தால், மேற்கண்ட மூவரையும்விட எம்.வி.வெங்கட்ராமே ஒரு சிறந்த எழுத்துக் கலைஞராகத் தேறுகிறார். ஆனால், எம்.வி.வி. தன்னை முற்போக்குவாதி என்று ஒருநாளும் கூறிக்கொண்டதில்லை.

ஒரு காலத்தில் இடது கம்யூனிஸ்ட் கட்சியில் இருந்து கொண்டே, கலாபூர்வமான பல சிறுகதைகளை 'அஸ்வகோஷ்'

என்ற புனைபெயரில் செம்மலரில் தொடர்ந்து எழுதிய ஆர்.ராஜேந்திரசோழன் இவர்களில் ஒரு விதிவிலக்கு. கு. சின்னப்ப பாரதி, மேலாண்மை பொன்னுசாமி போன்ற இடது கம்யூனிஸ்ட் கட்சியின் எழுத்தாளர்கள் வறட்டுத்தனமாக எழுதிக்கொண்டிருந்தபோது, தனது எழுத்து, முற்போக்கு எழுத்து என்று தம்பட்டம் அடிக்காமலேயே கலாபூர்வமாக எழுதிய ஒரே இடது கம்யூனிஸ்ட் கட்சி எழுத்தாளர் 'அஸ்வகோஷ்.' ஆனால், அவர் தொடர்ந்து எழுதாமல் போனது துரதிர்ஷ்டமே. இதேபோல் ச. தமிழ்ச்செல்வன், மார்க்ஸிஸ்ட் கம்யூனிஸ்ட் கட்சியின் அனுதாபியாக இருந்தாலும் அவர் மிகச் சிறந்த சிறுகதைகளை எழுதியிருக்கிறார். அவருடைய 'வாளின் தனிமை' என்ற சிறுகதைத் தொகுப்பு தமிழில் சிறப்பு வாய்ந்த ஒரு நூல்.

எழுபதுகளில் தமிழில் பல இடதுசாரி சிறுபத்திரிகைகள் வெளிவந்தன. அவற்றுள் கோயம்புத்தூரிலிருந்து வெளிவந்த 'வானம்பாடி' கட்சி சார்பற்ற பல இடதுசாரி மனோபாவம் கொண்டவர்களால் நடத்தப்பட்ட ஒரு பத்திரிகை. இது கவிதை களுக்கான ஒரு பத்திரிகை. இதில் சிற்பி, ஈரோடு தமிழன்பன், ப.கங்கை கொண்டான், புவியரசு, ஞானி, தமிழ்நாடன், அக்னிபுத்திரன் போன்ற பல கவிஞர்கள் உரத்த குரலில் எழுதினர். இவர்களிடம் வேகம் இருந்தளவுக்கு கவித்துவமில்லை. சிற்பியையும் ஞானியையும் தவிர வேறு யாருடைய எழுத்தையும் இலக்கியத் தகுதியுடையதாகக் கருத முடியவில்லை.

இளவேனில் நடத்தி வந்த 'கார்க்கி' என்ற சிறு பத்திரிகை யின் மூலம் உலகத்துக்குத் தெரிய வந்த இன்குலாப்பின் கவிதைகளிலும், கவிதா அம்சத்தைவிட பிரச்சாரமே மேலோங்கி நிற்கிறது. எண்பதுகளுக்குப் பிறகு தலித்தியம், பெண்ணியம் என்று பல புதிய அரசியல் நிலைப்பாடுகள் வந்த பிறகு, 'முற்போக்கு இலக்கியம்' என்பது சிற்றெறும்பாகத் தேய்ந்துவிட்டது.

-2013

யார் தலித்?

தமிழ்நாட்டில், இலக்கியத் துறையில், ஒவ்வொரு காலத்தில் ஒவ்வொரு இஸம் தலைகாட்டுவது வாடிக்கையாக உள்ளது. சுதந்திரப் போராட்ட காலத்தில் தேசியம் என்ற கருத்தாக்கம் தமிழ் எழுத்தாளர்களையும் கவிஞர்களையும் பீடித்திருந்தது. எம்.எஸ்.கல்யாணசுந்தரம், கல்கி போன்ற பல எழுத்தாளர்கள் இந்தியத் தேசியம், சுதந்திரப் போராட்டம் ஆகியவற்றால் பாதிக்கப்பட்டுச் சிறுகதைகளையும் நாவல் களையும் எழுதினார்கள். இந்தத் தேசிய எழுச்சியின் மிகப் பெரிய உதாரணங்கள் என்று கவிதைத் துறையில் பாரதியையும், உரைநடையில் கல்கியையும் கூறலாம்.

பாரதிக்குப் பிறகு தோன்றிய மணிக்கொடி பத்திரிகை யிலும், அதைச் சார்ந்து செயல்பட்ட பி.எஸ்.ராமையா, புதுமைப்பித்தன், கு.ப.ரா, மௌனி போன்றோர் கதராடை அணிந்தாலும், இவர்களது படைப்புகளில் பாரதியைப் போலவோ, கல்கியைப் போலவோ தேசிய நிகழ்வுகள் எதுவும் பதிவாகவில்லை. எம்.எஸ். கல்யாணசுந்தரம் மணிக்கொடியில் எழுதினாரா இல்லையா என்பது தெரியவில்லை.

சுதந்திரத்துக்குப் பிறகு மெள்ள மெள்ள தேசியம் மங்கி, ரஷ்யா, சீனா போன்ற நாடுகளில் ஏற்பட்டிருந்த சோஷலிஸப் புரட்சியின் விளைவாக எழுந்த 'முற்போக்கு இலக்கியம்' என்ற கருத்தாக்கம் இந்திய மொழிகளில் பரவியது. முற்போக்கு இலக்கியக் கொள்கையின் தாக்கம் எழுபதுகளின் இறுதிவரை தீவிரமாக இருந்தது. தமிழிலும் இதன் தாக்கம் கணிசமாக இருந்தது.

1990களில் பெண்ணியச் சிந்தனைகளும், தலித்தியச் சிந்தனைகளும் இந்திய இலக்கியத்தில் பரவ ஆரம்பித்தன. தலித்தியம் என்பது அம்பேத்கருடனும் அவரது சிந்தனை களுடனும் தொடர்புபடுத்திப் பார்க்கப்படுகிறது. ஏராளமாகப் பேசி, ஏராளமாக எழுதிய ஒரு தலைவர் அம்பேத்கர். காந்திஜியைப்போல் இவருக்கும் இலக்கியம், எழுத்து, எழுத்தாளர்களைப் பற்றி ஏதாவது அபிப்பிராயங்கள் இருந்திருக்கக்கூடும். ஆனால், இதைப் பெருவாரியான அவரது தொகுப்புகளிலிருந்து தேடிக் கண்டுபிடிப்பது கடினம்.

தலித்தியம் என்ற கருத்தாக்கம் முதல்முதலில் மராத்தி மொழியில் 1950களின் இறுதியிலேயே தோன்றிவிட்டது. தலித் என்றால் தீண்டத்தகாத, தாழ்த்தப்பட்டவர் என்ற கருத்தும் நிலவுகிறது. விரிந்த அளவில் தலித் என்றால் ஒடுக்கப்பட்ட அத்தனை மக்களையும் குறிக்கும் என்ற கருத்தும் நிலவுகிறது. இந்த இரண்டாவது கருத்தின்படி, ஒடுக்கப்பட்ட ஒரு பிராமணர் கூட தலித்தான். மராத்தி தலித் எழுத்தாளர்கள் அனைவரும், தலித் என்ற கருத்தாக்கத்தை ஒடுக்கப்பட்டவன் என்ற விரிந்த அர்த்தத்திலேயே பயன்படுத்தினார்கள். மராத்திக்கு அடுத்தபடி யாகக் கன்னட மொழி 'தலித்' என்ற கருத்தாக்கத்தை அறுபது களிலேயே சுவீகரித்துக் கொண்டது. தமிழக்கு இந்தக் கருத்தாக்கம் எண்பதுகளின் பிற்பகுதியில்தான் காலம் தாழ்ந்து வருகிறது.

'தலித்தியம்' தமிழகத்துக்கு வந்தபோது, ஒரு தலித்தான், அதாவது, ஒரு தீண்டத்தகாதவர்தான் தலித்திய இலக்கியத்தை எழுத முடியும் என்ற நம்பிக்கைகூட இங்கு இருந்தது. இது வெறும் குறுகிய ஜாதிய வரைமுறை. இதன்படி பார்த்தால் 'பண்ணைச் செங்கான்' என்ற அருமையான சிறுகதையை எழுதிய கு,ப.ரா.வைத் தூர ஒதுக்கி வைக்க வேண்டியிருக்கும். ஏனென்றால், பிறப்பால் 'கு.ப.ரா' என்ற கு.ப.ராஜகோபாலன் ஒரு பிராமணர். 'தலித்' என்றால் தீண்டாத்தகாத கீழ் ஜாதியைக் குறிப்பதா அல்லது ஒடுக்கப்பட்ட மனிதன் என்ற பொருளிலா என்பது பற்றி முடிந்த முடிவுக்கு வராமலேயே தமிழில் தலித், தலித்தியம் என்ற சொல்லாக்கங்கள் பயன்படுத்தப்படுகின்றன.

ஆனால், தலித் என்ற சொல் தமிழகத்தில் அறிமுகப் படுத்தப்படுவதற்குப் பல ஆண்டுகளுக்கு முன்பே தமிழில்

பல தலித்திய நாவல்கள், சிறுகதைகள் வெளிவந்துவிட்டன. தலித் என்பது ஹரிஜன மக்களைக் குறிக்கும் என்றால், 1960களிலேயே உழுது பயிரிடும் ஹரிஜன விவசாயிகளின் வாழ்வை டி.செல்வராஜ் தனது 'மலரும் சருகும்' என்ற நாவலில் எழுதிவிட்டார். தமிழின் மிக முக்கியமான நாவல் இது. சி.சு.செல்லப்பா கூட மலரும் சருகும் நாவலைப் பாராட்டி யிருக்கிறார். அப்போது தலித்தியம் அறிமுகமாகியிருக்க வில்லை. இதே காலகட்டத்தில் இலங்கையில் எழுத ஆரம்பித்த கே.டேனியல், தனது நாவல்களில் ஹரிஜன மக்களின் வாழ்வைச் சித்தரித்துள்ளார். எழுபதுகளில் பூமணியின் 'பிறகு' என்ற அற்புதமான உரைநடைக் காவியம் வெளிவருகிறது. இதுவும் தாழ்த்தப்பட்ட மனிதனைப் பற்றிய நாவல்தான். அப்போதும் தலித்தியம் தமிழகத்தில் அறிமுகமாகியிருக்க வில்லை. பூமணியின் 'வெக்கை' கூட இந்த வரிசை நாவல்தான்.

தலித், தலித்தியம் என்ற கருத்துகள் திரள ஆரம்பித்த பிறகு பாமாவின் கருக்கு, சிவகாமியின் பழையன கழிதலும், இமையத்தின் கோவேறு கழுதைகள், ஆறுமுகம் போன்ற நாவல்கள் வெளிவருகின்றன. இவற்றையெல்லாம் தலித்திய நாவல்கள் என்று இப்போது கொண்டாடுகிறார்கள். தலித்திய நாவல்களைப் பற்றி எழுதும் விமர்சகர்கள் டி.செல்வராஜின் மலரும் சருகும் நாவலை ஏனோ சேர்ப்பதில்லை. சிலர் பூமணியின் 'பிறகு' நாவலைக்கூட சேர்ப்பதில்லை.

பெண்ணியம் குறித்து ஒரு தெளிவான, வரையறை செய்யப் பட்ட அணுகுமுறை தமிழ்நாட்டில் இல்லாததைப் போலவே, அதனுடன் சேர்ந்தே தமிழகத்துக்கு வந்த தலித்தியம் பற்றியும் தெளிவான பார்வையோ, அணுகுமுறையோ தமிழ்நாட்டில் இல்லை. பலர் கொச்சையாகத் தலித் என்றால் கீழ்ஜாதிக் காரன் என்ற அர்த்தத்திலேயே புரிந்து கொண்டுள்ளனர். ஆனால், தலித் என்றால், மராத்தி எழுத்தாளர்கள் கருதுவது போல், சமுதாயத்தில் பின்தங்கியிருப்பவர்களைக் குறிக்கும், ஒடுக்கப்பட்ட மனிதன் என்ற கருத்தாக்கமே சரியானதாக இருக்கும்.

- 2013

ஒரு குட்டி பூர்ஷ்வாவின் அனுபவம்

1978 - 79 இல் தான் எனக்கு முதல் முதலாக மார்க்ஸிய தத்துவத்துடன் அறிமுகம் ஏற்பட்டது. அப்போது எஸ்.வி.ராஜ துரை எழுதிய 'அந்நியமாதல்' என்ற புஸ்தகத்தைப் படிக்கா தவன், அறிவுஜீவியே இல்லை என்ற நிலை இருந்தது. அதனால் அதை நான் இரண்டே நாளில் படித்து முடித்து அறிவுஜீவியானேன்.

அப்போது சோவியத் யூனியன் சிதறுண்டு போயிருக்க வில்லை. பெர்லின் சுவர் இடிக்கப்பட்டிருக்கவில்லை. தமிழ் நாட்டில் ரஷ்ய மார்க்ஸிஸ்ட், கிராம்ஸி ஆதரவாளர்கள், அல்தூஸர், சார்த்தர் ஆதரவாளர்கள் என்று ஏகப்பட்ட மார்க் ஸிஸ்ட்கள் திரிந்து கொண்டிருந்தனர். நான் ஒரு குட்டி பூர்ஷ்வாக இருந்ததால் என்மீது எந்த மார்க்ஸிய முத்திரையும் விழவில்லை. ஆனால், விதி யாரை விட்டது?

எழுபதுகளில் சென்னை தி.நகர், மகாலெட்சுமி தெரு விலிருந்து 'பிரக்ஞை' என்ற சிறு பத்திரிகை வெளிவந்தது. தீபம், கணையாழி, கசடதபற போன்ற பத்திரிகைகளைப் போல் பெரிய சைஸில் 'பிரக்ஞை' வெளிவந்தது. நண்பர் ரவி ஷங்கரின் வீடுதான் பிரக்ஞை அலுவலகமாகச் செயல்பட்டு வந்தது. *1973* ஜூனில் நான் சென்னைக்கு வந்தது முதலே ரவிஷங்கர், வீராச்சாமி (ரங்கராஜன்), ரவீந்திரன் போன்ற நண்பர்கள் எல்லோரையும் பழக்கம். ஐந்து, பத்து என்று கைமாத்து வாங்குவது முதல் ஆங்கிலப் புத்தகங்களை இரவல் வாங்கிச் சென்று படிப்பதுவரை அவர்களுடனான தொடர்பு நீடித்தது.

1976, ஜுனில் 'துக்ளக்' பத்திரிகையில் வேலைக்குச் சேர்ந்தேன். நேரம் கிடைக்கும் போதெல்லாம், நான் செல்லு மிடங்களில் ஒன்றாக ரவிஷங்கரின் வீடு இருந்தது. ரங்கராஜன் என்ற வீராச்சாமி மாம்பலம் ரயில் நிலையத்திற்கருகே துர்க்கா ராம் தெருவில் குடியிருந்து வந்தார். தினசரி மாலை வீராச்சாமி, ரவிஷங்கரின் வீட்டுக்கு வந்துவிடுவார். வீராச்சாமியுடன் எழுத்தாளர் பூமணியும் அவரது அறையிலேயே தங்கியிருந்தார்.

ஒரு நாள் ரவிஷங்கர் வீட்டுக்குச் சென்றிருந்தபோது அவர் ஒரு தகவலைச் சொன்னார். "அடுத்த வாரம் திங்கள் கிழமையிலே இருந்து தினசரி சாயந்திரம் ஒருத்தர் வந்து மார்க்ஸிய வகுப்பெடுக்கப் போகிறார். நீங்களும் வாங்க..." என்றார்.

ஊரில், பாளையங்கோட்டையில் இருந்தபோது பேரா சிரியர் நா. வானமாமலை, கிருஷ்ணமூர்த்தி, முத்துக்கிருஷ்ணன் (நெல்லைச் செல்வன்) போன்ற இடதுசாரி நண்பர்களுடன் நட்பிருந்தாலும் மார்க்ஸியத்தைப் பற்றி 'அ'னா, 'ஆ'வன்னா கூடத் தெரியாது. மேலும், நான் ஒரு புஸ்தகக் கோட்டி (பைத்தியம்). மார்க்ஸியம் படிக்க ஒரு வாய்ப்பு வருகிறது என்றதும், ரவிஷங்கரிடம், 'வருகிறேன்' என்று ஒத்துக்கொண்டு விட்டேன்.

குறிப்பிட்ட தினத்தில் மாலையில் ரவிஷங்கர் வீட்டு மாடியில் ரவிஷங்கர், வீராச்சாமி, பூமணி, பா.ஜெயப்பிரகாசம், லயனல், ரகு போன்ற நண்பர்களுடன் நானும் ஆஜராகி இருந் தேன். ஐந்தரை மணி சுமாருக்குக் குள்ளமான ஒருவர் தோளில் ஜோல்னாப் பை சகிதம் வந்தார். அவர் பெயர், கண்ணன் என்று அறிமுகப்படுத்தினார்கள். பீடியை எடுத்துக் கண்ணன் பற்ற வைத்தார். நானும் அவருடன் சேர்ந்து பீடி குடித்தேன். *1978* இல் பீடி, ஜோல்னாப் பை, முடிந்தால் தாடி வைத்துக்கொள்வது இவையெல்லாம் அறிவு ஜீவிகளின் அடையாளமாக இருந்தன. என்னிடமும் இவை எல்லாம் இருந்தன.

கண்ணன் தினசரி ஒரு மணி நேரம் வகுப்பெடுத்தார். அவர், 'இந்த வகுப்பு ரகசியமானது, யாரிடமும் இதைப் பற்றிச் சொல்ல வேண்டாம்' என்று வேறு அடிக்கடி சொல்லி வந்தார். எனக்குப் பயமாகிவிட்டது. நண்பர் ரகு அந்த ரகசியத்துக்குப் பயந்து, வகுப்புக்கு வருவதையே நிறுத்திவிட்டார். ஒரு நாள்

வகுப்பு நடந்து கொண்டிருந்தபோது, மாடிக்கு ரவிஷங்கரைத் தேடிக்கொண்டு சிவக்குமார் வந்துவிட்டான் (சிவக்குமார் பின்னர் தினமணியில் பணிபுரிந்தான்). அவனைப் பார்த்ததும் கண்ணன் பேசுவதை நிறுத்திவிட்டார். அவனை அங்கிருந்து வெளியேற்றினால்தான் வகுப்பெடுக்க முடியும் என்று கண்ணன் சொல்லிவிட்டார்.

அவனிடம் பேசிச் சமாளித்து, ரவிஷங்கர் அவனைக் கீழே அனுப்பி வைத்தார். அவன் சென்ற பிறகு கண்ணன் சிவக்குமாரை 'அவன் ஒரு உளவாளி' என்றார். சிவக்குமாரை எனக்கு 1973 முதலே பழக்கம். அவன் வேலையில்லாதவன் என்பது தெரியும். ஆனால், அவன் எப்போது சி.ஐ.டி.யானான் என்று தெரியவில்லை. போயும் போயும் இந்த சிவக்குமாரை உளவாளி, சி.ஐ.டி. என்கிறாரே என்றிருந்தது.

சிவக்குமார் உளவாளியாக்கப்பட்டதாவது பரவாயில்லை. ஒரு நாள் ரவிஷங்கர் வீட்டில் அம்பையைப் பார்த்தேன். அம்பையை அதற்கு முன்பே பழக்கம். அப்போது அம்பை டெல்லியில் இருந்தார். சென்னை வந்தால் ரவிஷங்கர் வீட்டுக்கு வராமலிருக்க மாட்டார். அப்படித்தான் அன்றும் அம்பை வந்திருந்தார். ரவிஷங்கர் வீட்டு வாசலில் ஒரு பிச்சைக்காரன் உட்கார்ந்திருந்தான். அம்பை அந்தப் பிச்சைக்காரனைப் பற்றி எங்களிடம், "அவனைப் பார்த்தா பிச்சைக்காரன் மாதிரித் தெரியலே. யாரோ சி.ஐ.டி.மாதிரி இருக்கு..." என்று சொன்னார்.

நான் ஏற்கெனவே ஜேம்ஸ்பாண்ட் படங்களையும், ஹிட்ச் காக்கின் மர்மப் படங்களையும் பார்த்து மனம் தோய்ந்து போனவன். அதனால் அம்பை சொன்னதை நம்பாமலிருக்க முடியவில்லை. சிவக்குமார்தான் ஒரு உளவாளி என்றால், இந்தத் தெருப் பிச்சைக்காரன் வடிவில் இன்னொரு உள வாளியா? மார்க்ஸியம் கற்பது அவ்வளவு அரசாங்க விரோத மான காரியமா என்று நினைத்தேன். ரவிஷங்கரிடம் இதைப் பற்றிப் பேசியபோது, அவர் சிரித்துக்கொண்டே "அதெல்லாம் ஒண்ணுமில்லே வண்ணநிலவன்..." என்றார்.

கண்ணன் மாதாமாதம் எங்களிடம் 'லெவி' வாங்குவார். 'லெவி' என்றால் ஏதோ நம்மால் இயன்ற பணத்தைக் கட்சிக்குக் கொடுக்க வேண்டும் என்பது என்றார். என்னுடைய மாதச் சம்பளமே அப்போது 350 ரூபாய்தான். இதில் நானும், என்

மனைவியும், இரண்டு குழந்தைகளும் உயிர் வாழ்ந்தோம். இதில் லெவிக்கெல்லாம் நான் எங்கே போவது? என்றாலும், நானும் ஆளோடு ஆளாக மாதாமாதம் 10 ரூபாய் லெவி கொடுத்தேன். பூமணி, ஜெயப்பிரகாசம், வீராச்சாமி, ரவிஷங்கர் எல்லாம் நிறைய லெவி கொடுத்தார்கள். புராணப் பிரவசனம் செய்கிறவர்களுக்காகப் பிரவசனம் நடந்து கொண்டிருக்கும் போதே ஒருவர் தட்டை ஏந்தி வசூல் செய்வார். அந்த மாதிரி இதுவும் ஒரு வசூல் போல என்று நினைத்தேன்.

கண்ணன், ரவிஷங்கர் வீட்டுக்கு வருவது, அங்கிருந்து செல்வது எல்லாமே பெரிய ரகசிய விஸிட் போலத்தான் இருக்கும். சில நாட்கள் திடீரென்று தன் ஜோல்னாப் பையி லிருந்து ஏழெட்டு பக்கங்கள் அச்சிடப்பட்ட துண்டுப் பிரசுரத்தை எடுத்து ரகசியமாக எல்லோருக்கும் வழங்குவார். இப்படி கண்ணனின் காரியங்கள் எல்லாமே ஒரே ரகசியமாக இருந்தன.

வகுப்பு முடிந்துவிட்டது. கண்ணன் ரகசியமாக லெவி வசூலிப்பதும், துண்டுப் பிரசுரங்களைக் கொடுப்பதும் தொடர்ந் தது. ஒரு நாள் வீராச்சாமி எங்களையெல்லாம் அழைத்து, வருகிற ஞாயிற்றுக்கிழமை சிந்தாதிரிப்பேட்டை கார்ப்பொ ரேஷன் பள்ளியில் நமது செயல்திட்டத்தை வகுப்பதற்காகக் கூடுகிறோம், காலை பத்து மணிக்கு வந்துவிடுங்கள் என்றார்.

கண்ணன் ஏதோ கட்சிக்கு லெவி என்றார். அது என்ன கட்சி, அதன் தலைமையகம் எங்கே இருக்கிறது, அதன் தலைவர் யார் என்றெல்லாம் தெரியாமலே லெவி கொடுத்தோம். இப் போது வீராச்சாமி செயல் திட்டம் என்கிறாரே. என்ன செயல், என்ன திட்டம் என்று புரியவில்லை. என்றாலும், அந்தக் கூட்டத் துக்குப் போனேன். மாடியில் ஒரு வகுப்பறையில் சுமார் 10 பேர் இருந்தார்கள். தீர்மானம் மாதிரி, வரிசையாக எழுதப்பட்ட சில வாசகங்கள் அடங்கிய தாளை எல்லோருக்கும் கொடுத்தார்கள். அரைக் காலனி, அரை நிலப்பிரபுத்துவம், வர்க்கம் என்று கண்ணன் வகுப்பெடுத்தபோது சொன்ன சொற்களாகவே அவை இருந்தன. மதியத்திற்கு மேலும் கூட்டம் தொடர்ந்தது. எனக்குப் போரடித்தது. அதனால் நைஸாக நழுவி வெளியே வந்து விட்டேன்.

அந்தக் கூட்டத்தில்தான் மக்கள் கலை இலக்கியக் கழகம் அமைக்கத் தீர்மானமாகி முடிவெடுக்கப்பட்டது. வீராச்சாமியின்

நண்பர்கள் இதை உருவாக்கினார்கள். வீராச்சாமிக்கும் இதில் முக்கிய பங்கு உண்டு. வீராச்சாமிதான் ஒருநாள் 'புதிய ஜன நாயகம்' பத்திரிகை பற்றியும் பேசினார். புதிய ஜனநாயகம் பத்திரிகையின் விஷயங்கள் எனக்குப் பிடிக்கவில்லை. அவை வறட்டுத்தனமாக இருந்தன.

பிறகு பா. ஜெயப்பிரகாசம் சில நண்பர்களுடன் புதிய ஜன நாயகத்தைப் போல 'மனஓசை' என்ற பத்திரிகையைத் தொடங் கினார். ஜெயப்பிரகாசம், பூமணி எல்லாம் மனஓசையில் எழுதினார்கள். நான் புதிய ஜனநாயகத்திலும் எழுதவில்லை, மனஓசையிலும் எழுதவில்லை. என்னுடைய இயல்பு, மனப் போக்குக்கு அவை ஒத்து வரவில்லை. 'மனஓசை' இப்போது வெளிவரவில்லை. புதிய ஜனநாயகம் மட்டும் வெளிவந்து கொண்டிருக்கிறது. ம.க.இ.க. இப்போது தமிழகமறிந்த ஒரு சிறு இயக்கமாகக் காட்சியளிக்கிறது. எங்களுக்கு வகுப் பெடுத்த கண்ணனை அதன்பிறகு நான் இன்று வரை சந்திக்கவே இல்லை.

நானொரு குட்டி பூர்ஷ்வா. அதனால்தான் ம.க.இ.கவில் சேரவில்லை என்று நினைக்கிறேன்.

- ஆழம், ஜூலை - 2012

சில அந்தக் கால ஆங்கிலப் பத்திரிகைகள்

பத்திரிகைகள் புதிது புதிதாகத் தோன்றிக்கொண்டே இருக் கின்றன. நியூஸ் ஸ்டால்களில் தோரணங்களைக் கட்டித் தொங்க விடுவதுபோல் அத்தனை பத்திரிகைகளையும் தொங்க விடு கிறார்கள். இப்போது துறைகள் சார்ந்தும், தனித்தனியாகப் பத்திரிகைகள் வெளிவருகின்றன. டாக்டர்களில் பல் டாக்டர், இதயநோய் சிகிச்சை நிபுணர், காதுமூக்குதொண்டை டாக்டர், நீரிழிவு ஸ்பெஷலிஸ்ட் என்கிற மாதிரி பங்குச் சந்தைகளுக் கென்று சில, மருத்துவப் பத்திரிகைகள், பெண்கள் பத்திரி கைகள், சிறுவர் இதழ்கள், கம்ப்யூட்டர்களுக்கென்று இப்படித் துறை வாரியாக ஏராளமான பத்திரிகைகள் வெளிவருகின்றன.

ஏற்கெனவே அரசியல் பத்திரிகைகள் இருக்கவே இருக் கின்றன. புற்றீசல்போல் பல பத்திரிகைகள் தோன்றினாலும், சில தோன்றிய வேகத்திலேயே காணாமல் போய்விடுகின்றன. புதுப் பத்திரிகைகள் மட்டுமின்றிப் பல ஆண்டுகளாக வெளி வந்த பிரபலமான பத்திரிகைகள்கூட சில சமயங்களில், கால வெள்ளத்தில் எதிர் நீச்சலடிக்க முடியாமல் நிறுத்தப்பட்டு விடுகின்றன. இப்படி நிறுத்தப்பட்ட பத்திரிகைகளும் ஏராள மிருக்கும். மக்களின் மனதோடு மனதாய் கலந்து நின்ற சில ஆங்கில இதழ்கள் நினைவுக்கு வருகின்றன.

வீடுகளில் தானியங்களைப் புடைக்கப் பயன்படும் அகல மான முறத்தைப் போல் (ராயல் சைஸில்) பெரிய அளவில் வெளிவந்து கொண்டிருந்த பத்திரிகை 'லைஃப்'. பத்திரிகைத் துறையில் அமெரிக்கர்களை மிஞ்ச முடியாது. லைஃப்

பத்திரிகையும் அமெரிக்கப் பத்திரிகைதான். இப்போது இது இந்தியாவில் கிடைப்பதாகத் தெரியவில்லை. நின்றுவிட்டது என்றே கருதுகிறேன். பெரிய பெரிய புகைப்படங்கள், கட்டுரை களுடன் 'லைஃப்' வெளிவந்து கொண்டிருந்தது. அதன் அசாதா ரணமான வடிவமும், புகைப்படங்களும் அதன் தனித்துவத்தைக் காட்டின.

நின்றுபோன சில தரம் வாய்ந்த இலக்கிய இதழ் களும் நினைவுக்கு வருகின்றன. பிரிட்டனிலிருந்து 'என்கவுண் டர்' என்ற தரமான இலக்கிய இதழ் வெளிவந்து கொண்டிருந்தது. பிரிட்டீஷ் கௌன்ஸில் நூலகத்துக்குச் சென்றால் நான் தவறாது படிக்கும் பத்திரிகை அது. இப்போது நின்றுவிட்டது. சென்னைப் பல்கலைக்கழக நூலகத்திற்கு ஹங்கேரி நாட்டி லிருந்து 'ஹங்கேரியன் குவாட்டர்லி' என்ற தரமான இலக்கிய இதழ் வந்துகொண்டிருந்தது. இதைப் படிப்பதற்காகப் பல்கலைக் கழக நூலகத்திற்குச் செல்வதுண்டு. இதுவும் நிறுத்தப்பட்டு விட்டது.

நம் நாட்டிலேயே பல ஆங்கிலப் பத்திரிகைகள் நின்று விட்டன. டைம்ஸ் ஆஃப் இந்தியா குழுமத்திலிருந்து 'லைஃப்' பத்திரிகை போலவே உருவம், உள்ளடக்கத்துடன் ஒரு பத்திரிகை வெளியானது. பல லட்சம் பிரதிகள் விற்பனையான பத்திரிகை அது. 'வீக்லி' என்று வாசகர்களால் நேசத்தோடு அழைக்கப்பட்ட 'இல்லஸ்ட்ரேட்டட் வீக்லி' நின்றுபோய் பதினைந்து, இருபது ஆண்டுகளாகிவிட்டன. காவடி என்ற ஓவியரின் சித்திரங்களு டன் தி. ஜானகிராமனின் 'அம்மா வந்தாள்' நாவல்கூட ஆங்கிலத் தில் மொழிபெயர்க்கப்பட்டு வீக்லியில் வெளிவந்தது. நகுலன், அசோகமித்திரன் போன்றவர்களின் தரமான தமிழ்ச் சிறுகதை களும் 'வீக்லி'யில் வெளிவந்தன.

80களில் வீக்லிக்குக் கலை விமர்சகர் ராமன், குஷ்வந்த்சிங், அஷிஷ் நந்தி போன்றோர் ஆசிரியர்களாக இருந்தனர்.

நின்றுபோன பத்திரிகைகளில் அரசியல் பத்திரிகைகளே அதிகமிருக்கும். மதர் இந்தியா, ஸ்வராஜ்யா, பிளிட்ஸ், கரண்ட், அப்ஸர்வர், ஸண்டே, சூர்யா, ஹிம்மத் என்று பல பத்திரிகை களின் பெயர்கள் நினைவுக்கு வருகின்றன.

லைஃப், வீக்லிபோல் யானைக்காது போல் அகலமான வடிவில் வெளிவந்த மாத இதழ் 'மதர் இந்தியா'. ஆசிரியர்

பாபுராவ் பட்டேல். பாபுராவ் பட்டேலின் சினிமா விமர்சனப் பகுதியும், கேள்வி-பதில் பகுதியும் வாசகர்கள் மத்தியில் பெரும் வரவேற்பைப் பெற்றிருந்தன. அவர் மருத்துவமும் பார்த்து வந்தார். அவரே தயாரித்த மாத்திரைகளைப் பற்றிய விளம் பரங்கள் மதர் இந்தியாவில் இடம்பெற்றன. தமிழகத்தில் மறைந்த கல்கண்டு பத்திரிகையின் ஆசிரியரான தமிழ்வாண னும் சில மருந்துகள் தயார் செய்து விற்பனை செய்தது நினை விருக்கிறது. மதர் இந்தியாவும் இப்போது இல்லை.

ஐம்பதுகளிலும் அறுபதுகளிலும் மிகப் பிரபலமாக இருந்த அரசியல் பத்திரிகை 'பிளிட்ஸ்'. இதுவும் பம்பாய் பத்திரிகையே, ஆசிரியர்: ஆர்.கே. கராஞ்சியா, டேபுளாய்ட் சைஸ் பத்திரிகை. வார இதழாக வெளிவந்த பிளிட்ஸில், அந்நாளில் பிரபலமாக இருந்த எழுத்தாளர் கே.ஏ. அப்பாஸ், கடைசிப் பக்கத்தில் வாரந் தோறும் எழுதி வந்தார். அறுபது, அறுபத்து ஒன்றில் இதன் விலை நாலணா. அதாவது 25 பைசா. அரசியல், சினிமா பகுதி களைத் தவிர கொலை வழக்குகளைப் பற்றிய செய்திகளும் அதில் விரிவாக இடம் பெற்றன. அக்காலத்தில் புகழ்பெற்ற 'நானாவதி கொலை' வழக்கின் விசாரணைகள் வாரந்தோறும் பிளிட்ஸில் இடம் பெற்றன.

கராஞ்சியா, நேருவின் பத்திரிகையுலக சகாக்களில் ஒருவர். இதுவும் நின்று பல காலமாயிற்று. பிளிட்ஸுக்குப் போட்டியாக, அதேபோல் டேபுளாய்ட் சைஸில் பம்பாயிலிருந்து 'கரண்ட்' என்ற பத்திரிகை வெளிவந்தது. ஆசிரியர்: கராக்கா என்று நினைவு. இதுவும் பரபரப்பான பாணியில் அரசியல், க்ரைம், செய்திகளை வெளியிட்டது. 80களில் 'கரண்ட்' இதழைக் காங் கிரஸார் வாங்கி, காங்கிரஸ் பத்திரிகையாகவே மாற்றி நடத் தினர். சிறிது காலத்தில் பிளிட்ஸைப் போலவே கரண்டும் காணாமல் போயிற்று.

இந்நாளைய 'தி வீக்' பத்திரிகை அளவில் கல்கத்தாவின் ஆனந்த பஜார் பத்திரிகா நிறுவனம், 'ஸண்டே' என்ற அரசியல் இதழை நடத்தியது. 'பிளிட்ஸ்', 'கரண்ட்' போல் பரபரப்பான ஆங்கில நடையை 'ஸண்டே' மேற்கொள்ளவில்லை. ஓரளவு கண்ணியமான, அதே சமயம் புதுமையான முறையிலும் எழுத முயன்றது 'ஸண்டே'. அப்போது 'இந்தியா டுடே' ஆரம்பிக்கப் படவில்லை. 'ஸண்டே' வெளியான பிறகு, 'ஸண்டே' போலவே

புதுதில்லியிலிருந்து வெளிவந்து கொண்டிருந்த 'ஆன்லுக்கர்' பத்திரிகையின் விற்பனை பாதிப்புக்குள்ளாயிற்று. ஒரு கட்டத்தில் 'ஆன்லுக்கர்' நின்றே போயிற்று.

ஸண்டேயின் விற்பனை, 1977இல் ஜனதா அரசு பதவியிலிருந்தபோது உச்சத்தில் இருந்தது. நினைவிலிருக்கும் ஸண்டேயின் ஆசிரியர்களில் ஒருவர் எம்.ஜே. அக்பர் (இன்றைய டெக்கான் கிரானிக்கல் தினசரியின் ஆசிரியர்). இன்னொருவர் அஜித் பட்டாச்சார்யா. இவர் தற்போது பத்திரிகை ஆசிரியர்கள் சங்கத்தின் தலைவராக இருக்கிறார். ஸண்டேயும் நின்று விட்டது. இத்தனைக்கும் அதற்குப் பெரிய நிறுவனத்தின் பின் பலம் இருந்தது.

மறைந்த பிரதமர் இந்திரா காந்திக்கும் அவரது இரண்டாவது மருமகளான மேனகா காந்திக்கும் இடையே நடந்த பனிப்போரில், மேனகா காந்தி, இந்திரா காந்தியின் குடும்பத்தை விட்டு வெளியேறி தன் பெற்றோருடன் வசிக்க ஆரம்பித்தார். அவரது தகப்பனார், ஏதோ ஓரளவில் போய்க்கொண்டிருந்த, 'சூர்யா' என்ற பத்திரிகையை நடத்தி வந்தார். மேனகா காந்தி திருமதி காந்தியைவிட்டு விலகி வெளிவந்த செய்தி பரபரப்பாயிற்று. மேனகா 'சூர்யா'வின் ஆசிரியரானார். சிறிது காலம் சென்ற பின், பாரதீய ஜனதா கட்சியின் ஆதரவுப் பத்திரிகையாக வெளிவந்து 'சூர்யா' நின்றுவிட்டது.

50களில் வெளிவந்த குறிப்பிடத்தக்க பத்திரிகை 'சங்கர்ஸ் வீக்லி'. நேருஜியின் அபிமானத்திற்குரிய கார்ட்டூனிஸ்ட் ஆன சங்கர் தனது பெயரிலேயே நடத்திய கார்ட்டூன் பத்திரிகை. அக்காலத்தில் முழுக்க முழுக்கக் கார்ட்டூன்களைக் கொண்டு வெளிவந்த பத்திரிகையை வியாபாரரீதியாக நடத்திப் பார்க்க ஒரு துணிச்சல் வேண்டும். இத்துணிச்சல் சங்கரிடம் இருந்திருக்கிறது.

'ஸ்வராஜ்யா' என்ற பத்திரிகை ராஜாஜியின் அபிப்பிராயங்களைத் தாங்கி வெளிவந்தது. கடைசியாகக் கல்கி, நிறுவனத்திலிருந்து வெளியாகிக் கொண்டிருந்தது. 'ஸ்வராஜ்யா'வும் இப்போது இல்லை.

பெங்களூரிலிருந்து வெளிவரும் டெக்கான் ஹெரால்ட் தினசரி நிறுவனம் 'டெக்கான் ஹெரால்ட்' என்றே ஒரு வார

இதழைத் தொடங்கியது. சில மாதங்களிலேயே நிறுத்தப் பட்டுவிட்டது. பத்திரிகையும் சரியாக இல்லை.

அவசர நிலை அமலில் இருந்த காலத்தில் அறிவு ஜீவிகள் பலராலும் விரும்பப்பட்ட பத்திரிகை 'ஹிம்மத்'. ஆசிரியர்: ராஜாஜியின் பேரனான ராஜ்மோகன் காந்தி. இதுவும் நின்று வெகுகாலமாகி விட்டது.

அறிவு ஜீவிகளிலேயே 'எலைட்' என்று கருதப்பட்ட, மேல் தட்டு அறிவு ஜீவிகளிடையே பிரபலமாக இருந்த ஒரு அரசியல், பொருளாதாரப் பத்திரிகை 'செமினார்'. இதன் ஆசிரியர் பிரபல சரித்திர ஆசிரியரான ரொமீலா தொப்பாரின் கணவர் ரமேஷ் தொப்பார். இவரும் காலமாகிவிட்டார். பத்திரிகையும் இவர் காலமாகும் முன்பே நின்றுவிட்டது.

சார்லஸ் டிக்கன்ஸின் பிரபலமான நாவல் 'பிக்விக் பேப்பர்'. தரமான நகைச்சுவை நாவலான இது, துக்ளக் ஆசிரியர் சோவுக்குப் பிடித்தமாயிருந்தது ஆச்சரியமல்ல. சோவே சென்னையிலிருந்து 'பிக்விக்' என்ற ஆங்கிலப் பத்திரிகையை நடத்தினார் என்பது இன்றைய தலைமுறையினருக்குப் புதிய செய்தியாக இருக்கக்கூடும்.

பழைய கேரவான் இதழுக்கும் இன்று வெளிவரும் கேரவான் இதழுக்கும் சிறு வித்தியாசங்கள் இருக்கின்றன. அன்றைய கேரவான் நிறுவனம் சிறுகதைகளுக்காகவே 'மிரர்' என்ற பத்திரிகையை நடத்தியது. க.நா.சு.வின் இலக்கியக் கட்டுரைகள் சில பிற்காலத்திய மிரரில் வெளியாகின. நின்று போன பத்திரிகைகளில் மிரரும் ஒன்று. என் நினைவுக்கு வராத இன்னும் சில குறிப்பிடத்தக்க வார, மாத ஆங்கில இதழ்களும் இருக்கலாம்.

- அமுத சுரபி

சினிமாவும் நானும்

நான் பார்த்த முதல் திரைப்படம் ஜெமினியின் ‘சம்சாரம்’. திருநெல்வேலி ஜங்ஷனில் பாலஸ் டி. வேல்ஸ் என்ற தியேட்டர் ரயில்வே லயனை ஒட்டி இருந்தது. அந்தத் தியேட்டரில்தான் சம்சாரம் படத்தை என் அப்பாவைப் பெற்ற அம்மாவுடன் (ஆச்சி) பார்த்தேன். சிறு வயதில் பார்த்த பல படங்கள் இன்றும் ஞாபகத்திலிருக்கின்றன. ஜெனோவா, குணசுந்தரி, ஜனக் ஜனக் பாயல்பாஜே.

என் ஆரம்பக் கல்வி திருநெல்வேலி டவுனில்தான் நடந்தது. உயர்நிலைப் பள்ளிப் படிப்பு திருநெல்வேலியை அடுத்த பாளையங்கோட்டையில். பாளையங்கோட்டையில் இருந்த போதுதான் ஆங்கிலப் படங்களைப் பார்க்கும் பழக்கம் ஏற்பட்டது. 61, 62-லேயே ஆல்ஃபிரெட் ஹிட்ச்காக்கின் ஸைக்கோ, ரியர் விண்டோ போன்ற படங்களைப் பார்க்க முடிந்தது. அப்போது பார்வதி டாக்கீஸில் ஏராளமான ஆங்கிலப் படங்கள் திரையிடப்பட்டன. கான் வித் த விண்ட், சவுண்ட் ஆஃப் மியூஸிக், பென்ஹர், டென் கமான்மெண்ட்ஸ், ஹன்ச் பேக் ஆஃப் நாட்டர் டேம், ஜெர்ரி லூயிஸின் பல அற்புதமான நகைச்சுவைப் படங்களை எல்லாம் பார்வதி டாக்கீஸில்தான் பார்த்தேன்.

தமிழ்ப் படங்களைப் பொறுத்தவரை நான் ஸ்ரீதருடைய ரசிகன், கே. பாலசந்தர் வந்தபிறகு அந்த ரசனை அவர் பக்கம் திரும்பிற்று. கிருஷ்ணன் பஞ்சு, பீம்சிங், ஏ.நாகராஜன் போன்ற பிற இயக்குனர்களின் திரைப்படங்களையும் பார்த்திருக்கிறேன்.

என்றாலும் ஸ்ரீதரும், பாலசந்தரும் என் மனதுக்கு நெருக்க மானவர்கள்.

59, 60இல் எங்கள் குடும்பம் திருநெல்வேலி திருச்செந்தூர் சாலையிலுள்ள கருங்குளம் என்ற சிற்றூரில் வாழ நேர்ந்தது. அங்கு ஒரு டூரிங் டாக்கீஸ் இருந்தது. அந்த டூரிங் டாக்கீஸின் மேனேஜர் அப்பாவின் ஸ்நேகிதர். அதனால் அடிக்கடி அந்த டாக்கீஸுக்குப் படம் பார்க்கச் செல்வேன்.

73இல் சென்னைக்கு வந்தபிறகு 'பிரக்ஞை' என்ற சிற்றிதழின் நண்பர்களுடன் பழக்கம் ஏற்பட்டது. 'பிலிம் சொஸைட்டி' என்ற விஷயமே சென்னைக்கு வந்த பிறகுதான் தெரியும். அலியான்ஸ் பிரான்சைஸ், அமெரிக்கன் சென்டர், ரஷ்யன் கல்சுரல் சென்டர், பிலிம் சேம்பர் என்று, பிறநாட்டுப் படங்களைத் தேடித் தேடிப் பார்த்தேன். அகிரா குரோசவா, பெர்க்மன், ட்ரூபோ, கொடார்ட், பாஸ்பைண்டர் என்று உலகத்தின் தலைசிறந்த இயக்குனர்களின் படங்களைப் பார்க்க முடிந்தது. சத்யஜித்ராயின் பதேர் பாஞ்சாலியை ஏழெட்டுத் தடவை பார்த்திருக்கிறேன். பை ஸைக்கிள் தீவ்ஸ், ட்ரூபோவின் *The 400 Blows* போன்ற பல படங்களை மூன்று நான்கு முறை பார்த்திருக்கிறேன்.

1976, மார்ச் வாக்கில் இயக்குனர் ஜெயபாரதியும் நானும் கௌடியாமடம் சாலையில் இருந்த, ஒரு பிரிவியூ தியேட்டரில் பி.வி.கரந்தின் 'சோமனதுடி' பார்க்கச் சென்றோம். அங்கே வந்திருந்த ருத்ரையாவை ஜெயபாரதி எனக்கு அறிமுகப்படுத்தி வைத்தார். ருத்ரையா அப்போது சென்னை பிலிம் இன்ஸ்டிட்டியுட்டில் படித்துக் கொண்டிருந்தார்.

ருத்ரையாவின் அறை லாயிட்ஸ் காலனியில் இருந்தது. அவரது அறையில் பிரபல பிரெஞ்சு சினிமா விமர்சகரும், பிரெஞ்சு 'நியுவேவ்' இயக்கத்தின் பிதாமகருமான ஆந்த்ரே பஸினின் புத்தகங்கள் இருந்தன. ஜேம்ஸ்மொனாகா என்ற சினிமா விமர்சகரின் சினிமா பற்றிய நூல்கள், பெர்க்மன் பட ஸ்கிரிப்ட்கள் என்று ஏராளமான சினிமா நூல்கள் இருந்தன. ஒரு வெறியுடன் எல்லாவற்றையும் படித்தேன்.

பிலிம் சொஸைட்டி படங்கள், திரைப்படம் சம்பந்தப்பட்ட நூல்கள் இவை எல்லாம் சேர்ந்து என் திரைப்பட ரசனையையே

மாற்றிவிட்டன. 1976இல் 'துக்ளக்' பத்திரிகையில் பணியில் சேர்ந்தேன். சினிமா விமர்சனம் எழுத வேண்டிய பொறுப்பு எனக்கு வந்தது. மூன்று பேர் சேர்ந்து ஒரு படத்தைப் பார்ப்போம். அவர்களுடைய கருத்துகளையும் சேர்த்து கேலி, கிண்டல் கலந்து பல திரைப்படங்களுக்கு விமர்சனம் எழுதினேன்.

16 வயதினிலே, உதிரிப்பூக்கள், சில நேரங்களில் சில மனிதர்கள் போன்ற படங்களை துக்ளக் விமர்சனக்குழு பாராட்டவும் செய்தது. போகப் போகத் தமிழ் சினிமாவின் தரம் குறைந்துவிட்டதால், துக்ளக்கில் சினிமா விமர்சனப் பகுதி நிறுத்தப்பட்டது. பிற பத்திரிகைகளைப் போல் இல்லாமல், துக்ளக்கின் சினிமா விமர்சனம், சம்பந்தப்பட்ட இயக்குனர்களுக்கும் அனுப்பி வைக்கப்பட்டு, அவர்களது பதிலும் பிரசுரிக்கப்பட்டது. இதைப் பிற்காலத்தில் இயக்குனர்கள் சரியாகப் பயன்படுத்திக்கொள்ள முன்வரவில்லை.

வயதாக ஆக சினிமா பார்ப்பதற்காகத் தியேட்டருக்குச் செல்வது குறைந்துவிட்டது. என்றாலும், இப்போது தொலைக் காட்சியில் அந்தக் காலப் படங்களைப் பார்க்கத்தான் செய்கிறேன். சுமார் 2000 படங்களாவது பார்த்திருப்பேன். கமர்ஷியல் சினிமா படங்களைப் பொறுத்தவரை எம்.ஜி.ஆர். நடித்த அந்தக் கால ஆக்ஷன் படங்களைத்தான் இன்றும் ரஜினி, விஜய், அஜித் போன்ற நடிகர்களின் படங்களிலும் பின்பற்றுகிறார்கள். 'காதல்' என்பது அன்றும் இன்றும் இந்திய திரைப்படத்தின் அடிப்படையாக இருந்து வருகிறது. காதல் காட்சிகள், சண்டைக் காட்சிகள், நாலு காமெடி ஸீன்கள், இதுதான் இந்திய சினிமா.

கதாநாயகர்கள் காதலித்துக் கொண்டும், வில்லன்களுடன் மோதிக் கொண்டுமிருக்கிறார்கள். பி.யூ.சின்னப்பா காலத்திலிருந்து இந்த அடிப்படை கதையமைப்பைவிட்டு தமிழ் சினிமா நகரவில்லை. பிற இந்திய மொழிகளிலும் இதே ஃபார்முலாதான் பின்பற்றப்பட்டு வருகிறது. எனவே, இந்திய சினிமா என்பது மசாலா கதைதான்.

பிற உலக மொழிப் படங்களில் குறிப்பாக ஆங்கிலத் திரைப்படங்களில்கூட முன்பெல்லாம் ஆக்ஷன், த்ரில்லர், சோஷியல், காமெடி என்று தனித்தனிக் கதையமைப்புகளைக் கொண்ட படங்கள் வெளிவந்தன. இப்போது ஆங்கிலப் படங்களிலும் இந்த மசாலாத்தனம் வந்துவிட்டது.

பிறமொழிப் படங்களில் இல்லாத ஒரு தனி அம்சம் இந்திய சினிமாவில் உள்ளது. பாடல்கள் இந்திய சினிமாவில் மட்டும்தான் உண்டு. காதலித்தால் பாட்டு, துயரப்பட்டால் பாட்டு, டப்பாங்குத்துப் பாட்டு என்று இந்திய சினிமாவில் பாட்டுகள் ஏராளமாக இடம் பெறுகின்றன. சராசரி இந்திய சினிமாவில் பாட்டு இல்லாத திரைப்படத்தைக் கற்பனை கூடச் செய்து பார்க்க முடியாது. 'மெல்லிசை' என்ற தனியான இசைத் துறையே சினிமா பாடல்களால் ஏற்பட்டுவிட்டது. ஆயிரக்கணக்கான செவிக்கினிய ஹிந்தி, தமிழ், மலையாளப் பாடல்கள் மனதைத் தொடத்தான் செய்கின்றன.

ஏராளமான திரைப்படங்களை நான் பார்த்திருந்தாலும், திரைப்படத் துறையில் ஈடுபட வேண்டும் என்ற எண்ணம் என்றுமே எனக்கு ஏற்பட்டதில்லை. நண்பர் ருத்ரையாவின் 'அவள் அப்படித்தான்' சினிமாவுக்கு வசனம் எழுதியது தற்செயலாக நடந்தது. சில காட்சிகளுக்கு என்னையும் வசனம் எழுதச் சொன்னார். பணத் தேவைக்காகச் சில இயக்குனர்களிடம் பணியில் சேர முயற்சித்ததுண்டு. ஆனால், நல்ல காலமாக அந்த முயற்சிகள் கைகூடவில்லை.

கமர்ஷியல் படங்கள் ஜனங்களுக்கு சந்தோஷத்தைத் தருகிற மாதிரி, கலைப்படங்கள் என்று கூறப்படுகிற திரைப்படங்களும் சிலருக்குச் சந்தோஷத்தைத் தருகின்றன. கமர்ஷியல் படங்களுக்கென்று ஒரு பாணி, ஃபார்முலா இருப்பதுபோல் கலைப் படங்களும் ஒரு ஃபார்முலா வசப்பட்டவையே. வேண்டுமானால், அவற்றை வித்தியாசமாக எடுக்கப்பட்ட, இயக்கப்பட்ட படங்கள் என்று கூறலாம். கதையை விவரிக்கும் பாணியை வைத்து கமர்ஷியல், கலை என்று பிரிப்பது இங்கே ஊறிப்போன வழக்கமாக உள்ளது. இது அபத்தமானது.

ஒரு தேர்ந்த சினிமா ரசிகனால், சத்யஜித் ராயையும் ரசிக்க முடியும், அந்தக் கால சாந்தாராம் படங்களையும் ரசிக்க முடியும். ஒவ்வொருவரும் ஒவ்வொருவிதமாக விவரிக்கின்றனர். ரசிக்கவே முடியாத எழுத்து இருக்கிற மாதிரி, ரசிக்கவே முடியாத படுகுப்பையான திரைப்படங்களும் உள்ளன.

கமர்ஷியல் என்ற பேரில் அடிதடி, டப்பாங்குத்துப் பாட்டு, காதல் காட்சிகள் என்ற அபத்தமும் தேவையில்லை. யதார்த்தம்,

கலை என்ற பேரில், நடந்து செல்வதையே ஐந்து நிமிடத்துக்குக் காட்டிக்கொண்டிருக்கவும் வேண்டாம். மிடில் சினிமா என்ற ஒன்றிருக்கிறது. பாஸு சாட்டர்ஜியின் 'ரஜினிகந்தா' போன்ற திரைப்படங்கள் அதிக அளவில் வெளிவர வேண்டும். இவை ரசனையை வளர்க்க உதவும்.

வெகுஜன பத்திரிகைகளில் வருகிற சினிமா விமர் சனங்களோ, அல்லது சிற்றிதழ்களில் சினிமா பற்றிய புரிதலே இல்லாமல் எழுதப்படும் மேனாமினுக்கி விமர்சனங்களே சினிமா ரசனை மேம்பட உதவாது. சினிமா என்றில்லை சங்கீதம், எழுத்து, ஓவியம், நாடகம் என்று எந்த கலைத் துறையாக இருந்தாலும் திரும்பத் திரும்பக் கேட்பது, பார்ப்பது, படிப்பது இவற்றின் மூலம்தான் ரசனை வளரும். தேர்ந்த சினிமா ரசிகனாக வேண்டுமானால் நிறையத் திரைப்படங் களைப் பார்ப்பது ஒன்றுதான் வழி.

■

பாடிப் பறந்த குயில்கள்...

சுதந்திரத்துக்கு முன்னால் தமிழ் சினிமாவுக்குப் பின்னணிப் பாடகர்கள் அவ்வளவாகத் தேவைப்பட்டதில்லை. அப்போது நடித்துவந்த நடிகர்களில் பெரும்பாலோர் சுயமாகவே பாடத் தெரிந்தவர்கள். குரல் வளமிக்கவர்கள். சங்கீதப் பயிற்சி பெற்றவர்கள். அவர்கள் 'நடிகர்கள்' என்பதைவிட 'பாடகர்கள்' என்பதே உண்மை. ஒரு திரைப்படத்தில் இருபதுக்கும் மேற்பட்ட பாடல்கள் இருப்பது சர்வசாதாரணம்.

எம்.கே. தியாகராஜ பாகவதர், பி.யூ. சின்னப்பா போன்ற அந்நாளைய பிரபலமான நடிகர்கள், அவர்கள் பாடிய அருமையான பாடல்களுக்காகவே இன்றும் நினைவுகூரப்படுகின்றனர். அபூர்வமான நகைச்சுவை நடிகரான என்.எஸ்.கிருஷ்ணன் கூட சொந்தக் குரலில் பாடும் திறமை பெற்றவர். சொந்தக் குரலில் பாடி நடிக்கும் இந்தப் பாரம்பரியம் கே. ஆர். ராமசாமி, டி. ஆர். மகாலிங்கம், ஜே.பி. சந்திரபாபு போன்ற அடுத்த தலைமுறை வரையிலும் தொடர்ந்தது.

நடிகர்களைப் போலவே யு.ஆர்.ஜீவரத்தினம், எம்.எஸ். சுப்புலட்சுமி, கே.பி. சுந்தராம்பாள். பி. பானுமதி, எஸ். வரலட்சுமி போன்ற நடிகைகளும் பின்னணிக் குரல் தேவைப்படாதவர்களே.

இதற்குக் காரணம் தமிழ் சினிமாவானது, தன் தொடக்கக் காலத்தில், அப்பட்டமான, அந்நாளைய இசை நாடக மேடையின் தொடர்ச்சியாகவே செயல்பட்டது. நாடக மேடைகளில்

செல்வாக்குப் பெற்றிருந்த புராண-இதிகாசக் கதைகளே திரைப் படங்களாக்கப்பட்டன. அக்காலத்திய நாடக மேடை நடிகர்களான கிட்டப்பா போன்றோர் ஏழு எட்டுக் கட்டைகளில் பாடக் கூடியவர்கள். இந்த நாடக மேடை ரசிகர்களே திரைப் படங்களுக்கும் ரசிகர்களாக இருந்தனர். அதனால் ஆரம்ப காலத் தமிழ்ப் படங்கள் நாடக மேடையை அப்படியே பிரதிபலிக்க வேண்டியதாயிற்று.

இந்தப் போக்கு சுதந்திரத்துக்குப் பிந்தைய காலகட்டத்தில் மங்கத் தொடங்கியது. புராணப் படங்களுக்கு இருந்து வந்த மவுசு குறையத் தொடங்கியது. 'சம்சாரம்', 'பராசக்தி' போன்ற சமூகக் கதைகள் பிரமாதமான வெற்றியைப் பெற்றன. கதைத் தேர்வில் நிகழ்ந்த இந்த மாற்றம் திரையுலகில் சில நல்ல விளைவுகளையும் ஏற்படுத்தியது. நினைத்தபோதெல்லாம் பாடிய கதாநாயகர்களும் கதாநாயகியரும், சற்று யதார்த்தமாக, கதைச் சூழலுக்கு ஏற்ப பொருத்தமாகப் பாடவேண்டியதாயிற்று. சமூகக் கதைகளின் வருகையையொட்டி இன்னொரு மாற்றமும் நிகழ்ந்தது. 'பின்னணிப் பாடகர்கள்' என்ற கலைஞர்களின் தேவை அதிகரித்தது. இதனால் பல அபூர்வமான பின்னணிப் பாடகர்கள் தமிழ்த் திரையுலகிற்குக் கிடைத்தார்கள்.

சிவாஜி கணேசனின் முதல் படமான 'பராசக்தி'யில் அவர் பாடிய 'கா கா கா...' என்ற பாட்டுக்குப் பின்னணிக் குரல் கொடுத்தவர் சி.எஸ்.ஜெயராமன் என்று அழைக்கப்படும் சிதம்பரம் எஸ்.ஜெயராமன். 60களில் வெளிவந்த 'தெய்வப் பிறவி' வரையிலும்கூட இவர் சிவாஜி கணேசனுக்காகப் பின்னணிப் பாடியுள்ளார்.

மதுரைக்காரரான டி.எம்.சௌந்தரராஜனுக்கு மிக இனிமையான குரல். இவரது குரல் தமிழ்த் திரையுலகின் இரு பெரும் கதாநாயர்களாகத் திகழ்ந்த எம்.ஜி.ராமச்சந்திரன், சிவாஜி கணேசன் ஆகிய இரு நடிகர்களுக்கும் பொருந்தியிருந்தது. தெளிவான தமிழ் உச்சரிப்பும், பிசிறற்ற குரல் வளமும் இவரது தனித்துவம். இவர் பாடிய நூற்றுக்கணக்கான பாடல்கள் பட்டணம் முதல் பட்டிதொட்டிகள் வரை ரசிக்கப்படுகின்றன.

ஒரு காலத்தில் என்.டி.ராமாராவ், ஏ.நாகேஸ்வர ராவ் போன்ற பிரபலமான தெலுங்குப்பட கதாநாயகர்களும்

தமிழகத்தில் பிரபலமாக இருந்தனர். இவர்களது தெலுங்குச் சாயலுடன் கூடிய தமிழ் உச்சரிப்புக்கும், குரலுக்கும் ஏற்ப ஒரு பின்னணிப் பாடகரின் குரல், உச்சரிப்பு எல்லாம் அப்படியே பொருந்தியிருந்தது. அவர் ஒரு இசையமைப்பாளரும்கூட. அவர்தான் 'ராஜசேகரா...' 'உலகே மாயம்...' போன்ற இனிமை சொட்டும் பாடல்களைப் பாடிய கண்டசாலா.

சிவாஜி கணேசன், எம்.ஜி.ராமச்சந்திரன் போன்றோரை அடுத்து, பிரபலமான இன்னொரு நடிகரை 'காதல் மன்னன்' என்று அழைத்தார்கள். ஜெமினி கணேசனின் நடிப்பைப் போலவே அவரது குரலும் மிருதுவானது. நளினமானது. இதே மென்மையான குரலுடன் ஒரு பின்னணிப் பாடகர் தமிழ்த் திரையுலகிற்கு அறிமுகமானார். அவர்தான் தன் மதுர மான குரலினால் லட்சக்கணக்கான ரசிகர்களைக் கிறங்க வைத்த ஏ.எம்.ராஜா. நிலவின் குளுமையையும் தென்றலின் இதத்தையும் கொண்ட இவரது குரல்தான் 'பிருந்தாவனமும் நந்த குமாரனும்', 'அதிமதுரா அனுராதா...' போன்ற மறக்க முடியாத எண்ணற்ற பாடல்களைப் பாடியது.

இவரும் கண்டசாலாவைப் போல நல்ல இசையமைப் பாளரும்கூட. இவர் ஒரு சில படங்களில் எம்.ஜி.ஆருக்குக் கூட பின்னணிப் பாடியிருக்கிறார். அலிபாபாவும் நாற்பது திருடர்களும் படத்தில் 'மாசிலா உண்மைக் காதலே...' என்று பானுமதியுடன் பின்னணிப் பாடியது இவர்தான்.

நகைச்சுவை நடிகர்களுக்கென்று பாடவே ஒரு பின் னணிக் குரல். அந்தக் குரல் பாடலின் நகைச்சுவை ததும்பும் வரிகளோடும், சம்பந்தப்பட்ட நடிகர்களின் குரலோடும் வெகு இசைவாகப் பொருந்தியிருந்தது. 'பட்டணந்தான் போகலாமடி பொம்பளே, பணங்காசு தேடலாமடி...' என்று பாடிய எஸ்.சி.கிருஷ்ணன்தான் அந்தக் குரலுக்குரியவர்.

இன்னொரு குரல் மழலையின் குரலை அப்படியே கொண்டிருந்தது. அந்த அபூர்வமான குரல் 'சின்னப் பாப்பா எங்க செல்லப் பாப்பா, சொன்ன பேச்சைக் கேட்டாத்தான் நல்ல பாப்பா...' 'குழந்தையும் தெய்வமும் குணத்தால் ஒன்று...' என்றெல்லாம் காலத்தால் அழியாத பாடல்களைப் பாடியது. அவர்தான் எம்.எஸ்.ராஜேஸ்வரி.

'வானமீதில் நீந்தி ஓடும் வெண்ணிலாவே...' கவிஞர் சுரதாவின் 'அமுதும் தேனும் எதற்கு?' முதலான பாடல்களைப் பாடிய அந்தக் குரலைத்தான் மறக்க முடியுமா? சி.எஸ். ஜெய ராமனைப் போலவே சீர்காழி எஸ்.கோவிந்தராஜனும் சாஸ்திரீய சங்கீதத்தில் தேர்ச்சி பெற்றவர். மேடைக் கச்சேரிகளில் முழுக்க முழுக்க கர்நாடக சங்கீதமும் பாடக்கூடியவர். தெளிவான உச்சரிப்பும், கோவில் மணியோசையைப் போன்ற கம்பீரமான குரலும் சீர்காழியுடையது.

'வாராய்... நீ வாராய்...' 'புருஷன் வீட்டில் வாழப்போகும் பெண்ணே...' போன்ற புகழ்பெற்ற பாடல்களைப் பாடிய திருச்சி எஸ்.லோகனாதன், எண்ணிக்கையில் குறைவான பாடல் களைப் பாடியிருந்தாலும், முன்மாதிரி சொல்ல முடியாத குரல் இவருடையது.

ஆனால், ஏ.எம்.ராஜாவின் குரலை நினைவுபடுத்தும் குரல் கள் நிறைய உண்டு. சபாஷ் மீனா படத்தில் 'காணா இன்பம் கனிந்ததேனோ' என்ற பாடலைப் பாடிய டி.ஏ.மோதி, 'செல்வம்' படத்தில் 'உனக்காக வா' என்ற பாடலைப் பாடிய தாராபுரம் சுந்தர்ராஜன், பொன்னுசாமி, 'எங்கிருந்தாலும் வாழ்க' போன்ற மறக்க முடியாத பாடல்களைப் பாடிய ஏ.எல்.ராகவன் போன்றோரின் குரல்களில் கண்டசாலா, அல்லது ஏ.எம். ராஜா வின் சாயல் இருக்கும். இந்தப் பின்னணிக் குரல்கள் இளமை யைப் பிரதிநிதித்துவப்படுத்தியவை.

காதல், காதலின் விரக்தி, வாழ்வின் துயரம் இவற்றை இக் குரல்கள் உணர்ச்சியோடு வெளிப்படுத்தின. இந்த இளமைக் குரல்களோடு எஸ்.பி. பாலசுப்பிரமணியம், ஜேசுதாஸ் போன்ற வர்களையும் சேர்த்துக் கொள்ளலாம். துளி வித்தியாசத்தைத் தவிர மற்றபடி ஏ.எம்.ராஜாதான் பாடுகிறாரோ என்று நினைக்க வைக்கும் குரல் பி.பி. ஸ்ரீனிவாஸின் குரல். பி.பி.எஸ். பெரும் பாலும் ஜெமினி கணேசன், முத்துராமன் ஆகியோருக்காக எண் ணற்ற பாடல்கள் பாடியவர். எஸ்.எஸ்.ராஜேந்திரன், பாலாஜி, ஆனந்தன் போன்ற நடிகர்களுக்கும் பின்னணிப் பாடியிருக்கிறார் பி.பி.ஸ்ரீனிவாஸ்.

மூன்று தலைமுறைப் பின்னணிப் பாடகர்களோடு ஒரு பின்னணிப் பாடகி பாடிவருகிறார். இவ்வளவு காலம் பாடியும்

இந்தக் குரலின் இனிமை காலத்தால் அழியாத அமரத்துவத்தைக் கொண்டிருக்கிறது. இப்பெருமைக்குரியவர் பி.சுசீலா.

'பாதாள பைரவி' படத்தில் கண்டசாலாவுடன் 'அமைதி யில்லாத என் மனமே...' என்ற பாடலைத் தன் தீங்குரலால் பாடியது பி.லீலாதான். ஒரு காலத்தில் லீலா நிறையப் பாடல்கள் பாடினார். இன்றும் தன் குரலினிமையினால் ரசிகர்களின் நெஞ் சில் நீங்காது நிலைத்திருக்கிறார்.

ரசிகர்களின் நெஞ்சைவிட்டு நீங்காத, இன்னொரு அமானுஷ்யமான குரல் எஸ்.ஜானகியுடையது. 'போலீஸ்காரன் மகள்' படத்தில் பி.பி.ஸ்ரீனிவாஸுடன் 'இந்த மன்றத்தில் ஓடிவரும்...' 'பொன் என்பேன்...' போன்ற பாடல்களைப் பாடிய அந்த அறுபதுகளிலிருந்து பட்டுப் போன்ற தன் மிருதுவான குரலால் திரை இசையுலகில் ராணியாகத் திகழ் கிறார் ஜானகி.

ஏ.எம்.ராஜாவின் பெயருடன் தவிர்க்க இயலாமல் ஒரு பெயர் நினைவுக்கு வரும். அவர்தான் ஜிக்கி. தன் கணவருடனும் தனித்தும், பிற பாடகர்களுடனும் பல அருமையான பாடல்களைப் பாடியுள்ளார் ஜிக்கி. ஏ.பி.கோமளா, ரத்ன மாலா, ஜமுனாராணி, பாலசரஸ்வதி, சூலமங்கலம் சகோதரி கள் போன்ற பல பின்னணிப் பாடகியரும் கேட்கக் கேட்கத் திகட்டாத பல பாடல்களைப் பாடியுள்ளனர். இந்தக் குயில் களின் கானமும், அந்த நாட்களும் நினைவில் பசுமையாக இருப்பவை.

- அமுர சுரபி

மீறும் மிகையுணர்ச்சி:
சிவாஜி ஏன் சிலிர்க்க வைக்கிறது?

எந்த ஒரு விஷயத்தையும் கூட்டியோ குறைத்தோ மதிப்பிடாமல், சரியாக மதிப்பிடுவதற்குப் பெரிய புத்திபலம் வேண்டும். லட்சத்தில் ஒருவருக்குக்கூட இது வாய்ப்பதில்லை. இதுவரை தமிழில் ஆயிரக்கணக்கான திரைப்படங்கள் வெளி வந்துள்ளன. ஆனால் ரஜினி, கமல் படங்கள் வெளிவரும் போது மட்டும் மீடியாவுக்கும், அதன் வழியே அவர்களது ரசிகர்களுக்கும், ஒரு ஜுர வேகம், பரபரப்பு, மிகப்படுத்தப் பட்ட உணர்வு பொங்கி வழிகிறது. இந்த மிகையுணர்வு எம்.கே.டி பாகவதர் - பி.யூ.சின்னப்பா பின்னர் எம்.ஜி.ஆர்.- சிவாஜிகணேசன் காலத்திலும் இருந்துள்ளது என்றாலும் ரஜினிகாந்தின் சிவாஜி பட பேனருக்கு அபிஷேகம் செய்யும் அளவுக்குப் போனதில்லை.

ஐம்பதுகளில் நேரு, காமராஜ், அண்ணா போன்ற தலைவர்கள் சுற்றுப்பயணம் செய்யும்போது, சாலையோரங் களில் காத்திருக்கும் மக்களிடம், 'மதுரையிலிருந்து கிளம்பி விட்டார். திருமங்கலத்தைத் தாண்டிவிட்டார். விருதுநகர் வந்து விட்டார்" என்று அவ்வப்போது காரிலோ ஜீப்பிலோ ஒலிபரப்பிக் கொண்டே செல்வார்கள். எழுபதுகள் வரை வாரப் பத்திரிகை களில் சினிமா விமர்சனத்தைத் தவிர, சினிமா செய்திகள் எதுவும் இடம் பெற்றதில்லை. தினசரிகளில்தான், அதுவும் வெள்ளிக் கிழமைகளில் (வெள்ளிக்கிழமைகளில்தான் புதிய படங்கள் வெளிவரும்) சினிமா பகுதிகள் இடம்பெற்றன. பிறகு வாரா

வாரம் முழுமையான சினிமா பகுதிகள் பல பக்கங்களை நிரப்பின. தொலைக்காட்சிகளிலும், படங்களின் பூஜை நிகழ்ச்சிகள் முதல் சினிமா விமர்சனம் வரை பல நிகழ்ச்சிகள் சினிமா சம்பந்தப்பட்ட நிகழ்ச்சிகளாகவே அமைகின்றன.

சமீபகாலமாக கமல், ரஜினியின் திரைப்படங்களுக்குப் பெரிய எதிர்பார்ப்புகளைத் தோற்றுவிப்பது மீடியாவின் வழக்கமாகிவிட்டது. சமீபத்தில் வெளியாகியுள்ள அவரது 'சிவாஜி' படத்துக்கு மீடியா தோற்றுவித்துள்ள 'பில்ட் அப்' மிகமிக அதிகம். பத்திரிகைகளின் மிகையான 'பாபா' படச் செய்திகளுக்கும், அதன் தோல்விக்கும் சம்பந்தமில்லை என்று கூறிவிட முடியாது.

நீண்டகாலக் காத்திருப்பு அல்லது காலதாமதம் என்பது சினிமா சம்பந்தப்பட்ட வரை மக்களிடையே பெரிய எதிர்பார்ப்புகளை இயல்பாகவே ஏற்படுத்திவிடுகிறது. இந்த எதிர்பார்ப்புகளுக்கு நெய்யூற்றி வளர்ப்பது மீடியா. 'சிவாஜி' படத்துக்கும் இந்தக் கைங்கர்யம் நடந்தது.

ஐம்பது, அறுபதுகளில் மிக நீண்டகாலத் தயாரிப்பில் இருந்து, பத்திரிகைகளினால் ஊதி ஊதிப் பெரிய எதிர்பார்ப்பை ரசிகர்களிடையே ஏற்படுத்திய திரைப்படங்கள் எம்.ஜி.ஆர் நடித்த கலையரசியும், சிவாஜிகணேசன் நடித்த செந்தாமரையும். இரண்டுமே எதிர்பார்க்கப்பட்ட அளவு வெற்றி பெறவில்லை. கலையரசியைவிடச் செந்தாமரை ஓரளவு ஓடியது.

சமீபகாலங்களில் கமல்ஹாசனின் ஹேராம், ஆளவந்தான் போன்ற திரைப்படங்களுக்குப் பத்திரிகை, தொலைக்காட்சிகளில் மிகப்பெரிய 'பில்ட்-அப்' பல மாதங்களாக நடைபெற்றது. ஆனால், அவை வெற்றி பெற்ற படங்களின் வரிசையில் சேர முடியவில்லை.

'சிவாஜி' பட பேனருக்கு அபிஷேகம் செய்யப்படுகிற காட்சியை என்.டி. டி.வி ஒளிபரப்பியது. எம்.கே. தியாகராஜ பாகவதரும், எம்.ஜி.ஆரும் ரஜினியைப்போல் பெருந்திரளான ரசிகர்களைப் பெற்றிருந்தவர்கள்தான். அவர்கள் காலத்தில் கூட இந்தளவுக்கு அபிஷேக வழிபாடுகள் எதுவும் நடைபெறவில்லை. இந்த அளவுக்கு இல்லாவிட்டாலும், டி.ராஜேந்தர் தனது சினிமா செல்வாக்கின் உச்சியில் இருந்த காலத்தில்

அவரது சினிமா படப்பெட்டியை யானை சுமந்து வந்த செய்தி படத்துடன் வெளிவந்திருந்தது.

இவற்றையெல்லாம் மீடியா ஹைப் அல்லது மாஸ் ஹிஸ்டீரியா என்று கூறலாம். ஒரு காலத்தில் காந்தி, கென்னடி, சமீபத்தில் இளவரசி டயானாவின் துர்மரணங்களின்போது உலகமே அழவில்லையா? அறிவுஜீவிகள் இவற்றையெல்லாம் ஏற்றுக்கொள்ள மாட்டார்கள். ஆனால் உலகத்தில் இப்படி யெல்லாம் நடக்கத்தான் செய்கின்றன.

மிகையுணர்ச்சி, அறிவுஜீவிகள் உள்பட எல்லோரிடமும் செயல்படுகிறது. அது துக்ககரமானது. மிகையுணர்ச்சி என்பது மனித மனத்திலிருந்து பிறந்து அது சமுதாயங்களையும், நாடு களையும் தழுவி நிற்கிறது. இந்த உணர்விற்கு ஆட்படாதவர் யாருமில்லை. மார்க்ஸ், ரஸ்ஸல், ஜே.கிருஷ்ணமூர்த்தி போன்ற பகுத்தறிவுச் சிந்தனையாளர்களின் வழிநடப்பவர்கள் கூட, அவர்களின் இறந்த தினங்களைக் கொண்டாடுகின்றனர். இவர் களின் கொள்கைகளில் எல்லாமே அடங்கியிருக்கின்றன என்று நம்புவதுகூட மிகையுணர்ச்சி மனோபாவமே.

- த சன்டே இந்தியன்

வானொலி நினைவுகள்

ஆரம்ப காலத்தில் தகவல் தொடர்பு சாதனங்களான பத்திரிகை, வானொலி இரண்டையும் இன்று தொலைக்காட்சி முந்திக் கொண்டுவிட்டது. என்றாலும், 'வானொலி கேட்கும் நேயர்கள்' என்ற வட்டம் இன்றும் இருந்து வருகிறது. குறிப்பாக, சினிமா சம்பந்தப்பட்ட நிகழ்ச்சிகள் இக்காலத்தில் வானொலியில் பிரபலமாக உள்ளன.

ஆனால், தொலைக்காட்சி வருவதற்கு முன்பு பத்திரிகைகளுக்குச் சமமாக வானொலியின் செல்வாக்கு இருந்தது. சற்று வசதியான குடும்பம் என்றால் டி.வி., ஃபிரிட்ஜ், வாஷிங்மிஷின் இவையெல்லாம் இருக்க வேண்டும் என்ற மதிப்பீடு சமூகத்தில் இன்று நிலவுகிறது. இதுபோல் அக்காலத்தில் ஸ்டேட்டஸ் சிம்பலாக வானொலி இருந்தது. இன்று எப்படியாவது டி.வி. வாங்கிவிட வேண்டும் என்று கருதுவது போல் (ஏழைகளுக்கு இலவச அரிசியுடன் டி.வி.யும் தரப்படும் என்று தேர்தலில் வாக்குறுதியே தரப்பட்டதே.) ஐம்பதுகளில் கடன் வாங்கியாவது (அன்று இலவசக் கலாசாரம் வரவில்லை!) ரேடியோ வாங்கிவிட வேண்டும் என்று நடுத்தர வர்க்கத்தினர் ஆசைப்பட்டனர்.

மர்பி, பிலிப்ஸ் ரேடியோக்கள் பிரபலமாக இருந்தன. இந்நாளைய விவித் பாரதி, எஃப்.எம் சேனல்களெல்லாம் அன்று கிடையாது. மத்திய அலை, சிற்றலை என்று இரண்டே இரண்டு அலைவரிசைகள்தான் பெரும்பாலான ரேடியோக்களில் இருக்கும். சில வசதியான வீடுகளில் ஜி.இ.சி., ஹெச்.எம்.வி.

செட்டுகள் இருக்கும். இவற்றில் பி.பி.சி. போன்ற வெளிநாட்டு ஒலிபரப்புகளையும் கேட்க முடியும்.

அதிகாலை ஐந்தரை மணிக்குத் தில்லியிலிருந்து தென் கிழக்காசிய நேயர்களுக்கான தமிழ் ஒலிபரப்பு நிகழ்ச்சி ஒன்று ஒலிபரப்பாகி வந்தது. இதே நேரத்தில் கோலாலம்பூரிலிருந்தும் தமிழ் நிகழ்ச்சிகள் ஒலிபரப்பாகும். இவற்றை அக்கால ஹெச்.எம்.வி. செட்டுகளில் கேட்க முடியும். பி.பி.சி.யிலும் தமிழ் நிகழ்ச்சிகள் உண்டு. எழுத்தாளர் சிட்டியுடன் சேர்ந்து நவீன தமிழ் இலக்கியம் பற்றி எழுதியுள்ள அமரர் சோ.சிவபாத சுந்தரம், பி.பி.சி.யின் லண்டன் நிலையத்தில் தமிழ்ப் பகுதியில் பணிபுரிந்தவர்தான்.

அன்றைய ரேடியோப் பெட்டிகளின் உள்ளே பல்பு போன்ற வால்வுகள் இருக்கும். வெகுநேரம் ரேடியோ ஒலித்துக் கொண்டிருந்தால் இந்த வால்வுகள் சூடேறிவிடும். அந்தச் சூட்டை ரேடியோவின் கேபினட் மீது கைவைத்தால் உணர முடியும். இரண்டு மணி நேரம் தொடர்ந்து இயங்கினாலே பெட்டி சூடாகிவிடும். பெரும்பாலான வீடுகளில் உடனே ரேடியோவை அணைத்துவிடுவார்கள்.

ஏழைகளும், நடுத்தர மக்களும் மத்திய அரசின் பட்ஜெட் வெளியானதும் மண்ணெண்ணெய், சமையல் எரிவாயு, பெட் ரோல் போன்ற அத்தியாவசியமான எரிபொருட்களின் விலை உயர்ந்துள்ளதா என்று கவலையுடன் தினசரிகளைப் புரட்டுவது போல், வருடா வருடம் மத்திய பட்ஜெட்டின்போது ரேடியோ லைசென்ஸ் கட்டணம் உயர்ந்திருக்கிறதா என்று பார்ப்பது அந்நாளில் வழக்கமாக இருந்தது.

புதிதாக ரேடியோ வாங்கினால் உடனே அருகிலுள்ள தபால் நிலையத்திற்குச் சென்று கட்டணம் செலுத்தி லைசென்ஸ் பெற வேண்டும். பேங்க் பாஸ் புத்தகம் போன்ற ஒரு புத்தகத் தில் தபாலாபீஸ் முத்திரையுடன், நமது பெயர், வீட்டு முகவரி, ரேடியோசெட்டின்பெயர்எல்லாம் பதிவுசெய்யப்பட்டிருக்கும். ரேடியோ கட்டணம் செலுத்தும் மாதத்தில் தபாலாபீசுகளில் மிக நீண்ட க்யூ நிற்கும்.

அறுபதுகளிலேயே 'டிரான்ஸிஸ்டர்' என்ற, கையடக்க மான, பேட்டரியில் இயங்கும் சிறு ரேடியோப் பெட்டிகள் வந்து

விட்டன. இதன் வரவையொட்டி அக்காலத்திய ‘கண்ணன்’ சிறுவர் இதழில் ‘டிரான்ஸிஸ்டர் மெக்கானிஸம்’ என்ற பகுதி இதழ்தோறும் பிரசுரமானது. எதனாலோ அப்போது டிரான்ஸிஸ்டர் பரவலாகவில்லை. பின்னர்தான் மெள்ள மெள்ளத் துணிந்து டிரான்ஸிஸ்டர்களை வாங்க ஆரம்பித்தனர்.

எல்லா வீடுகளிலும் தினசரி பத்திரிகை வாங்கும் பழக்க மில்லை. மூன்று நான்கு குடித்தனங்கள் வசிக்கும் காம்பவுண்ட் வீடுகளில் யார் வீட்டிலாவது ரேடியோ இருக்கும். தில்லி யிலிருந்து காலை ஏழே காலுக்கு ஒலிபரப்பாகும் தமிழ்ச் செய்தி அறிக்கை அந்நாட்களில் மிகப் பிரபலமானது.

சினிமா, தொலைக்காட்சிகளில் தோன்றுபவர்களுக்கு ஓரளவுக்குக் கேட்கத் தகுந்த அளவில் குரல் வளமும், காண் பவரைக் கவரும் அழகும் முக்கியம். எழுத்து, பத்திரிகைத் துறைகளில் பணிபுரிபவர்களுக்கு மொழி கைவரப்பெற்றிருக்க வேண்டும். வானொலியில் குரல் வளத்துக்குத்தான் முதலிடம். வாய்ப்பாட்டு, நாடகங்கள், செய்தி அறிக்கைகள், நிகழ்ச்சி அறிவிப்புகள், கலந்துரையாடல்கள் எல்லாமே வாய்மொழியாக நடத்தப்படுபவைதான். தனித்துவமிக்க, வளமான குரலைக் கொண்டவர்கள்தான் வானொலி நிகழ்ச்சிகளில் சோபிக்க முடியும். அந்நாட்களில் காலையிலும் இரவிலும் ஏழேகாலுக்கு புதுதில்லியிலிருந்து ஒலிபரப்பான செய்தியின்போது ஒலித்த, ‘செய்திகள் வாசிப்பது சரோஜ் நாராயணசாமி’ என்ற கனத்த குரலை அக்கால வானொலி நேயர்கள் மறந்திருக்க முடியாது. சரோஜ் நாராயணசாமி ஓய்வு பெற்றுவிட்டார். ஆனால், அவரது குரல் லட்சோபலட்சம் தமிழர்களின் நினைவுகளில் அப்படியே அழியாமலிருக்கிறது. அவரது குரல் விஜய் டி.வி.யின் செய்திகளில்கூட சிறிது காலத்துக்கு முன் பின்னணிக் குரலாக ஒலித்தது. புது தில்லியின் ஏழேகால் மணிச் செய்திகளை மறைந்த எழுத்தாளர் சு.சமுத்திரமும் வாசித்திருக்கிறார்.

இன்றும் ஓரளவு பாரபட்சமற்ற செய்திகளைத் தெரிந்து கொள்ள வேண்டுமானால், இந்த ஏழேகால் செய்தி ஒலிபரப்பு களையும், மாலை ஆறரைக்கு ஒலிபரப்பாகும் மாநிலச் செய்திகளையும்விட்டால் வேறு வழியில்லை. **1967**இல் தி.மு.கழகம் ஆட்சிக்கு வந்த பொழுது லாட்டரி சீட்டுத் திட்டம் கொண்டு வரப்பட்டது. மாதந்தோறும் குலுக்கல் நடைபெறும்.

அந்தக் குலுக்கல் நாளில் மாலை செய்தி அறிக்கையில், தேர்ந்தெடுக்கப்பட்ட அதிர்ஷ்ட எண்கள் ஒலிபரப்பாகும். அதைக் கேட்பதற்கு ஆவலோடு கூட்டம் கூட்டமாக மக்கள் ரேடியோ பெட்டியின் முன் உட்கார்ந்திருப்பார்கள்.

தமிழக வானொலிகளில் விவித்பாரதி நிகழ்ச்சிகள் தொடங்கப்படாத அறுபதுகளில், தமிழகத்தின் தென் மாவட்டங் களில் இலங்கை வானொலியின் வர்த்தக ஒலிபரப்பு மிகப் பிரபலமாக இருந்தது. காலை 8 மணி முதல் 10 மணி வரையிலும் சிலோன் ரேடியோ ஒலிக்காத வீடுகளே இராது. இலங்கை வானொலியின் 'மயில்வாகனன்' என்ற அறிவிப்பாளரின் குரலில் தமிழர்கள் சொக்கிக் கிடந்தனர். ஏ.எம்.ராஜா, பி.பி.ஸ்ரீனிவாஸைப்போல் அப்படியொரு மதுரமான குரல் மயில்வாகனனுக்கு. அவரிடம் தயாரானவர்தான் தமிழ்த் தொலைக்காட்சிகளில், சினிமா பாடல் நிகழ்ச்சிகளில் ஒருங் கிணைப்பாளராகத் தோன்றும் அப்துல் ஹமீது.

இலங்கை வானொலியின் வர்த்தக ஒலிபரப்பு நிகழ்ச்சி களில் அடிக்கடி பங்குபெற்ற ஓர் இலங்கை நேயர் 'ஸிட்டி பரீதா முகமது'. மயில்வாகனனையும், ஸிட்டி பரீதா முகமதுவையும் தெரியாத வானொலி நேயர்கள் யாருமிருக்க மாட்டார்கள். 80களின் ஆரம்பத்தில் சென்னை தொலைக்காட்சி மட்டும் இயங்கி வந்தபோது வெள்ளிக்கிழமை ஒளியும்-ஒலியும், ஞாயிற்றுக்கிழமை மாலை திரைப்பட நிகழ்ச்சிகள் இரண்டும் வெகுபிரபலமானவை. இவற்றின் முன்னோடி நிகழ்ச்சிகள் திங்கள்கிழமை தோறும் இரவு பத்து மணிக்கு ஒலிபரப்பான சென்னை வானொலியின் திரைகானமும், ஞாயிறுகளில் மாலை மூன்று மணிக்கு ஒலிபரப்பான திரைப்பட ஒலிச்சித் திரங்களுமே. ஞாயிறுதோறும் மாலை ஒலிபரப்பான ஒலிச் சித்திரத்தை அன்றைய தமிழகமே உட்கார்ந்து கேட்டது. 'திரு விளையாடல்' ஒலிச்சித்திரம் ஒலிபரப்பான அன்று மாலை, தெருக்களெல்லாம் வெறிச்சோறிக் கிடந்தது இன்றும் ஞாபக மிருக்கிறது.

இன்றைய தொலைக்காட்சி ஸீரியல்களின் முன்னோடி வானொலி நாடகங்களே. இன்றுபோல் அந்த நாட்களிலும் வானொலி நாடக விழாக்கள், வானொலி நாடகப் போட்டி களெல்லாம் உண்டு. அகில பாரத வானொலி நாடகப்

போட்டிகளில் தேர்வு செய்யப்பட்ட பிற இந்திய மொழி நாடகங்கள் தமிழில் மொழிபெயர்க்கப்பட்டு ஒரு மணி நேரத்துக்கு ஒலிபரப்பாகின. பல அருமையான ஹிந்தி நாடகங்களைக் கேட்க முடிந்தது. 'சென்னை, திருச்சி வானொலி நிலையங்களிலும் நாடகப் போட்டிகள் நடைபெற்றன. நாகேஷ், மனோரமா, ஜெமினி கணேசன் போன்ற திரைப்பட நடிகர்கள் கூட வானொலி நாடகங்களில் பங்கு பெற்றிருக்கின்றனர். நாகேஷ், மனோரமா நடித்த 'காப்புக் கட்டிச் சத்திரம்' என்ற நகைச்சுவை நாடகத் தொடர் அன்று மிகப் பிரபலமாக இருந்தது. இதை எழுதிய சுகி.சுப்பிரமணியம், 'அவள் ஒரு தொடர் கதை' கதையின் கதாசிரியரும் தொலைக்காட்சியில் பணிபுரிந்த வருமான எம்.எஸ்.பெருமாள், ஆன்மீகச் சொற்பொழிவாளர் சுகி.சிவம் ஆகியோரின் தந்தையே.

அந்நாளைய திருச்சி வானொலி என்றதும் நினைவுக்கு வரும் ஒரு பெயர் பல ரேடியோ நாடகங்களில் நடித்தவரும், அவற்றை எழுதியவருமான தென்னூர் கிருஷ்ணமூர்த்தி. ஜோசப் ஆனந்தன், துறையூர் மூர்த்தி, பட்டுக்கோட்டை குமாரவேல் என்று சில ரேடியோ நாடக ஆசிரியர்களின் பெயர்களும் நினைவுக்கு வருகின்றன.

கர்நாடக சங்கீதத்தைப் பரப்பியதில் வானொலிக்கு மிக முக்கியமான பங்கு உண்டு. பல பழைய அபூர்வமான சங்கீத மேதைகளின் இசை நிகழ்ச்சிகள் இன்றும் வானொலியில் ஒலிபரப்பாகின்றன. திருவையாறு தியாகராஜ உற்சவத்தை வானொலி தொடர்ந்து ஆண்டுதோறும் ஒலிபரப்பிவருகிறது. அகில பாரத சங்கீத நிகழ்ச்சிகளுக்கும் குறைவில்லை.

முதன்முதலில் *Indian Broadcasting Company Ltd.,* என்ற தனியார் நிறுவனம் இந்திய அரசுடன் செய்துகொண்ட ஒப்பந்தப்படி 1930இல் இந்திய அரசு 'ஒலிபரப்பு சர்வீஸ்' என்ற அமைப்பை நிறுவியது. இந்த அமைப்பு *Controller of Broadcast* என்ற துறையின் கீழ் இயங்கியது. இதுவே ஆல் இந்தியா ரேடியோ என்றும் 1956இல் ஆகாஷ்வாணி என்றும் பெயரிடப்பட்டது. இன்று இந்தியாவெங்கும் 215 வானொலி நிலையங்கள் உள்ளன. மதுரை, திருநெல்வேலி, கோயம்புத்தூர் வானொலி நிலையங்கள் பின்னால்தான் அமைக்கப்பட்டன. ஹிந்தி எதிர்ப்புக் கிளர்ச்சி வானொலியையும் விட்டு

வைக்கவில்லை. ஒரு காலத்தில், வானொலியில் 'ஆகாஷ்வாணி' என்று கூறக்கூடாது என்ற எதிர்ப்புக்கூட எழுந்தது.

'வானொலி' என்ற இதழே தமிழில் வெளிவந்தது. அநேகமாக வானொலிப் பெட்டிகள் உள்ள வீடுகளிலெல்லாம் இந்த இதழ் வானொலிமீது உட்கார்ந்திருக்கும். வானொலி நிகழ்ச்சிகளைப் பற்றிய முழுமையான தகவல்கள் வானொலி இதழில் வெளிவந்தன. அம்மாதத்திய ரேடியோ நாடகங்கள், சங்கீத நிகழ்ச்சிகளில் பங்கு பெற்ற கலைஞர்களின் புகைப்படங்கள் உள் மற்றும் வெளி அட்டைகளில் வெளியாகின. அண்மையில் தம் 97 வயதில் காலமான மணிக்கொடி எழுத்தாளர் சிட்டியே வானொலி இதழின் ஆசிரியராகப் பணி புரிந்திருக்கிறார். சிட்டி உள்பட, மீ.ப.சோமு, மாறன், அகிலன், தி.ஜானகிராமன், சு.சமுத்திரம், கே.செல்வராஜ் என்று பல எழுத்தாளர்கள் வானொலியில் பணிபுரிந்திருக்கின்றனர். செந்தாமரை என்ற பெயரில் மரபுக் கவிதை எழுதியவரும் சதாவதானி செய்குதம்பிப் பாவலரின் புதல்வருமான ஹமீத் கூட வானொலியில் பணிபுரிந்தவர்தான்.

- அமுத சுரபி

மதிப்பெண்களே போற்றி

அரசியல்வாதிகள் எல்லாவற்றிலும் மூக்கை நுழைக்கிற காலம் இது. அவர்கள் சட்டமியற்றுகிறவர்களாக இருப்பதால், சூரிய னுக்குக் கீழுள்ள சகலத்தையும் அவர்கள் ஆட்சி செய் கிறார்கள். சமச்சீர் கல்வியை அமல்படுத்த வேண்டும், பாடப் புத்தகங்களை விநியோகிக்க வேண்டும் என்று உச்சநீதி மன்றமே கூறிவிட்டது. எல்லாருக்கும் மகிழ்ச்சிதான். கல்வியாளர்கள் என்பவர்கள், நம் தமிழ்நாட்டில், என்றுமே ஏதாவது அரசியல்கட்சியின் மறை முக அல்லது வெளிப்படையான அபிமானிகளாகத்தான் இருக் கின்றனர். இதனால்தான் தமிழ்ப் பாட நூலில் முன்னாள் முதல்வரின் கவிதை இடம் பெற்றது.

பாரபட்சமற்ற, நடுநிலையான, எவ்வித அரசியல் சார்புமற்ற கல்வியாளர்கள் இல்லாமல் இல்லை. ஆனால், அவர்களை ஆட்சியாளர்கள் பாடத்திட்டக் குழுவில் சேர்ப்ப தில்லை. தங்களைத் துதிபாடுகிறவர்களைத்தான் பாடத்திட்டக் குழுவில் நியமிப்பார்கள். இதுபோன்றவர்களால் தயாரிக்கப் படும் பாடங்கள் எப்படி இருக்கும்?

என்.சி.ஆர்.டி.யின் பாடப் புத்தகங்களைப்போல் ஏன் மாநில அரசின் கல்வியாளர்களால் தரமான பாடப் புத்தகங் களைத் தயாரிக்க முடியவில்லை என்ற கேள்விக்குச் சரியான பதில் இல்லை. நுழைவுத் தேர்வு, தரமான பாடத்திட்டம் இவற்றைப் பற்றிய பேச்சு வருகிறபோதெல்லாம் தமிழ் நாட்டில் மிக விசித்திரமான வாதம் முன்வைக்கப்படுகிறது.

கிராமப்புற மாணவர்களால் படிக்க முடியாது. கிராமப்புற மாணவர்களால் நுழைவுத் தேர்வு எழுதுவது கடினம் என்ற வாதம் அடிக்கடி முன் வைக்கப்படுகிறது. கிராமப்புற மாணவர்களுக்கென்று தரம் குறைந்த பாடத்திட்டத்தை எழுதினால் போதும் என்ற முடிவுக்குத் தமிழ்நாட்டைக் கெடுத்துக் குட்டிச் சுவராக்கும் அரசியல்வாதிகளும், அவர்களுக்குத் துதிபாடும் கல்வியாளர்களும் வந்துவிட்டனர். இந்த வாதம்தான் மீடியாவிலும் மறு பரிசீலனையோ, விமர்சனமோ இன்றி பிரச்சாரம் செய்யப்படுகிறது.

அப்படியானால், நகர்ப்புற மாணவர்களுக்கென்று ஒரு பாடத்திட்டத்தையும், கிராமப்புற மாணவர்களுக்கென்று வேறொரு தரமற்ற, எளிதான பாடத்திட்டத்தையும் கொண்டு வந்துவிட்டால் சமச்சீர் வந்துவிடுமா? தரம் என்பது உயர்த்தப்பட வேண்டும் என்ற உலக நடைமுறைக்கு மாறாக, கிராமப்புற மாணவர்கள் என்ற போர்வையில், தரமற்ற பாடத்திட்டங்களைக் கொண்டுவந்து விட்டால், அதுதான் தமிழர்களின் பார்வையில் சமச்சீர் கல்வித் திட்டம் என்றாகிவிட்டது.

ஆனால், உண்மையில் கிராமப்புற மாணவர்கள் கல்வியில் பலவீனமானவர்கள் என்பது தவறான முடிவு. பிளஸ் டூ, எஸ்.எஸ்.எல்.சி. தேர்வுகளில் சென்னை, திருச்சி, கோவை போன்ற மாநகரங்கள் அல்லாத சிற்றூர்களில் கல்வி பயிலும் மாணவர்கள்தான் சமீபகாலமாகத் தேர்வுகளில் கணிசமான மதிப்பெண்களைப் பெறுகின்றனர். உண்மை இப்படியிருக்க தமிழக அரசியல்வாதிகள் கிராமப்புற மாணவர்கள் என்ற தவறான கருத்தைச் சமூகத்தில் திணிக்கின்றனர். இவ்வளவு தவறான, அபத்தமான கருத்தை மறுபேச்சின்றி எல்லோரும் ஏற்றுக்கொண்டுள்ளனர். கிராமப்புற மாணவர்கள், நகர்ப்புற மாணவர்கள் என்று பிரித்து சமச்சீர் பேசி, சமத்துவத்தை எய்துவது எப்படி? எவ்வளவு முன்னுக்குப்பின் முரணான கருத்துகளைத் தலையில் தூக்கிவைத்துக் கொண்டாடுகிறோம்?

தூக்குத் தண்டனை வேண்டாம் என்று கூறுவது இப்போது ஃபேஷனாகிவிட்டது. தூக்குத் தண்டனை வேண்டும் என்று கூறுகிறவர் அறிவுஜீவி ஆக மாட்டார் என்கிற நிலை இருப்பது போல், நுழைவுத் தேர்வுகளை ஆதரிக்கிறவர்களை, சமுதாயத்திலிருந்து ஒதுக்கி வைத்தாலும் ஒதுக்கி வைத்துவிடுவார்கள்.

எட்டாவது வகுப்பு வரை தேர்வுகளை ஒழித்துக்கட்டியாகி விட்டது. இனி, பிளஸ் டூ உள்பட சகல தேர்வுகளையும் மாண வர்கள் எழுத வேண்டாம் என்று சொல்லிவிட்டால் பெற்றோர், மாணவர்கள், ஆசிரியர்கள் எல்லாருக்குமே சௌகர்யம்தான். தூக்குத் தண்டனை கூடாது என்கிறபோது, இனி தேர்வுகளே கூடாது என்பதும் புரட்சிகர சிந்தனைதானே? சமத்துவத்தை நோக்கிச் செல்ல தேர்வுகள் தடையாக இருக்கலாமா? ஏன் பொறியியல், மருத்துவத் தேர்வுகளைக்கூட ரத்து செய்து விடலாம்.

இந்திய அரசியலே வாக்கு வங்கியை அடிப்படையாகக் கொண்டு, அறியாமைமிக்க வாக்காளர்களின் வாக்குகளைப் பெறுவது ஒன்று மட்டுமே நோக்கம் என்ற அடிப்படையில் தான் இயங்குகிறது. குறிப்பாகத் தமிழக அரசியல்வாதிகள் போட்டி போட்டுக்கொண்டு இலவசங்களை அறிவிக்கின்றனர். அந்த இலவசங்களுக்காகக் கோடிக்கணக்கில் அரசாங்க நிதியை வாரி விடுகின்றனர். ஆனால், கல்வி வசதி என்று வரும்போது, அதற்கு மிகக் குறைந்த நிதியே ஒதுக்கப்படுகிறது.

எல்லாருக்கும் கல்வி வாய்ப்பு அளிக்கப்படும் என்று சட்டம் கூறுகிறது. ஆனால், இதை அரசு அமல்படுத்துவதில்லை. கல்விக்காகச் செலவழிக்கப்படும் பணம் தங்களுக்கு வாக்கு களைக் குவிக்காது என்று அரசியல் கட்சிகள் கருதுகின்றன. இதனால், தரமான கல்வியைத் தர வேண்டிய அரசு, அதைத் தட்டிக் கழித்து, தனியார் பள்ளிகள் பெருகக் காரணமாக அமைந்துவிட்டது. தனியார் நடத்தும் எந்தத் தொழிலும் சேவை அடிப்படையில் நடத்தப்படுவதில்லை.

அனைவருக்கும் பள்ளி அளவிலாவது தரமான இலவசக் கல்வியை அரசு அளிக்க முன்வந்தால், கல்வித் துறையிலுள்ள சிக்கல்கள் காணாமல் போய்விடும். ஆனால், அரசு தன் பொறுப்பைத் தட்டிக் கழிக்கிறது. இலவசங்களை வாரி வழங் கும் அரசு அனைவருக்கும் இலவசக் கல்வி தர மறுக்கிறது.

கல்வியைப் பற்றிப் பேசும்போது, மதிப்பெண் பெறுவது, பாடங்களை நினைவில் வைத்திருப்பது இவைதான் கல்வியா என்ற கேள்வி எழுகிறது. கல்வி என்பது பட்டப் படிப்பு, பட்ட மேற்படிப்புடன் நின்றுவிடுவதில்லை. வாழ்நாள் முழுவதும்

கற்றலுக்கு வேலை இருக்கிறது. வாழ்வின் இறுதிவரை ஏதாவது ஒன்றை, ஒரு புது அனுபவத்தின் மூலம் கற்றுக் கொண்டேதான் இருக்கிறோம். கல்லாதது உலகளவு என்று ஔவை சொன்னது எல்லாக் காலத்துக்கும் பொருந்தும்.

ராக்கெட் விஞ்ஞானிக்கு, நெல் பயிருக்கு எத்தனை நாளுக் கொருமுறை தண்ணீர் பாய்ச்ச வேண்டும் என்று தெரியாது. ஒரு சட்ட வல்லுனருக்கு செல்போனின் தொழில் நுட்பங்கள் தெரியாமலிருக்கிறது. நம்முடைய கல்வி எல்லாம் இந்த அளவில்தான் இருக்கின்றன. முன்பெல்லாம் கல்வியைப் பற்றிப் பேசுகிறபோது, பண்பாட்டுக் கல்வியையும் வலியுறுத்து வார்கள். இந்த நவீன யுகத்தில், பண்பாட்டுக் கல்வியின் குரல் மிகச் சன்னமாக, ஈனஸ்வரத்தில்தான் கேட்கிறது.

ஆண்டுதோறும் பிளஸ் டூ, எஸ்.எஸ்.எல்.சி. தேர்வு முடிவுகள் வெளியாகின்றன. இத்தேர்வுகளில் முதலிடம் பெற்ற மாணவர்களின் படங்கள் பத்திரிகைகளில் வெளியாகின்றன. இது பல ஆண்டுகளாக இருந்துவரும் நடைமுறை. ஆனால் முதலிடம் பெற்ற மாணவர்கள் எல்லாம் தற்போது எந்தப் பணியில் அமர்ந்திருக்கிறார்கள்? முதல் மதிப்பெண் பெற்ற மாணவர்கள், எங்கே, என்ன செய்து கொண்டிருக்கிறார்கள் என்பது பற்றி எந்தத் தகவல்களும் இல்லை. ஆனாலும், கல்வி அறிவைவிட பலருக்கு மதிப்பெண்கள்மீது தீராத விருப்பம். மதிப்பெண்தான் கல்வியைத் தீர்மானிக்கிறது. மதிப்பெண்கள் பெறுவதற்காகவே குழந்தைகள் பிறக்கின்றன. கல்வி கற்கின்றன. வேலைக்குச் செல்கின்றன. மதிப்பெண்களே போற்றி!

- புதிய தலைமுறை

பால் தாக்கரேவும் பிராந்தியவாதத்தின் வேர்களும்

விலைவாசி உயர்வைவிட பால் தாக்கரே தான் இப்போது நாட்டில் பரபரப்பாகப் பேசப்படுகிறவராகிவிட்டார். அவர் ஒரு கார்ட்டூனிஸ்ட், பத்திரிகையாளர். அதனால், எதைத் தொட்டால் பரபரப்புத் தீ பற்றிக்கொள்ளும் என்பது அவருக்குத் தெரியும். 11.11.2009இல் டெண்டுல்கருக்கு எதிராக அவரது 'சாம்னா' தினசரி தலையங்கம் எழுதியதிலிருந்தே பால் தாக்கரே செய்திகளில் முன்னிலை வகிக்கத் தொடங்கிவிட்டார்.

சச்சின் டெண்டுல்கர் 'மும்பை எல்லோருக்குமானது' என்று சொன்னது, பிராந்தியவாதத்திலும் மண்ணின் மைந்தர் கொள்கைச் சேற்றிலும் மூழ்கித் திளைக்கும் சிவசேனா, பால் தாக்கரேவின் தமையனாரின் மகனான ராஜ் தாக்கரே, ராஜ் தாக்கரேவின் 'மகாராஷ்டிர நவநிர்மாண் சேனை' இத்யாதிகளுக்கு எரிச்சலூட்டியது.

சிவசேனையின் மண்ணின் மைந்தர் கோஷம் அதன் ஆரம்ப காலத்திலிருந்தே இருந்து வருவதுதான் என்றாலும், இப்போது திடீரென்று சச்சின் டெண்டுல்கர் கூறியதற்கு பால் தாக்கரே எதிர்ப்புத் தெரிவிக்கக் காரணம், கடந்த நாடாளுமன்றத் தேர்தலில் சிவசேனா - பா.ஜ.க. கூட்டணி கண்ட தோல்வி.

இன்னொரு புறம் தன்னுடைய மண்ணின் மைந்தர் முழக்கத்தையே காப்பியடித்து வளர்ச்சி பெற்று வரும் ராஜ் தாக்கரேவின் நவநிர்மாண் சேனை. 2006இல் தொடங்கப்

பட்ட ராஜ் தாக்கரேவின் நவநிர்மாண் சேனை கடந்த மகாராஷ்டிர சட்டசபைத் தேர்தலில் கணிசமான இடத்தைக் கைப்பற்றியுள்ளது. இது பால் தாக்கரேவின் கண்களை உறுத்துகிறது. இதனால் ராஜ் தாக்கரேயைவிடச் சத்தமாக மண்ணின் மைந்தர், பிராந்திய வாதம் முதலான முழக்கங்களை எழுப்ப வேண்டிய நிலையில் பால் தாக்கரே உள்ளார்.

ஆனால் பால் தாக்கரேவின் ‘மும்பை மராத்தியருக்கே’ என்ற புளித்துப்போன முழக்கம் நாடு பூராவும் எதிர்ப்பைத் தோற்றுவித்துள்ளது. சச்சின் டெண்டுல்கருக்குப் பிறகு முகேஷ் அம்பானியும் ‘மும்பை எல்லோருக்குமானது’ என்றார். இதுவும் பால் தாக்கரேவின் எரிச்சலைக் கிளப்பிவிட்டது. இப்போது ஷாருக்கான் பாகிஸ்தான் கிரிக்கெட் ஆட்டக்காரர்கள் யாரும் ஐ.பி.எல்.லில் ஆடத் தேர்ந்தெடுக்கப்படாததற்காக வருத்தம் தெரிவித்ததால் அவரது மும்பை வீடு தாக்கப்பட்டது. அவரது ‘மை நேம் இஸ் கான்’ என்னும் புதிய படத்துக்கு ஆரம்பத்தில் சிவசேனை எதிர்ப்புத் தெரிவித்தது.

பால் தாக்கரேவின் ரத்தத்திலேயே மண்ணின் மைந்தர் வாதம், குறுகிய பிராந்திய வாதம் இவை ஊறியிருக்கின்றன. அவருடைய தந்தை கேசவ் சீதாராம் தாக்கரே ஓர் எழுத்தாளர், சமூக சேவகர். மொழிவாரி மாநிலங்கள் பிரிக்கப்படுவதற்கு முன்பு மராத்தி பேசும் மக்களுக்காகத் தனி மாநிலம் வேண்டுமென்ற கோரிக்கையை முன் வைத்த சம்யுக்த மகாராஷ்டிர சால்வால் என்ற இயக்கம் அந்நாளைய பம்பாய் மாகாணத்தில் செயல்பட்டது. இதில் கேசவ் சீதாராம் தாக்கரே இணைந்து தீவிரமாகப் பணியாற்றினார். பால் தாக்கரேவின் பிராந்திய வெறி அப்போதே அவர் மனத்தில் ஊன்றப்பட்டுவிட்டது. பிறகு ஃப்ரீ ப்ரஸ் ஜர்னலில் பால் தாக்கரே கார்ட்டூனிஸ்ட்டாக வேலை பார்த்தார். அவரது கார்ட்டூன்களை டைம்ஸ் ஆஃப் இந்தியாவும் வெளியிட்டிருக்கிறது.

19.06.1966இல் பால் தாக்கரே சிவசேனையை ஆரம்பித்தார். அப்போது தென்னிந்தியர்கள், மார்வாடிகள், குஜராத்திகளுக்கு எதிராகத்தான் கட்சியின் கொள்கைகளை அமைத்தார். மராத்தியர்களின் வேலை வாய்ப்புகளை இவர்கள் பறிக்கிறார்கள் என்ற முழக்கம் அப்போது எளிதாக எடுபட்டது. இப்படித்தான் மகாராஷ்டிரம் மராத்தியருக்கே என்ற

பிராந்திய வாதம் தொடங்கியது. ஆரம்பத்தில் சிவசேனை கம்யூனிஸ எதிர்ப்பு இயக்கமாகவும் இருந்தது. அந்நாளைய பம்பாயில் கம்யூனிஸ்ட்கள் வசமிருந்த பல யூனியன்களைச் சிவசேனை கைப்பற்றியது. 'திராவிட நாடு திராவிடருக்கே' எனத் தமிழகத்தில் நடைபெற்றுக் கொண்டிருந்த தி.மு.கழகம், பஞ்சாபின் அகாலிகள் இவர்களை முன்மாதிரியாகக் கொண்டு தான் மகாராஷ்டிரத்திலும் தாக்கரே மண்ணின் மைந்தர் என்னும் பிராந்திய வாதத்தை எழுப்பினார்.

பிராந்திய வாதம், மண்ணின் மைந்தர் கோட்பாடு போன்றவை சென்னை ராஜதானியிலிருந்து தெலுங்கு பேசும் மக்களைக் கொண்ட தனி ஆந்திர மாநிலத்தை அமைக்க வேண்டுமென 1953இல் 52 நாட்கள் உண்ணாவிரதமிருந்து இறந்துபோன பொட்டி ஸ்ரீராமுலு நாயுடுவுக்கு முன்பிருந்தே அரசல்புரசலாக ஆரம்பித்துவிட்டது எனலாம். மொழிவாரி மாநிலம் அமைக்கப்படுவதற்கு முன்பு சுதந்திரப் போராட்ட காலத்தில் இந்தியா பல மாகாணங்களாகவும் குறுநில மன்னர் களால் ஆளப்பட்ட ராஜ்ஜியங்களாகவும் சிதறிக் கிடந்தன. சுதந்திரம் பெற்றபோது பூடானும் ஹைதராபாத்தும் தனி நாடுகளாக இருக்க விரும்பின.

அப்போது இருந்த மாகாணங்கள், அரசுகளை A, B, C என்று மூன்று வகையாகப் பிரிக்கலாம். 'A' வகை மாகாணங்கள் அஸ்ஸாம், மேற்கு வங்காளம், பீகார், சென்ட்ரல் ப்ராவின்ஸ் மற்றும் பீகாரை உள்ளடக்கிய மத்தியப் பிரதேசம், மெட்ராஸ், ஒரிஸ்ஸா, பஞ்சாப், அந்நாளைய யுனைட்டெட் ப்ராவின்ஸான உத்தரப் பிரதேசம் போன்றவை. இவை கவர்னர்களால் ஆளப் பட்டன. சட்ட சபைகளும் இங்கே இருந்தன.

'B' வகை மாகாணங்களில் மன்னர்கள் ஆண்டனர். இவர்கள் 'ராஜ் பிரமுக்' என்று அழைக்கப்பட்டனர். இவர்களை ஜனாதிபதி நியமிப்பார். இந்த மாகாணங்களில் சட்டசபைகளும் இருந்தன. இப்படிப்பட்ட மாகாணங்கள் ஹைதராபாத், சௌராஷ்டிரா, மைசூர், திருவாங்கூர் - கொச்சி, மத்திய பாரத், விந்தியப் பிரதேஷ், பாட்டியாலா, கிழக்குப் பஞ்சாப் யூனியன், ராஜஸ்தான் முதலியன.

'C' வகைப் பகுதிகள் பிரதம கமிஷனர்களால் ஆளப் பட்டன. இவையும் முன்னாள் பிரின்ஸ்லி ஸ்டேட்களே.

எண்ணமும் எழுத்தும் 🌀 131

அவர்களை ஜனாதிபதி நியமித்தார். இவை டெல்லி, கட்ச், ஹிமாச்சல் பிரதேசம், பிலாஸ்பூர், கூர்க், போபால், மணிப்பூர், மேவாரா, திரிபுரா ஆகியன. நாடெங்கும் ஒருவிதமான நிர்வாகக் குழப்பநிலை நிலவியது உண்மை. அப்போது மொழிப் பிரிவினை, மொழி அடிப்படையிலான பகுதி என்ற வித்தியாசங்கள் எல்லாம் பெரிய அளவில் இல்லை. ஒரே மாகாணத்தில் பல மொழிகளைப் பேசும் பகுதிகள் இருந்தன. சென்னை மாகாணத்தில் தெலுங்கு, மலையாளம், கன்னடம் பேசும் பகுதிகளும் இணைந்திருந்தன.

மொழிவாரி மாநிலம் என்ற கருத்து பொட்டி ஸ்ரீராமுலு வின் மரணத்துக்குப்பின் வலுப்பெறத் தொடங்கியது. அதன் பின் நேருவின் அரசு 1954இல், மாநிலங்கள் மறுசீரமைப்புக் கமிட்டியை நீதிபதி பாஸல் அலியின் தலைமையில் அமைத் தது. இக்கமிட்டி 1955இல் தனது அறிக்கையைச் சமர்ப்பித்தது. 01.11.1956இல் மாநிலங்கள் மறுசீரமைப்புச் சட்டம் கொண்டு வரப்பட்டது. நீதிபதி பாஸல் அலி கமிட்டி 16 மாநிலங்களையும் 3 யூனியன் பிரதேசங்களையும் அமைக்க சிபாரிசு செய்தது. இதுதான் மொழிவாரி மாநிலங்கள் அமைவதற்கும், மாநிலக் கட்சிகள் தோன்றுவதற்கும் வழிவகுத்தது. அப்போதே ராஜாஜி, ‘மொழிவாரி மாநிலங்களை அமைக்கக் கூடாது. வடக்கு, தெற்கு, கிழக்கு மேற்கு என்று பிரித்தால் போதும்’ என்றார். அவரது பேச்சு எடுபடவில்லை. பஞ்சாப் முதல் தமிழகம் வரை அகாலிதளம், தி.மு.க. போன்ற பிராந்தியக் கட்சிகள் தோன்றின. பிற்காலத்தில் அஸ்ஸாம் கண பரிக்ஷத், தெலுங்கு தேசம் என்று அவை மேலும் பல்கிப் பெருகின. இப்போது தேசமெங்கும் 600க்கும் மேற்பட்ட கட்சிகள் உள்ளன.

தமிழகத்தில் திராவிட நாடு கோரிக்கை ஒரு காலத்தில் வலுவாக இருந்ததுபோல், பஞ்சாபில் காலிஸ்தான் வாதம் வேரூன்றியது. நாடெங்கும் எதிரொலித்த பிராந்திய வாதம் மொழி, இன அடிப்படை வாதமாகப் பெருகியது. சிவசேனா வும் இப்படித்தான் அவதாரம் எடுத்தது.

பிராந்திய வாதம் அல்லது மண்ணின் மைந்தர் கொள்கை போன்றவை அரசியல் நிர்ணயச் சட்டத்தின் 19ஆவது பிரிவுக்கு எதிரானவை. ஓர் இந்தியக் குடிமகன் இந்தியாவில் எங்கு வேண்டுமானாலும் குடியேறி, தொழில் புரியலாம். எங்கு

வேண்டுமானாலும் சுதந்திரமாகச் செல்லலாம் என்று அந்தப் பிரிவு கூறுகிறது. 'அடைந்தால் திராவிட நாடு, இல்லையேல் சுடுகாடு' என்ற தி.மு.க.வின் முழக்கங்கள், கொள்கைகள் எல்லாம் நேருவின் கடுமையான எச்சரிக்கைக்குப் பின் கைவிடப்பட்டன.

திராவிட இயக்கம் ஆரம்பத்தில் உயர் ஜாதி எதிர்ப்பு, ஹிந்தி எதிர்ப்பு இவற்றைத்தான் கொண்டிருந்தது. பிறகு தி.மு.க. தனி நாடு கேட்டது. இதுபோல் சிவசேனையும் மகாராஷ்டிரத்தில் குடியேறிய பிற மாநிலத்தவருக்கு எதிரான இயக்கமாகத்தான் ஆரம்பத்தில் வளர ஆரம்பித்தது. மகாராஷ்டிரா என்பது முழுமையான மராத்தி பகுதியல்ல. 1960இல் குஜராத்தும் மகாராஷ்டிராவும் அமைக்கப்பட்டன. அதற்கு முன்பு பம்பாய் மாகாணமாக இருந்த பகுதியில் சௌராஷ்டிரா, கட்ச், மத்தியப் பிரதேசத்திலிருந்த மராத்தி பேசும் நாக்பூர் டிவிஷன், ஹைதராபாத் பகுதியிலிருந்த மரத்வாடா பகுதி இவை எல்லாம் இருந்தன. தெற்கே உள்ள மராத்தி மக்களைக் கொண்ட பகுதியைப் பிரித்து மைசூர் மாகாணத்துடன் இணைத்து விட்டனர். (இன்றைக்கும் பெல்ஹாம் பிரச்சனைக்குரிய பகுதியாகக் கர்நாடகத்துடன் உள்ளது.)

சிவசேனை, மகாராஷ்டிரா நவநிர்மாண் சேனையைப் போலவே அஸ்ஸாமில் உல்பாவும் அஸ்ஸாமியர் அல்லாதவர்களைத் தாக்குகிறது. மும்பையில் ரயில்வே போர்டு தேர்வெழுத வந்தவர்களைச் சிவசேனையும், மகாராஷ்டிரா நவநிர்மாண் சேனையும் தாக்கியதுபோல், உல்பாக்கள் அஸ்ஸாமில் ரயில்வே போர்டு தேர்வெழுத வந்த பீகாரிகளைத் தாக்கினர். 50 பீகாரிகள் கொல்லப்பட்டனர். ஆனால் உல்பா தடை செய்யப்பட்ட இயக்கம். சிவசேனை இன்னும் தடை செய்யப்படாத, பிரிவினை வாதத்தைத் தூண்டிவிடும் இயக்கமாக உள்ளது. மும்பை மராத்தியர்களுக்குரியது என்று சொல்லிக் கொண்டே, 'நாங்கள் மராத்தியருக்குத் தனி நாடு கேட்கவில்லை' என்று பால் தாக்கரேவின் 'சாம்னா' தினசரி சாமர்த்தியமாக எழுதுகிறது. மும்பையில் மராத்தியர் அல்லாதவர்கள் வாழக்கூடாது என்றால் அது பிரிவினை வாதம் அல்லாமல் வேறென்ன?

சிவசேனையுடன் போட்டி போட்டுக்கொண்டு மகாராஷ்டிர நவநிர்மாண் சேனையும் பிராந்திய வெறியைத் தூண்டி

விடுகிறது. சட்டசபையில் ஹிந்தியில் உறுதிமொழி எடுத்துக் கொண்டதற்காக சமாஜ்வாடி கட்சி உறுப்பினரை ராஜ் தாக்கரே வின் கட்சி எம்.எல்.ஏக்கள் சட்டசபையிலேயே சில மாதங் களுக்கு முன் தாக்கினர். தற்போது பதவியிலுள்ள காங்கிரஸ்-தேசியவாதக் காங்கிரஸ் கூட்டணி அரசு இரு தாக்கரேக்களையும் அடக்க வழி தெரியாமல் திண்டாடிக் கொண்டிருக்கிறது. இந்தச் சேனைகளின் பிராந்திய வாத அரசியலில் மாநில அரசும் தடுமாறுகிறது. சமீபத்தில் மகாராஷ்டிர முதல்வர், மராத்திய மொழி எழுதப் படிக்கத் தெரிந்த, 15 ஆண்டுகளுக்கு மேல் இங்கே வசிப்பவர்களுக்குத்தான் டாக்ஸி லைசென்ஸ் வழங்கப் படும் என்றார். பின்னர் மறுநாளே தனது நிலையை மாற்றிக் கொண்டு ஹிந்தி, குஜராத்தி பேசத் தெரிந்தவர்களுக்கும் லைசென்ஸ் தரப்படும் என்றார்.

கடந்த தேர்தல்வரை சிவசேனையுடன் கூட்டணி சேர்ந் திருந்த பாரதீய ஜனதா இப்போது தைரியமாக ‘மும்பை எல்லோருக்குமானது’ என்கிறது. பீஹார் சட்டசபைத் தேர்த லின் மீது கண்வைத்துத்தான் பீஹாரிகளை எதிர்க்கும் சிவசேனை யின் உறவைப் பா.ஜ.க. உதறித் தள்ளுகிறது என அரசியல் விமர் சகர்கள் கூறுகிறார்கள். ஆர்.எஸ்.எஸ். தலைவரும் இதுவரை சிவசேனை பற்றி வாயே திறவாமல் இருந்துவிட்டு இப்போது ‘மும்பை எல்லோருக்குமானது’ என்கிறார். மகாராஷ்டிர மாநிலத்தைப் பிரித்து உருவாக்கும் விதர்பா மாநிலக் கோரிக்கை யைச் சிவசேனை ஆதரிக்கவில்லை. ஆனால் பா.ஜ.க. அதை ஆதரிக்கிறது. இவையெல்லாம் சிவசேனை - பா.ஜ.க. முரண் பாடுகளுக்குக் காரணம் என்கிறார்கள். என்றாலும் மகாராஷ் டிரத்தைப் பொறுத்து, சிவசேனையின் கூட்டணி இல்லாமல் பா.ஜ.க. தனித்து நிற்பது கடினம் என்று அரசியல் விமர்சகர்கள் கூறுகிறார்கள். அந்தளவுக்கு மகாராஷ்டிரத்தில் சிவசேனைக்குப் பல தொகுதிகளில் செல்வாக்கு இருக்கிறது. அரசியல் பகடையில் எந்தக் காய்களும் எப்போதும் நகர்த்தப்படலாம் என்றாலும், சிவசேனையும் மகாராஷ்டிர நவநிர்மாண் சேனை யும் அடக்கி வைக்கப்பட வேண்டிய சக்திகள் என்பதில் யாருக்கும் மாற்றுக் கருத்து இருக்க முடியாது.

- காலச்சுவடு

நேர்காணல்கள்

1

சந்திப்பு: இளையபாரதி, சுபமங்களா

என் தாத்தா முத்தையா பிள்ளை, அப்பா உலகநாத பிள்ளை. எல்லோருக்கும் பூர்வீகம் திருநெல்வேலிக்கு அருகே உள்ள தாதன்குளம் என்ற சின்னக் கிராமம். எங்க அப்பா கூட்டுறவுத் துறையில் பார்த்துவந்த வேலையின் நிமித்தம் திருநெல்வேலி டவுனில் குடியேறினார். நான் படித்ததெல்லாம் திருநெல்வேலி, பாளையங்கோட்டையில்தான். எங்க அப்பா கல்கியின் தீவிர ரசிகர். எங்க வீட்டில் அவரது பெரிய படம் மாட்டியிருக்கும். இந்தச் சூழலால் எனக்குச் சின்ன வயதிலேயே கல்கியின் எழுத்துகளும், நிறையப் பத்திரிகைகள் படிக்கும் வாய்ப்பும் கிடைத்தன. என் நண்பர்களெல்லாம் இலக்கியவாதிகளாக இருந்தது என் அதிர்ஷ்டம் என்றுதான் சொல்ல வேண்டும். தி.க.சி., அவரது புதல்வரான அப்போதே பிரபலமாயிருந்த வண்ணதாசன். அப்புறம் நம்பிராஜன் (விக்ரமாதித்யன்), வல்லிக்கண்ணன் இப்படி.

ஒரு அற்புதமான மனிதர் - இப்போது இல்லை. கான்சர் நோயால் இறந்துவிட்டார். அவர் பெயர் முத்துக்கிருஷ்ணன். அவர் எனக்குத் தாமரை, தீபம் எல்லாம் படிக்கக் கொடுப்பார். இன்னொருவர் எங்கள் பள்ளி நூலகர் உயில். இவரும் என்

இலக்கியத் தாகத்தைத் தணிக்கும்விதமாக சார்லஸ் டிக்கன்ஸ், எர்னெஸ்ட் ஹெமிங்வே மொழிபெயர்ப்புகளைத் தந்து உதவினார்.

பள்ளியில் படிக்கையில் எனக்குத் திக்குவாய். அதனால் வாத்தியார் என்னைக் கேள்வியே கேட்க மாட்டார். கடைசி பெஞ்ச் பையன். எல்லோரும் என்னை ஒதுக்கி வைத்திருந் தார்கள். எனக்குப் பள்ளியிலோ, வகுப்பிலோ, நண்பர்கள் கிடையாது. ஐயோ பாவம்னு நெனச்சித்தான் என்னோட பேசுவாங்க. 45 மாணவர்களில் குறைந்த மதிப்பெண் பெறும் மாணவன் நான்தான். இதெல்லாம் எனக்குள் ஒரு தாழ்வு மனப் பான்மையை உண்டாக்கிவிட்டன. பின்னாளில் நான் எழுத் தாளனானதற்கு இதெல்லாம்கூட காரணமாக இருந்ததா என்பது எனக்குத் தெரியவில்லை.

புதுமைப்பித்தன் என் ஆதர்ச புருஷர், என்னை ரொம்ப பாதித்தவர். என் ஆரம்ப காலச் சிறுகதைகளில் அவரே தெரி வார். அப்புறம் காலப்போக்கில் சொந்த நடை ஒன்றைக் கைக் கொண்டேன். என் முதல் சிறுகதை ‘மண்ணின் மலர்கள்’ தூத்துக்குடியில் இருந்து எஸ்.ஏ.முருகானந்தம் எம்.பி. நடத்திய சாந்தி இதழில் பிரசுரமானது. எனக்கு வண்ணநிலவன் என்ற பெயரை வைத்தது வல்லிக்கண்ணன்தான். அவர்தான் முதல் கதை பிரசுரமாகக் காரணமானவரும் கூட. இந்தக் கதை எந்தத் தொகுப்பிலும் இடம் பெறவில்லை. முதலில் அச்சில் வந்த என் நாவல் ‘நேசம் மறப்பதில்லை நெஞ்சம்’. மாலை முரசுக்காக எழுதிய கதை. ஆனால் அது பிரசுரமாகவில்லை. கடல்புரத்தில் நாவலைப் புத்தகமாக வெளியிட வாசகர் வட்டத்தினரை அணுகி னேன். அவர்கள் படித்துப் பார்த்துவிட்டு, பிரசுரிக்க இயல வில்லை என்று திருப்பித் தந்துவிட்டனர். பின் கணையாழியில் சில பகுதிகள் வந்ததும், புத்தகமாக வந்ததும், இலக்கியச் சிந்தனை பரிசு பெற்றதும் பழைய விஷயம்.

எழுத்துலகில் பிரபலமாவதற்காகச் சென்னை வந்தீர்களா?

பிரபலத்திற்காக அல்ல. பிழைப்பைத் தேடி வந்தேன். வாழ்ந்து கெட்ட குடும்பத்துப் பையன் நான். வசதியும் இல்லை. பெரிய படிப்பும் இல்லை. எஸ்.எஸ்.எல்.சி. வரைதான் படித்தேன். இதனால் சின்ன வயசிலேயே வேலைக்குப்

போவது தவிர்க்க முடியாததாகிவிட்டது. வேலைக்குப் போக நினைத்தாலும் சரியான வேலை கிடைக்கலே. அங்க... அங்க ஏகப்பட்ட வேலை பார்த்தேன்.

சைக்கிள் கடையில், ஜவுளிக் கடையில் வேலை பார்த்தேன். பேக்டரியில் குண்டூசி அடுக்கினேன். பெயிண்ட் அடிச்சேன். மதுரையில் ஹோட்டல்ல வேலை பார்த்தேன். வக்கீல் குமாஸ்தாவா இருந்தேன். சம்பளம் ரொம்பக் கம்மி. கடைசியா திருநெல்வேலியவிட்டுப் புறப்பட்டு வருவதற்கு முந்தி முப்பத்தி அஞ்சு ரூபாதான் கொடுத்துக்கிட்டிருந்தார். 35 ரூபா சம்பளத்தில் ஒரு மனுஷன் எவ்வளவு நாளைக்கு என்ன செய்ய முடியும்? சரி, வயசும் ஆயிக்கிட்டிருக்கு. மெட்ராஸ் போனா ஏதாவது வேலை பார்க்கலாம் என்ற நம்பிக்கையில் வந்தேன். இங்கு வந்ததும் கவிஞர் கந்தர்வனின் உதவியால், ‘கண்ணதாசன்’ மாத இதழில் சேர்ந்தேன். பத்திரிகையில்தான் சேரணும்னு எந்த நோக்கமும் கிடையாது. கொஞ்ச நாளில் கண்ணதாசன் நின்று போனது. பின் பிரபஞ்சனின் உதவியால் ‘புதுவைக் குரல்’ என்ற தினசரியிலும், பின் கொஞ்ச நாள் கணையாழியிலும் இருந்தேன். அப்புறம் கவிதாலயா அனந்து மூலமாகத்தான் ‘துக்ளக்’கில் சேர்ந்தேன்.

துக்ளக் அரசியல் பத்திரிகை. நீங்களோ படைப்பாளி. சோவிற்கும் உங்களுக்குமிடையே முரண்பாடுகள் ஏற்படவில்லையா?

ஆரம்பத்தில் ஒத்துக்கொண்டேன். அப்புறம் நானும் சில கட்டுரைகள் எழுத வேண்டி வந்தது. சோவிற்கு அரசியல், சினிமா, பத்திரிகை முதலானவைப் பற்றித் தனிப் பார்வை உண்டு. எனக்கும் அப்படியே. சில சமயம் என் மதிப்பீடுகளுக்கு எதிராக, சோவோடு ஒத்துப்போக வேண்டி வந்தது. இது எனக்கு ஒத்து வரல. உறுத்தலா இருந்தது. அதனால் என் 13 ஆண்டு காலப் பணியை உதறிவிட்டு வந்துவிட்டேன். ஆனால் தனிப்பட்ட முறையில் சோ நல்ல மனிதர். ரொம்ப உயர்ந்தவர்.

எழுத்தாளன் சுதந்திரமா தனித்துதான் இருக்கணும். எழுத்தாளனுக்குச் சங்கம் - இயக்கமெல்லாம் தேவையற்றதுன்னு பல தருணங்களில் சொல்லி இருக்கிறீர்கள். அது பற்றி?

முதலில் எழுத்தாளன் அவனுக்கு அவன் விசுவாசமா இருக்கணும்னு நான் நினைக்கிறேன். எழுத்தாளனுக்கு எல்லா விஷயத்தைப் பத்தியும் தனிப்பார்வை இருக்கு. சொந்த

அபிப்ராயம் இருக்கு. வேறு தொழில் செய்பவர்கள் ஒரு பிரச்னையைப் பற்றி என்ன நினைக்கிறார்கள் என்பதைவிட, எழுத்தாளன் அவன் அபிப்பிராயங்களில் தீர்மானமாய் இருக்க வேண்டி இருக்கு.

எழுத்தாளனுக்கு உரிய சுதந்திரத்தோடு அவன் ஒரு சங்கத்தில் இணைவது தவறு என்கிறீர்களா?

தவறுன்னு சொல்லவில்லை. அது சாத்தியமான்னுதான் தெரியவில்லை. ஒன்றிரண்டு விஷயங்களில் ஒத்துப் போகலாம். முழுக்க முழுக்க உடன்பட முடியும்னு தோணலை. ஒரு சங்கம் என்று வந்துவிட்டாலே அதற்குச் சில நோக்கங்கள், கொள்கை கள்.என்று வந்துவிடும். அத்தோடு என்னால் சேர்ந்து செயல்பட முடியும்னு தோணலை.

உங்கள் இலக்கியக் கொள்கை என்ன?

கலை ஸ்தூலமானது. இலக்கியம் என்பது ரசனைதான். ஓவியம் பிடிச்சிருக்கு ரசிக்கிறோம். இசை பிடிச்சிருக்கு கேட் கிறோம். சிற்பத்தை, நாடகத்தை ரசிக்கிறோம். எல்லோராலும் ரசிக்கப்படுவதால், எல்லோருக்கும் பிடிப்பதால் கலை வாழ் கிறது. அது சந்தோஷம் தருகிறதல்லவா? அதனால் வாழ்கிறது. சாதிப் பிரச்னையை வைத்து ஒரு கதை எழுதினேன். அந்தப் பிரச்னை என்னைப் பாதித்தது. எழுதினேன். அவ்வளவு தான் கலையில் முடியும். அதிர்ஷ்டவசமாய்க் கலையில் தீர்வு இருக்கலாம். எனக்கு முக்கியமானது கலைதான்.

இலக்கியத்திற்குச் சமூகக் கண்ணோட்டம் இருக்க வேண்டாமா? ருசிதான் முக்கியமென்கிறீர்களா?

அவ்வளவுதான் முடியும்னு நினைக்கிறேன். அரசியல் கட்சிக்குத்தான் நிறைய மாற்றங்களைக் கொண்டுவரும் சக்தி இருக்கு. ஒரு அரசியல் கட்சியின் பாரத்தை இலக்கியம் தாங்குமான்னு தெரியலை. எனக்கு எல்லைகள் இருக்கு. தெருவிலே எத்தனையோ பேரைப் பார்க்கிறோம். ஒருத்தன் கால் வெளங்காம இருக்கான். இன்னொருத்தன் பிச்சைக்காரனா இருக்கான். அவனுக்கு நான் ஏதாவது செய்யணும்னு தோணுது. நானென்ன செய்ய முடியும்? என்னிடமிருக்கும் எட்டணாவில் பத்துப் பைசாவை அவனுக்குப் போடலாம். சில சமயம் தேர்ந்த

ரசனை உள்ள படைப்புகள்கூட சமூகத்திற்கு எதிராகி விடுகிறது. இது கூடாது... தப்பு என்பது என் அபிப்ராயம்.

இலக்கியத்திற்கு சமூகக் கடமை எதுவும் இல்லை என்பது உங்கள் பார்வையானால் 'துக்ளக்'கில் துர்வாசர் என்ற பெயரில் நசிவு இலக்கியத்திற்கு எதிராக ஆவேசத் தாக்குதல் நிகழ்த்தியது ஏன்?

பத்திரிகைகளும், அதில் வரும் எழுத்துகளும் மோசமான சூழலில் நானும் சோவும் சேர்ந்து திட்டமிட்டு எழுதினோம். ஆனால் முன்பைவிட இன்று ரொம்ப மோசமாகிவிட்டது. இதற்கெல்லாம் மாற்றம் இருக்குமான்னு தெரியல. இப்படி எழுதுபவர்களை நாம் என்ன செய்ய முடியும்?

எழுத்து மத்தியதர வர்க்கத்தின் ஆடம்பரம் என்று கூறுவது பற்றி? இது இன்றைய தமிழ் எழுத்துச் சூழலைப் பற்றிய அபிப்ராயமா?

ஒரு தமிழ் எழுத்தாளன் முழுநேர எழுத்தாளனாக இங்கு வாழ முடியாது. இந்தியில் முடியும். இந்தி மொழி நான்கு மாநிலங்களில் பேசப்படுகிறது. ஒரு நாவல் எழுதினால் படிக்க மூவாயிரம் நாலாயிரம் பேர் இருக்கிறார்கள். கேரளாவில் முடியும். தமிழில் முடியுமா? தரத்தையும் இழக்காமல், பத்திரிகைகளுக்காகச் சமரசம் செய்து கொள்ளாமல், அதே சமயம் அத்தியாவசியத் தேவைகளுக்கான வருமானத்தோடு எழுத்தாளன் வாழ முடியுமா என்பது மிகப் பெரிய கேள்வியா இருக்கு. மத்தியதர வர்க்கத்திலிருந்து ஒரு முழுநேர எழுத் தாளன் வருவதென்பது சிரமம்தான். தமிழில் இன்று கதை எழுது பவர்கள் பலரும் வேறு ஏதோ அரசு அலுவலகங்களிலோ, வங்கிகளிலோ, தனியார் கம்பெனிகளிலோ வேலை செய்து கொண்டே எழுதுகிறார்கள். எழுத்து அவர்களுக்குப் பொழுது போக்கு, கௌரவம், புகழ் சேர்க்கும் வழி. என்னைப் போன்ற எழுத்தாளர்கள் தரத்தையும் தக்கவைத்துக் கொள்ள வேண்டி இருக்கு. வருமானமும் இல்லை. இதனால்தான் இப்படிச் சொன்னேன். இங்கு இலக்கியம் என்பது மூன்றாவது இடத்தில் இருக்கு. அப்ப தஞ்சாவூர்ல கலை நல்லா வளர்ந்ததுன்னா அங்க விவசாயம், நல்லா விளையற நிலம், காவேரிப் பாசன வசதி இருந்தது. நேரம் இருந்தது. பாட்டு, சங்கீதம், டான்ஸ்னு தஞ்

சாவூர்க்காரன் இருந்தான்னு சொல்வாங்க. சௌகரியமா இருந்தாத்தான் இலக்கியம் எல்லாம்.

'கடல்புரத்தில்' உங்கள் நேரடி அனுபவத்தில் எழுதப்பட்டதா? மணப்பாடு கிராமத்தில் வாழ்ந்திருக்கிறீர்களா?

குலசேகரப்பட்டினம் என்ற ஊரில் என் முஸ்லீம் நண்பர் நாகூர் மீரான் என்பவர் இருந்து வந்தார். அவர் உடன் குடியில் சைக்கிள் கடை வைத்திருந்தார். அந்தக் கடையில் நான் வேலை செய்து வந்தேன். அங்கே மீனவ மக்கள் சைக்கிள் எடுக்க வரும்போது அவர்களுடன் பழக ஏற்பட்ட வாய்ப்பும் ஒரு காரணம். 1969-இல் லாஞ்ச் என்னும் மீன் பிடிக்கும் இயந்திரப் படகு அறிமுகமாயிருந்த சமயம். திருச்செந்தூருக்குப் பக்கத்தில் அடிக்கடி லாஞ்சில் மீன் பிடிப்பவர்களுக்கும் கட்டுமரத்தில் செல்பவர்களுக்கும் இடையே தகராறு நடக்கும். ஒரு சமயம் திருச்செந்தூருக்கு அருகிலுள்ள வீரபாண்டியன் பட்டணத்தில் கொலையே நடந்துவிட்டது. போலீஸ் வந்து அமைதியை ஏற்படுத்த வேண்டியதாயிற்று. இந்நிகழ்ச்சிகளையெல்லாம் வைத்து ஒரு நாவல் எழுதலாம் என்று தோன்றியது.

பத்திரிகைகளுக்கே உரிய காதல் கதைகளை எழுதாமல் மீனவ மக்களின் வாழ்வைப் பின்னணியாகக் கொண்டு கடல்புரத்தில் எழுதத் தூண்டியது எது?

அப்போது வெளியாகியிருந்த, 'செம்மீன்' படம் என்னை ரொம்பப் பாதித்தது. மலையாள நடிகர் சத்யனின் படங்களும் எனக்கு ரொம்பப் பிடிக்கும். சத்யன் நடித்த 'கரை காணா கடல்' என்ற படம் பார்த்தேன். ஒரு குடும்பம் தன் சொந்த மண்ணில் வாழ முடியாமல் வேர்களைப் பிடுங்கிக்கொண்டு வேறொரு ஊருக்குச் செல்கிறது. அந்தக் கதையில் உள்ள ஊர் விட்டு ஊர் செல்லும் விஷயம் எனக்கு ரொம்பப் பிடித்தது. இதுதான் 'கடல்புரத்தில்' நாவலின் நதி மூலம்.

உங்களை வெளி உலகுக்குப் பிரபலப்படுத்தி - 'கடல்புரத்தில்' அச்சில் வந்தபோது உங்கள் மனநிலை என்னவாக இருந்தது?

என்னைப் பொறுத்தவரை எதுவுமே பாதிக்கல. சாதாரணமா செஞ்சா எல்லாரும் இப்படிப் பிரமாதமா

எண்ணமும் எழுத்தும் ❦ 141

இருக்குன்னு சொல்றாங்களேன்னுதான் எனக்கு ரொம்ப ஆச்சரியம் ஏற்பட்டது. மகிழ்ச்சியோ, கர்வமோ, அகந்தையோ எனக்கு ஏற்படல.

இது தன்னடக்கமா?

நல்ல எழுத்து எது என்பது எனக்குத் தெரியும். என்னைவிட பிரமாதமாக எழுதுபவர்கள் இருக்கிறார்கள் என்பதும் எனக்குத் தெரியும்.

கோடிக்கணக்கான ரசிகர்களின் பாராட்டை ருசித்த பிறகு பாப்லோ பிக்காசோ தன் ஓவியங்களையெல்லாம் வெறும் கிறுக்கல்கள் என்று சொன்னதுபோல் இருக்கிறது உங்கள் கூற்று.

உண்மையில் எனக்குத் தோணுவதைத்தான் சொல்கிறேன். அது நான் மட்டுமல்ல, யாரும் எழுதியிருக்கக் கூடிய நாவல் தான். எழுத்து என்பது தொழில்தான். பத்திரிகை, சினிமா, கட்சி, மதம் எல்லாம் கவர்ச்சிகரமான துறைகளாகிவிட்டன. ஒரு விஞ்ஞானி மனித குலம் வாழும் மட்டுக்குமான அரியதோர் கண்டுபிடிப்பை மனித சமூகத்திற்கு அர்ப்பணிப்பான். அது ஒரு நாள் மட்டும் செய்தியா பத்திரிகையில் வரும். ஒரு பெயர் கிடைச்சுப் போச்சே தவிர, இதை நான் என் சாதனையா நினைக்கல.

வெகுஜனப் பத்திரிகையில் எழுதாமல் தொடக்கத்திலேயே சிறு பத்திரிகைகளில் எழுதியது, வெகுஜனப் பத்திரிகைகளில் எழுதக் கூடாது என்ற கொள்கையாலா?

கொள்கை எதுவும் இல்லை. தீபம், தாமரை பத்திரிகைகளில் தொடர்பு இருந்தது. தாமரையில் தி.க.சி. இருந்தார். தொடர்ந்து என் கதைகளைப் பிரசுரித்தார். இலக்கியம் என்பது இப்படித் தான் இருக்கணும். இதில் தான் எழுதணும் என்று திட்டமிட்டு எழுதவில்லை. இயற்கையா எழுதினேன். மேலும் அந்நாளில் ஆனந்த விகடன், கல்கி போன்ற பத்திரிகைகள் தரமாகவே இருந்தன.

'கடல்புரத்தில்' அளவிற்கு 'கம்பா நதியும்' 'ரெயினீஸ் ஐயர் தெரு'வும் அதிகம் பேசப்படவில்லையே ஏன்?

கடல்புரத்தில் நாவலின் எளிமை நிறையப் பேரைத்

தொட்டிருக்கு. மேலும் அது காதல் கதை. காதலை யாருக்குத் தான் பிடிக்காது. கம்பா நதியில் *form and style*- இல் நிறைய வித்தியாசங்களை, புதுப்புது உத்திகளைப் பயன்படுத்தி இருக்கேன். குடும்பத் தலைவரின் செயலால் ஒரு குடும்பம் எப்படி சீரழிகிறது என்பதைச் சொல்லியுள்ளேன்.

ரெயினீஸ் ஐயர் தெருவிலும் பாத்திரங்கள் நேரடியாகப் பேசாத் தன்மையில் கதையை அமைத்திருக்கிறேன். புதுமைப் பித்தனைப்போல் என் சிறுகதைகளிலும், நாவல்களிலும் நிறையப் பரிசோதனை முயற்சிகளை செய்திருக்கிறேன். ஒன்றை மாதிரி மற்றொன்றை நான் எழுதுவதே இல்லை. இந்த என் பரிசோதனை முயற்சி ஒருவேளை வாசகனை எட்டாமல் போயிருக்கலாம்.

உங்கள் படைப்புகளில் குறிப்பாக கடல்புரத்தில் மற்றும் ரெயினீஸ் ஐயர் தெரு நாவல்களில் தகாத உறவு அதிகம் இருக்கிறதே?

நான் கண்ட, கேட்ட விஷயங்களைத்தான் கதைகளில் சொல்லியிருக்கிறேன். இவை அல்லாத விஷயங்களும் நிறைய இருக்கின்றன.

தாமரையில் பிரசுரமான உங்களின் ஆரம்ப காலக் கதைகள் பிரச்னைகளைப் பேசின. பின்னாளில் எழுதிய கதைகளில் கலை வெளிப்பாட்டில் தீவிரம் காட்டினீர்கள். நடுவில் 'தர்மம்' தொகுதியில் மீண்டும் பிரச்னைகளைக் கையாண்டீர்கள். சமீபத்தில் வந்துள்ள 'உள்ளும் - புறமும்' தொகுதியில் மீண்டும் கலைசார்ந்த திசைக்கே பயணப்பட்டிருக்கிறீர்கள். புறம் - அகம் என்று ஊசலாடும் உங்கள் மனோபாவம் எப்படி ஏற்பட்டது?

தாமரையில் எழுதிய கதைகளுக்கும் இப்போது நான் எழுதும் கதைகளுக்கும் ஒரு வித்தியாசம் தெரியுது. தாமரையில் நான் பல வடிவங்களில் சிறுகதைகளை எழுதியிருக்கேன். க.நா.சு. இலக்கியத்தில் நிறையச் சோதனைகள் செய்யணும் என்பார். ஒவ்வொரு காலத்திலும் ஒவ்வொருவிதமாய் சோதனைகள் செய்து பார்த்திருக்கிறேன். 1970-இல் தண்ணீர் இல்லாமல் மக்கள் ஊரைவிட்டு வெளியேறும் பிரச்னையை வைத்து இரண்டு கதை எழுதி இருக்கிறேன். இரண்டும் இரண்டு

விதமாய் இருக்கும். சொல்லும் விதம், த்வனி எல்லாம் மாறி இருக்கும். ஒரே கதையை இரண்டு மூன்று விதமாக எழுதிப் பார்ப்பேன்.

ஒவ்வொரு ராகத்தையும் இப்படித்தான் பாடணும்னு ஒரு முறை இருக்கு. ஒவ்வொரு கீர்த்தனைக்கும் ராகத்திற்கும் ஒரு உறவு உண்டு. குறிப்பிட்ட ராகத்திற்குரிய கீர்த்தனையை வேறொரு மெட்டில் ஆலாபனை செய்தால் எடுபடாது. இது போல் form and style -க்கும் அதில் சொல்லப்படும் விஷயத் திற்கும் நிறைய நெருக்கம் இருக்கு. என் சமீபத்திய தாமிர வருணிக் கதைகளைப் பார்த்தால் ஒவ்வொரு கதையும் ஒவ் வொரு முகத்தோடு இருக்கும். நான் எல்லாக் கதையையும் ஒரே மாதிரி ஒரே குரலில் சொல்வதில்லை. நான் எந்தப் பாத்திரத்தை அமைக்கிறேனோ அதன் குரலில்தான் பேசுகிறேன். எனது குரல் வேறு வேறு விதமாய் இருக்கும். என் ஒவ்வொரு கதையையும் ஒவ்வொரு ட்யூன் மாதிரி பார்க்கிறேன். வண்ணநிலவன் பார்க்கும் பார்வை, இது வண்ணநிலவனின் கோணம் என்பது இருக்கும். விதவிதமாய் நவநவமாய் நான் சொல்ல நினைப்பதை வேண்டுமென்றால் என் தனித்துவம் என்று சொல்லலாம். காதலையும், வறுமையையும் மட்டுமே நான் எழுதவில்லை.

எழுபதுகளில் நிறைய எழுதினீர்கள். எண்பதுகளில் அப்படி இல்லை. பத்தே ஆண்டுகளில் உங்களுக்குள் தேக்கம் ஆகி விட்டதுபோல் தெரிகிறதே. முதலில் வேலையில்லாமல் இருந்த தால் நிறைய எழுதினீர்கள். பின் துக்ளக் பணி, குடும்ப வாழ்க்கை இதெல்லாம் காரணமா?

எனக்கு எழுத்து எப்போதுமே தாகம் அல்ல. ஏதோ தோணிச்சி எழுதினேன். இலக்கியத்தை மேலேழுந்த வாரி யாகச் செய்ய இஷ்டமில்லை.

எதையாவது எழுதுவது என்று நான் எழுதுவதில்லை. என் பெயரைக் காப்பாற்ற வேண்டுமென்றோ, வாரா வாரம் என் பெயர் பத்திரிகையில் வரணும்னோ நோக்கம் கிடை யாது. பொறக்கும்போது பேனாவோடா பொறந்தேன். சாகும் தன்னியும் எழுதிக்கிட்டே இருக்கணும்கற சங்கல்பமும் இல்லை. துக்ளக்கில் இருந்தபோது துக்ளக் கருத்துக்கும் என் கருத்துக்கும் அபிப்பிராய பேதம் ஏற்படும்ணு கொஞ்ச நாள் எழுதலை.

இந்தியச் சூழலில் ஒரு முழு நேர எழுத்தாளனா என்னால இயங்க முடியல. ஒரு நல்ல எழுத்தாளனா இருக்கணும்னா நிறைய நல்ல புத்தகங்கள் வாங்கிப் படிக்கணும். நல்ல சினிமா வந்தா பாக்கணும். அதுக்கு என்னிடம் பணம் இல்லை. என் எழுத்துக்கு விசுவாசமா இருக்கணும். இதெல்லாம் என்னால முடியல.

இது எனக்குப் பெரிய பிரச்னையா இருக்கு. முழுநேர எழுத்தாளனாகவும் வாழ முடியலை. வேற ஒரு வேலை பார்த்துக்கிட்டு அந்த வேலையையும், எழுத்தையும் ஒன்னாச் செய்யவும் முடியலை.

நெல்லைச் சீமையையே நிலைக்களனாகக் கொண்டு எழுதிய நீங்கள் இருபதாண்டுக் கால சென்னை நகர வாழ்வை வைத்து ஓரிரு சிறுகதைகளைத் தவிர வேறு எதுவும் எழுதவில்லையே ஏன்?

நான் முக்கால்வாசி வாழ்ந்ததெல்லாம் கிராமம்தான். ஒரு மனிதனுக்கு ஆரம்ப காலம் அதாவது அவன் இளமைப் பருவமான 12 வயது முதல் 25 வயது வரையிலான காலத்தில் அவனுள் ஏற்படும் ரசனை, விருப்பு, வெறுப்புகள்தான் அவன் வாழ்நாளெல்லாம் அவனை இயக்குகிறது. சிலபேர் மாறிவிடுகிறார்கள். தொண்ணூறு சதவிகிதம் மாற சாத்தியமில்லை. இருபத்தி ஐந்து வருட கிராம வாழ்வுதான் என்னைப் பாதிச்சிருக்கு. நகர்ப்புற வாழ்வு நான் வாழ்ந்தாலும் இந்தச் சென்னையோடு எனக்கு சினேகம் இல்லை. ஒரு லாட்ஜில் இருக்கிற மாதிரிதான் இருக்கு. ஊருக்குப் போகணும்... போகணும்னுதான் தோணுது. திருநெல்வேலியிலேயே இருந்திருந்தா இன்னும் நிறைய எழுதியிருப்பேன். திருநெல்வேலிதான் எனக்கு ரொம்ப பிடிச்சிருக்கு. அங்கே வாழ்க்கை ரொம்ப எளிமையா இருக்கு. இயற்கையா இருக்கு. சென்னையில் வாளை வைச்சுக்கிட்டு சண்டை போடற மாதிரி இருக்கு.

'எஸ்தர்' கதையில் அன்பைப் பிரச்சாரம் செய்யும் த்வனி இருந்தது. சக மனிதனிடம் சிநேகமாய் இருக்க முடியாத சூழலில் அன்பைப் பிரச்சாரம் செய்வதுகூட ஒரு பம்மாத்து என்பது எந்த அளவிற்கு சரி?

எஸ்தர் சிறுகதைத் தொகுப்பை என் நண்பர்கள்தான் தொகுத்தார்கள் என்றாலும் முழுக்க முழுக்க அன்பைச் சொல்

லும் கதைகள் அல்ல. அன்பு இல்லாத விஷயங்களும் அதில் இருக்கு. 'யுக தர்மம்', 'மயான காண்டம்' கதைகள் அன்பைச் சொல்லும் கதைகள் அல்ல.

'அயோத்தி' கூட கணவன் மனைவி தகராறுதான். அன்பு என்பது உயர்ந்த நோக்கம். உண்மையான அன்பு என்பது சித்தத்தில் உள்ள கற்பனை. ஆனால் இங்கு அன்புகூட இயந்திர கதியாகிவிட்டது.

உங்கள் கதைகளில் பெண்களின் மீதான பரிவு அல்லது அக்கறை நிறைய இருக்கின்றதே, ஏன்?

இது என்னை நானே பார்த்து எழுதிக்கொண்ட விஷயம். எனக்கு அக்கா இல்ல. ஆனா ஒரு அக்கா வேணும்னு ஆசை இருந்தது. அப்பாவைப் பெற்ற ஆச்சியை எனக்கு ரொம்ப பிடிக்கும். ஆச்சி என்னிடம் பிரியமா இருப்பா. எங்கள் குடும்பத்தில் ஆண்கள் அதிகம் சிறுவர்களோடு பேச மாட்டார்கள். எனவே பெண்கள் என்னைத் தொட்டிருக்கலாம். பெண்களைப் பார்ப்பதில் உள்ள ஈர்ப்பும் ஒரு காரணமாக இருக்கலாம். என்றாலும் கோபப்படுகிற பெண்களையும், அவமானப்படுத்துகிற பெண்களையும் எழுதத் தவறவில்லை.

1940இல் எழுதிய புதுமைப்பித்தன் எழுத்துகளில் இருந்த சைவப் பிள்ளை இனத்தின் சிதிலம், அதன் உக்ரம் 1970இல் எழுதத் துவங்கிய உங்கள் எழுத்தில் இல்லையே ஏன்?

'கம்பா நதி' நாவலும், 'காரை வீடு' சிறுகதையும் சைவப் பிள்ளைகளின் சரிவுதான். அழிவுதான். சிதைவுதான். சாதி அல்ல, எனக்கு மனித வாழ்க்கைதான் முக்கியம். வாழ்ந்து கெட்ட குடும்பம் என்பது எல்லாச் சாதியிலும் இருக்கு, மதத்திலும் இருக்கு. கலை என்பது எனக்கு முக்கியமாப் படுவதால் நீங்கள் சொல்வது என் கண்ணில் படாமல் போயிருக்கலாம். புதுமைப்பித்தன்கூட மனித வாழ்வின் பல கோணங்களைத்தான் காட்டியிருக்கிறார். சாதி என்று இல்லை. அவருக்குத் தெரிந்த சுப்பையா பிள்ளை, கந்தசாமிப் பிள்ளை, பால்வண்ணம் பிள்ளையைக் கதாபாத்திரமாக்கிக் கொண்டார். சாதி அடிப்படையில் ஒரு எழுத்தாளன் எழுத முடியுமான்னு தெரியலை.

செக்ஸ் என்பது கதையில் இவ்வளவுதான் இருக்கணும்னு ஏதாவது அளவுகோல் வச்சிருக்கீங்களா? கி.ராஜநாராயணன் நாட்டுப்புறக் கதைகளைப் பதிவு பண்ணனும்கிறாரே?

செக்ஸ் ஊறுகாய் மாதிரி. தொட்டுக்கலாம். உருட்டி உருட்டிச் சாப்பிட முடியுமா?

கி.ரா. ரொம்ப அநியாயம் பண்ணிக்கிட்டிருக்காரு. அவர் பெரிய எழுத்தாளர். அவர் 'தாய்' இதழில் எழுதும் கதைகள் சகிக்கல. அவருக்குத் தேவையும் இல்ல. சௌகரியமா இருக் காரு. இந்த ஆபாசங்களை எதுக்குப் பதிவு பண்ணனும்? சொல்லித் தெரிவதில்லை மன்மதக் கலை. இதற்கு ஏன் ஸ்கூல் நடத்தணும்?

சு.சமுத்திரம் உங்களை மனநோயாளி என்று கூறியதைப் பற்றி?

சமுத்திரத்தின் நாலாந்தரமான நாவலுக்கு எப்படிப் பரிசு கொடுத்தார்கள்? சமுத்திரத்திற்கு சாகித்ய அகாதமி பரிசு கொடுத் தார்கள். சமுத்திரத்திற்கு சாகித்ய அகாதமி பரிசு கொடுத் தது நியாயமல்ல. சமுத்திரத்தைவிடவும் தகுதியான, பிரமாத மான, முன்னோடியான படைப்பாளிகள் இருக்கிறார்கள் என்று நான் எழுதியதற்கு சமுத்திரம் தெரிவித்த மறுப்புதான் உங்கள் கேள்வி. நான் துக்ளக்கில் L.T.T.E-க்காக (விடுதலைப் புலிகள்) பயந்து வந்துவிட்டேன் என்று சொல்லி இருந்தார். என்னைக் கொல்வது சுலபம். நான் சாதாரணமானவன். பாதுகாப்பற்றவன்.

நீங்கள் மதம் மாறியவர் என்று சொல்லப்படுகிறதே? உங்கள் நாவலில் கிறிஸ்தவ வாழ்வு அதிகம் தெரிகிறதே?

இது நான் உணர்ச்சிவசப்பட்டுச் செய்த காரியம் என்று கூட சொல்லலாம். நான் இந்து மதத்திலிருந்து கிறிஸ்துவ மதத்திற்கு மாறினேன். அதற்குக் காரணம் எனக்குக் கிறிஸ்தவம் ரொம்ப் பிடிக்கும். பைபிள் பிடிக்கும். ஒரு கிறிஸ்துவ குடும்பத்தோடு சின்ன வயசிலிருந்தே சிநேகம் உண்டு. அப்புறம் ஒரு கிறிஸ்துவ வக்கீலிடம் குமாஸ்தாவாக இருந்தேன். அதனால்தான் என் எழுத்துகளில் பைபிளின் தாக்கம் அதிகம்.

ஞானஸ்நானத்தின் போது எனக்குப் பெயர் வைத்தார்கள். அதை நான் பயன்படுத்தவில்லை.

இப்போது நான் வாழ்வது இந்துக் குடும்பத்து வாழ்வுதான். கிறிஸ்துவ குடும்பங்கள் மட்டு மல்ல, இஸ்லாமிய வாழ்வும் என் கதைகளில் தெரியும்.

இதற்குக் காரணம் எங்க தாத்தாவிற்கு நிறைய முஸ்லீம் நண்பர்கள். அவர்களும், தாத்தாவும், மாமா, சித்தப்பா, பெரியப்பா என்றுதான் தோழமையோடு பழகிக் கொள் வார்கள். ஆனால் இப்போது மதம் இருக்கும் நிலை சொல்ல முடியவில்லை.

ஆள் பிடித்துப் பரிசு வாங்குதல்... உயர் அரசு அதிகாரியாய் இருப்பதை வைத்து இலக்கியத்தில் பெயர் தேட முயற்சி... அரசியல்வாதியின் தோள் மீதேறி திறமைசாலியைத் தாண்டிப் போதல்... பிரபலத்திற்காக எதுவும் செய்தல்... இவை மீதான உங்கள் விமர்சனம் என்ன?

வேண்டியவர்களுக்குப் பரிசு தர்றாங்க... அது உண்மையா பொய்யான்னு எனக்குத் தெரியல. ஆனா அது சிலாக்கிய மல்ல... இதை நான் ஏற்றுக்கொள்ளல. நீங்க அது மாதிரி செய்விங்களான்னா நான் ஒருபோதும் செய்ய மாட்டேன். மேலும் பரிசு எனக்கு ஒரு விஷயமாப் படல.

பரிசு வாங்கறது கேவலம்னு எனக்குத் தோணுது. பரிசுக்கு எந்த மதிப்பும் இல்லை. ஏன் இல்லை? மிக உயர்ந்த படைப்பாளிக்குத்தான் பரிசு குடுப்போம்னு இருந்தா பரிசு வாங்குவதிலும் ஒரு அர்த்தம் இருக்கு. யாருக்கு வேண்டு மானாலும் தீபாவளி, பொங்கல் இனாம் மாதிரி... இந்த வருஷம் ஒருத்தருக்குக் குடுத்தே ஆகணும்னா... அது இப்படித்தான் இருக்கும்.

வெற்றிகரமான கவிஞராக நீங்கள் பிரகாசிக்க முடியாததற்குக் காரணம் கவிதைமீது உங்களுக்கு மரியாதை இல்லாததாலா?

ரொம்ப நல்ல கவிதைகளை எனக்குப் பிடிக்கும். நான் கவி அல்ல; எழுத முயல்பவன். சில விஷயங்களைச் சிறுகதை களாகவும், இன்னும் சிலவற்றைக் கட்டுரைகளாகவும், நாவலுக் குரியதை நாவலாக்கியதுபோல் சில பிரச்னைகளைக் கவிதை யாக்க முயல்கிறேன். அவ்வளவுதான்.

'அவள் அப்படித்தான்', 'கிராமத்து அத்தியாயம்' திரைப்பட அனுபவங்களைப் பற்றி.... 'கடல்புரத்தில்' தொலைக்காட்சித் தொடர் பற்றி தங்கள் அபிப்பிராயம்?

எனக்குச் சினிமா ரொம்பப் பிடிக்கும். சின்ன வயசிலேயே நிறைய சினிமா பார்ப்பேன். என் 12ஆவது வயதிலேயே உலகின் தலைசிறந்த படங்களைப் பார்த்திருக்கிறேன்; அது World classic என்று தெரியாமலே. பிமல்ராய் படங்கள் பிடிக்கும். பிறகு ருத்ரையா தொடர்பு ஏற்பட்டபின் பெர்க்மென், ட்ரூபோ என்று Mordern Classics பார்த்தேன். அவர் தந்த சில சினிமா புத்தகங்களும் எனக்கு ரொம்ப உதவின. அவரின் அவள் அப்படித்தான் படத்திற்கு வசனம் எழுதினேன். சினிமா ரசனை என்பது வேறு. சினிமா கலைஞனாவது என்பது வேறு. 'கடல்புரத்தில்' தொலைக்காட்சித் தொடரால் எனக்கு கொஞ்சம் பணம் கிடைத்ததே தவிர... அந்தத் தொடர் எனக்குத் திருப்தி அளிக்கவில்லை. அதன் ஆன்மா கொல்லப்பட்டு விட்டது.

பின்னாளில் எழுத வேண்டும் என்று ஏதாவது விஷயங்களை மனசில் ஊறப்போட்டு வைத்திருக்கிறீர்களா?

அரசியல் நாவல் ஒன்று எழுத வேண்டுமென்று எண்ணுகிறேன். அது இன்றுள்ள சூழலில் இந்தியாவிலோ, தமிழ் நாட்டிலோ எழுத முடியுமான்னு தெரியல. எனக்கு இந்திய அமைப்பின் மீதும் இந்திய சுதந்திரத்தின் மீதும் நம்பிக்கை இல்லை. இந்தியாவில் பூரணமான ஒரு சுதந்திரம் இருக்கான்னு தெரியல. ஏதாவது வெளிநாட்டுக்கு சென்று எழுதலாம்னு நினைக்கிறேன்.

பத்திரிகைகளில் வரும் விஷயங்கள் முன்ன, பின்ன இருக்கலாம். பத்திரிகைக்காரன் ஆட்சியாளர்களை விமர்சித்தா உடனடியா கைதுதான். விசாரணை எல்லாம் கிடையாது. உதாரணத்துக்கு நக்கீரன் துரையைக் கைது பண்ணினாங்க. எப்படிக் கைது பண்றாங்க? வெள்ளி இரவு கைது பண்றாங்க. ஏன்னா சனி, ஞாயிறு நீதிமன்றம் விடுமுறையாம். எனவே கைது செய்தவரை மூன்று நாட்கள் லாக்கப்பில் வைத்திருக்கலாம். போலீஸ் வெள்ளிக்கிழமை இரவு கைது பண்றது, இவ்வளவு அல்பமா, திருட்டுத்தனமா இந்த ஊரில் நடந்துக்

கிறாங்க. பத்திரிகையில எழுத சுதந்திரம் என்று சொல்றாங்க... எழுதினாலோ கைது. இந்த அளவுக்குத்தான் சுதந்திரம். இவ்வளவுதான் எழுதலாம்ன்னாவது சொல்லு. அவன் எழுதறது தப்புன்னா தப்புன்னு அறிக்கை கொடு. கருணாநிதியைப் பற்றியோ, ஜெயலலிதாவைப் பற்றியோ எழுதினால் சம்பந்தப் பட்டவர்கள் அறிக்கை கொடுக்கலாம். ஆனால், எழுதியவனை நேரடியா போலீஸ் புடிச்சிக்கிட்டுப் போவதுதான் நடந்துக்கிட்டு இருக்கு. அரசியலா இங்க சில 'மோட்டிவ்' இருக்கு. இதைவிட சுதந்திரமுள்ள வெளிநாட்டில் இருந்து இந்தியா பற்றி எழுத லாம். இங்கிருந்து எழுதினா சில விஷயங்களை மூடி மறைத்துத் தான் எழுதணும். இங்கு சுதந்திரம் என்பது சும்மா சொல்வது. பத்திரிகை சுதந்திரம் என்பதெல்லாம் பசப்புதான். மனசில் உள்ளதைச் சொல்ல முடியவில்லை என்பதே சுதந்திரமின்மை தானே? பிரிட்டிஷ்காரனைவிட நம்மவர்கள் மோசமாயிருக் காங்க.

வாழ்க்கையின் அர்த்தம், லட்சியம் இதெல்லாம் பற்றி உங்கள் பார்வை என்ன?

வாழ்க்கை அர்த்தமற்றது. வேல்யூஸ்செல்லாம் ஒண்ணும் கிடையாது. இவ்வளவு வாழ்ந்த பிற்பாடும் வாழ்க்கைக்கு அர்த்தம் என்னென்னனே தெரியல. புதிரா இருக்குன்னு சொல்ல லாம். இதைத் திருத்த முடியும்னு எனக்கு நம்பிக்கையெல்லாம் கிடையாது. எல்லாக் காலத்திலும் வாழ்க்கை இப்படித்தான் இருக்கும்ணு தோணுது. மனிதனின் வாழ்முறை, குடும்பம், தனி மனிதன் இப்படித்தான் இருப்பான். இருக்கும். மனிதனைத் தெய்வமாக்கலாம் என்பதிலெல்லாம் எனக்கு நம்பிக்கை இல்லை. பொருள்ரீதியான மாற்றங்கள் இருக்கும். ஓட்டு வீடு போய் காங்கிரீட் வீடு வரும். சுற்றுப்புறச் சூழல் மாறும். அடிப்படையில் மனிதனின் ஆசாபாசங்கள் அப்படியேதான் இருக்கும். ஒரு பக்கம் பிரமாதமான ஆளா இருப்பவனே மறு பக்கம் மோசமான மனுசனா இருக்கான். அது குற்றமல்ல. மனிதன் இப்படித்தான் இருப்பான். இதை மாற்றியமைப்ப தென்பதெல்லாம் சாத்தியமில்லை. மாறுதல் வரும் என்பதே வாழ்க, ஒழிக, ஜே! கோஷம் போடற மாதிரிதான். ரஷ்யாவைப் பார்த்தோம். "ஆகா வென்றெழுந்தது பார் யுகப் புரட்சின்னு"

பாரதியார் பாடினார். இப்பதான் அதிலுள்ள சிக்கல்கள் தெரியுது. எல்லா அமைப்பிலும் ஓட்டை இருக்கும். பரிபூரணமான ஒன்றே கிடையாது. மேடு இருந்தா பள்ளம் இருக்கும். சமப்படுத்த முடியாது.

வாழ்க்கையை எப்படிப் பார்க்கிறீங்க...? நீங்க வாழும் வாழ்க்கையை, சக மனிதர்களின் வாழ்க்கையை...?

வாழ்க்கை இன்றைக்கு சந்தோஷமா இல்லை. துக்கம்தான் வாழ்க்கையா இருக்கு. அதில் சந்தோஷங்கள் பொய்யான குமிழிகளா இருக்கு. ஔவையார் சொல்லியிருக்கா... 'அரிது அரிது மானிடராய் பிறத்தல் அரிதுன்னு.' மானிடப் பிறவிதான் பிறவிகளிலேயே மோசமானது.

சிங்கம், புலி, மைனா, புறா இவைகளுக்கு இரை மட்டும் பிரச்னை. மனிதனுக்கு எல்லாமும் பிரச்னை.

மனிதப் பிறவி என்பதே போன ஜென்மத்தின் பாவம்தான். வாழ்க்கை உயர்ந்ததல்ல. இந்த வாழ்க்கையை விட்டுட்டு எப்படா போகலாம்ன்னே இருக்கு.

பள்ளிப் பருவத்திலிருந்தே எடுத்துக் கொள்ளுங்கள். ஏதோ குழந்தை பள்ளி சென்றது படித்தது என்று இல்லை. மார்க் வாங்கணும். அதிலும் நூத்துக்கு நூறு வாங்கணும். வரலாற்றில், விஞ்ஞானத்தில் உள்ள இரண்டாயிரம் வருடத்து விஷயங்களை நாலு வயசுப் பையன் படிச்சாவணும். பல பயித்தியக்காரர்கள் சொல்லிவிட்டுப் போனதை மாங்கு மாங்குன்னு பதினஞ்சு வருஷம் உக்காந்து படிச்சிக்கிட்டிருக்கான். இதுமாதிரி சின்ன வயசிலிருந்தே சிக்கல்கள் ஏற்பட்டுடுது. இதில் சந்தோஷம் என்பதற்கு வாய்ப்பே இல்லை. இதை மாற்ற முடியும்னு சொல்றாங்க. அது மகாப் பெரிய பொய். பிச்சைக்காரனுக்குப் பிரச்னை சோறு. பணக்காரனுக்கு வரி பிரச்னை. உறைக்காதவர்களுக்கு வேண்டுமானால் வாழ்வில் ஏதோ பெரிய விஷயங்கள் இருப்பது மாதிரி தோன்றும். விஞ்ஞான நவீனங்கள் பெருகி இருக்கு. ஸ்விட்சு போட்டா லைட் எரியுது. ஏசி இருக்கு. விமானம் இருக்கு. மனித வாழ்க்கை மட்டும் சிக்கலாகிக்கிட்டே இருக்கு.

இது எனக்கு ஏற்பட்ட, என் வாழ்க்கையைப் பாத்து மட்டும்

எண்ணமும் எழுத்தும்

இப்படிச் சொல்லல. மத்தவங்க வாழ்க்கையைப் பார்க்கும் போதும் அப்படித்தான் இருக்கு. இவ்வளவு சிரமப்பட்டு மனிதன் வாழணுமான்னுதான் எனக்குத் தோணுது.

உங்கள் பலம் எது? பலவீனம் எது?

பலம் எனக்கு இருக்கான்னே தெரியல. நான் மொத்தமுமே பலவீனமானவன்தான். வண்ணநிலவன் என்ற முழுநேர எழுத்தாளன் என்பதற்கே நான் பொருத்தமானவன் அல்ல. ஏதோ சில எழுதியிருக்கேன். நான் ஒரு சாதாரண ஆளா இருந்திருக்க வேண்டியவன். தற்செயலா இதுல வந்து மாட்டிக்கிட்டேன்.

எழுத்தாளன்னா எழுத்தாளனா வாழணும்ய்யா... எழுத்தாளனா இருந்துகிட்டு எழுத்தாளனா வாழ முடியாம இருக்கிறவன் நான்தான். முழு நேர எழுத்தாளனாகவும் ஆகல. இதில பிரமாதமா எதுவும் சாதிக்கல.

சுந்தர ராமசாமி மாதிரியோ, தி.ஜானகிராமன் மாதிரியோ எதுவும் சாதிக்கல. ரெண்டும் கெட்டானாகவே இருந்துக்கிட்டிருக்கேன். நான் எழுதிய எழுத்துகள் எனக்குத் திருப்தியா இல்லை.

என்னை விடவும் பிரமாதமான எழுத்துகளைப் பார்க்கும் போது நான் அதற்கு அருகே கூட இல்லை. டால்ஸ்டாய், காப்கா, துர்கனேவ், செகாவ் மாதிரி தமிழில், ப.சிங்காரம், சுந்தர ராமசாமி, தி.ஜானகிராமன் இவர்களைப் பார்த்தால் எனக்குப் பிரமிப்பா இருக்கு. என் நல்ல எழுத்தை இனி மேல்தான் எழுத வேண்டும். அது முடியுமான்னு தெரியல.

■

2

சந்திப்பு: தளவாய் சுந்தரம், குமுதம் ஜங்ஷன்

2002 ஜூன் மாதம் முதல் வாரத்தில், சென்னையில் சைதாப்பேட்டை யில் இருந்த வண்ணநிலவனின் அடுக்கு மாடிக் குடியிருப்பு இல்லத் தில் இந்த நேர்காணல் பதிவு செய்யப்பட்டது. 'குமுதம் ஜங்ஷன்' ஜூன் 16-30, 2002 இதழில் பிரசுரமானது.

திருநெல்வேலி மாவட்டத்திலுள்ள திருச்செந்தூர் போகும் வழியில், ரயில் பாதையில் வரும் தாதன்குளம் என்ற சின்னக் கிராமந்தான் எங்கள் பூர்வீகம். தாத்தா, அப்பாவுடன் ஐந்து வயது வரை அங்கு இருந்தேன்.

தாத்தா பெயர் முத்தையா பிள்ளை, அப்பா உலகநாத பிள்ளை. தாத்தாவுடையது மிகவும் சிரமப்பட்ட குடும்பம். அவர் தம் பதினான்காவது வயதிலேயே பிழைப்புத் தேடி இலங்கைக்குப் போனவர். அங்கு ஒரு ஹோட்டல் வைத்து நடத்தியிருக்கிறார். அந்த ஹோட்டல்தான் எங்கள் குடும்பத்தை மேலே கொண்டுவந்தது. தாத்தா முப்பது வருடம் அங்கே இருந்தார். எனவே என் அப்பா இங்கே தனியாக வளர்ந்தார். தந்தையின் கவனிப்பு இல்லாத ஒரு பையன் எப்படி வளர்வானோ அப்படி வளர்ந்தவர். அவர் ஆச்சியை மிகச் சுலபமாக ஏமாற்றி சினிமா, டிராமா என்று அலைந்திருக்கிறார்.

அப்புறம் அப்பாவுக்குக் கூட்டுறவுத் துறையில் - திருநெல் வேலியில் - வேலை கிடைத்தது. நாங்கள் நெல்லைக்கு இடம் பெயர்ந்தோம். அங்கே என் அம்மா வழித் தாத்தாவும் ஆச்சியும் இருந்தார்கள். நான் பாளையங்கோட்டையில் படிக்கத் தொடங்கினேன்.

முதல் நாள் பள்ளிக்கூடம் சென்றது எனக்கு இப்போதும் நன்றாக ஞாபகம் இருக்கிறது. அன்று சரஸ்வதி பூஜை, மாமா, அத்தை என்று உறவுக்காரர்கள் அனைவரும் வந்திருந்தார்கள். புதுச்சட்டை எடுத்திருந்தார்கள். வாத்தியார் வீட்டுக்கு வந்திருந் தார். என்னை அவர் மடியில் அமர வைத்து, முன்னால் தாம்பளத்தில் இருந்த பச்சரிசியில் அனா, ஆவன்னா என்று எழுதினார். ரொம்பப் பெரிய ஒரு குடும்ப நிகழ்ச்சியாக அது நடந்தது!

வயல், வீடு என்று செழிப்பாக இருந்த குடும்பம் எங்களு டையது. ஆனால் தாத்தா இலங்கையிலிருந்து இங்க வந்த பிறகு எதுவுமே செய்ய முடியாமல் ஆகிவிட்டார். கொஞ்சம் கொஞ்ச மாகச் சொத்தை இழக்கத் தொடங்கினோம். திடீரென்று ஒரு நாள் பார்த்தால் மந்திரக்கோலை வைத்துத் துடைத்து எடுத்துவிட்ட மாதிரி எல்லாவற்றையும் இழந்து வெட்டவெளி யில் நின்றுகொண்டிருந்தோம். நான் எஸ்.எஸ்.எல்.சி. படித்துக் கொண்டிருந்தபோது தேர்வுக்கு பீஸ் கட்டப் பணம் இல்லை. தூரத்துச் சொந்தக்காரர் ஒருவருக்குக் கடிதம் எழுதிப் பணம் அனுப்பச் சொல்லித்தான் பரீட்சை எழுதினேன். ஆனாலும் தொடர்ந்து படிக்க முடியாத நிலை.

அப்புறம் சைக்கிள் கடையில், ஜவுளிக்கடையில் வேலை பார்த்தேன். பாளையங்கோட்டை பெல் பின்ஸ் கம்பெனியில் குண்டூசி அடுக்கினேன். பெயிண்ட் அடிச்சேன். மதுரையில் ஹோட்டலில் நின்றேன். என்னென்ன வேலை கிடைக்கிறதோ அவை எல்லாவற்றையும் பார்த்தேன். அந்த வயதில் எனக்கு அந்த வேலைகள் பிடிக்கவில்லை. குறிப்பாக இரவு நேர ட்யூட்டிகளின்போது மிகவும் சிரமப்பட்டேன். ஆனாலும் செய்துதானே ஆக வேண்டும்? திருநெல்வேலியைவிட்டுப் புறப்படுவதற்கு முன் ஒரு கிறிஸ்தவ வக்கீல் நண்பர் வீட்டில் முப்பத்தைந்து ரூபாய் சம்பளத்துக்குக் குமாஸ்தாவாக இருந் தேன். சம்பளம் மிகவும் குறைவு. ஒரு மனிதன் எத்தனை நாளைக்கு என்ன செய்துவிட முடியும்!

சென்னைக்கு எப்போது வந்தீர்கள்?

திருநெல்வேலியில், குமார் என்று ஒரு நண்பர். அவர் வீட்டில்தான் நான் சாப்பிட்டுக்கொண்டு இருந்தேன்.

அவருக்குக் கல்யாணம் ஆனபோது இனியும் அங்கு இருக்க முடியாது என்ற நிலை ஏற்பட்டுவிட்டது. அப்போது நம்பிராஜன் (விக்ரமாதித்யன்) சென்னையில் இருந்தார். அவருக்கு ஒரு கடிதம் எழுதினேன். புறப்பட்டு வந்துவிடுங்கள், பார்த்துக் கொள்ளலாம் என்று சொன்னார். கவிஞர் கந்தர்வனின் உதவியால் கண்ணதாசன் இதழில் சேர்ந்தேன். அப்புறம் கணையாழி. பிறகு கவிதாலயா அனந்து மூலமாகத் துக்ளக்கில் சேர்ந்தேன். என்னவென்று ஒரு காரணமும் இல்லாமல் நிறையப் பைத்தியக்காரத்தனங்கள் செய்திருக்கிறேன். என்னவோ தோன்றும். செய்து விடுவேன். சென்னைக்குப் புறப்பட்டு வந்தது அப்படித்தான்.

திருமணம் எப்போது நடந்தது?

1977இல் திருமணம் நடந்தது. மாமா பெண்தான். எங்களுக்கு மூன்று குழந்தைகள். பையன் பி.இ. முடித்துவிட்டு இப்போது ஜெர்மனியில் இருக்கிறான். இரண்டு பெண்களில் ஒருத்தி எம்.காம். முடித்துவிட்டு மேற்கொண்டு படிக்க இருக்கிறாள். குழந்தைகள் தொடர்பாக எனக்கு மிகவும் நிறைவாக இருக்கிறது. மிகவும் நல்ல குழந்தைகள்.

உங்கள் மீதும் உங்கள் எழுத்துகள் மீதும் பாதிப்பைச் செலுத்திய குடும்ப உறுப்பினர் என்று யாரைச் சொல்லுவீர்கள்?

ஆச்சியைத்தான் சொல்ல முடியும். அப்பாவைப் பெத்த ஆச்சி. அவள் என்னிடம் மிகவும் பிரியமாக இருந்தாள். எல்லோரிடமும் பிரியமாக இருந்தாள் என்றாலும் ஏதோ ஒரு காரணத்தால் என்மீது அவளுக்குத் தனிக் கவனம் இருந்தது.

இப்போதும் எனக்கு எங்க ஆச்சியை விடவும் பிரமாதமாக வேறு யாராலும் சமைத்துவிட முடியாது என்கிற அபிப்ராயம் தான் இருக்கிறது.

அவளுடைய கைக்கு அப்படி ஒரு ருசி. அப்படியொரு விசேஷம். சொதி, மோர்க்குழம்பு எல்லாம் அவளுடைய கைப் பக்குவத்தில், அவற்றிற்குரிய ருசியிலிருந்து ஒருபடி மேலேயே இருக்கும். இந்த ருசியைக் கொண்டு வருவதற்காக அவள் அதிகம் சிரமம் எடுத்துக்கொள்வதும் இல்லை.

1961 வரைக்கும் எங்க ஆச்சி உயிரோடு இருந்தாள். அவள் இறந்து இரண்டு வருடம் சென்று தாத்தா இறந்து போனார்.

வெளியூர்களில் குடியேறிவிட்ட திருநெல்வேலிக்காரர்களுக்குத் தாமிரவருணி என்பது சிறுவயது நினைவோடு தங்கியிருக்கும் ஒரு பசுமையான அனுபவம். உங்களுக்கு எப்படி?

நடக்கத் தொடங்கிய காலத்திலிருந்து தாமிரவருணியை நான் பார்த்துக் கொண்டிருக்கிறேன். தாத்தாவையும் ஆச்சியை யும்போல எனக்கு நதியைப் பிடிக்கும். அவர்களோடு சேர்ந்து தான் என் நினைவில் ஆறு இருக்கிறது. காலையில் நான்கு மணிக்கே எழுந்து தாத்தா குளிக்கப் போய்விடுவார். அந்த அதிகாலை இருட்டில், மழை பெய்து கொண்டிருந்தாலும் கூடப் போய்விடுவார். திருநெல்வேலி வந்த பிறகு அம்மாவைப் பெற்ற தாத்தா அழைத்துக் கொண்டு போவார். அந்த அதி காலையிலேயே மிகப் பெரிய ஒரு கூட்டம் குறுக்குத் துறை யில் இருக்கும். அப்போது அங்கே பார்ப்பவர்களை அப்புறம் பகலில் வேறு எங்கேயும் பார்க்க முடியாது. திரும்ப மறுநாள் காலையில் குளிக்கப் போகும்போதுதான் பார்க்க முடியும். இப்படி காலையில் ஆற்றில் குளிக்கிற 'செட்' ஒன்று உண்டு. அவர்களுக்கு ஆற்றோடு சேர்ந்து பரஸ்பரம் ஒரு ஸ்நேகம் இருந்தது. குறுக்குத் துறையில் அப்போது மணல்வெளியாக இருந்த ஆற்றங்கரை, இப்போது மணலைத் துடைத்து வாரி எடுத்துவிட்டதால் முட்செடிகள் வளர்ந்து காடாக ஆகிவிட்டது. சுற்றுச்சூழல் தொடர்பான ஏதாவது ஒரு அமைப்புக்கு இது பற்றி எழுத வேண்டும்.

சிறுவயதில் உங்களை இலக்கியத்தை நோக்கி நகர்த்திய விஷயங்கள் பற்றிப் பேசலாமே!

அப்பா தீவிர கல்கி ரசிகர். வீட்டில் குடும்ப உறுப்பினர் களின் போட்டோக்களோடு சேர்ந்து மிகப் பெரிய கல்கி படமும் மாட்டப்பட்டிருந்தது. ஆரம்பத்தில் கல்கியை நான் தூரத்துச் சொந்தக்கார தாத்தாக்களில் ஒருவர் என்றுதான் நினைத்துக் கொண்டிருந்தேன். 1959இல் எட்டாம் வகுப்பு படிக் கும்போது தீவிர கல்கி வாசகனாக இருந்தேன். ஒருவகையில், தொடர்ந்து புத்தகங்களைத் தேடிப் படிப்பதற்கான தூண்டுதல் கல்கியிடம் இருந்துதான் கிடைத்தது. அப்புறம் வண்ணதாசன்,

நம்பிராஜன், கலாப்ரியா என்று உருவான சமவயது நண்பர்கள் வட்டம். முத்துக்கிருஷ்ணன் என்று ஒரு நண்பர்; அற்புதமான மனிதர். சி.பி.எம்.காரர். அவர் எனக்கு நிறையப் புத்தகங்கள் படிக்கக் கொடுத்தார். இந்தப் படிக்கிற ஆர்வம்தான் பிறகு எழுதத் தூண்டியிருக்க வேண்டும். பள்ளிக்கூடத்தில் நான் திக்குவாய்க்காரன். அதனால் என்னைக் கேள்வியே கேட்க மாட்டார்கள். பையன்கள் என்னைத் தூரத்தில் ஒதுக்கி வைத்தி ருந்தார்கள். கடைசி பெஞ்ச் பையன் நான். குறைந்த மதிப்பெண் பெறும் மாணவன் நான்தான். படிக்கவே மாட்டேன். இதனால் ஏற்பட்ட தாழ்வு மனப்பான்மை பின்னாளில் நான் ஒரு எழுத்தாளனாக ஆனதற்குக் காரணமாக இருந்திருக்கலாம். மனோதத்துவ நிபுணர்களைக் கேட்டால் இன்னும் சரியாகச் சொல்லக்கூடும்.

வண்ணதாசன், விக்ரமாதித்யன், கலாப்ரியா, நீங்கள் என்று ஒரு நண்பர்கள் வட்டமாக எப்போது, எப்படி உருவானீர்கள்?

முத்துக்கிருஷ்ணன் தந்த புத்தகங்களில் தாமரை, தீபம் எல்லாம் இருந்தது. தாமரையிலும், தீபத்திலும் கல்யாணி (வண்ணதாசன்) கதைகள் வரும். நம் ஊரைப் பற்றி வருகிறதே என்று விரும்பிப் படித்தேன்.

ஸ்ரீனிவாசகம் என்ற வக்கீலிடம் குமாஸ்தாவாக இருந்த போது டி.கே.சி.யின் பேரன் தீப.நடராஜன் எங்கள் கட்சிக் காரராக இருந்தார். அவர் வருடா வருடம் டி.கே.சியின் பிறந்த நாளைக் கொண்டாடுவார். அப்படி அவர் அனுப்பிய அழைப் பிதழிலிருந்து வல்லிக்கண்ணன் முகவரியைக் கண்டுபிடித்தேன். அவருக்கு ஒரு கடிதம் எழுதினேன். வாருங்கள் பார்க்கலாம் என்று பதில் எழுதினார். வாரத்திற்கு இரண்டு முறையாவது வல்லிக்கண்ணனைப் போய்ப் பார்ப்பேன்.

இதேபோல் வண்ணதாசன் தொடர்பும் ஏற்பட்டது. பின்னாடி அவர்கள் வீட்டுப் பட்டாசலில் உட்கார்ந்து தோசை சாப்பிடுகிற அளவுக்கு நெருக்கம் வளர்ந்தது. காலையில் கொக்கிரகுளம் ஆற்றில் குளித்துவிட்டு நேரே அவர் வீட்டுக்குப் போய்விடுவேன். சாயங்காலம் திரும்ப ஒருமுறை போவேன். இது தினமும் நடந்தது. அவரைப் பார்ப்பதில் எனக்கு ஒரு சந்தோஷம் இருந்தது. கலாப்ரியா, கல்யாணி வீட்டுக்கு இரண்டு

வீடு தள்ளியிருந்தார். வல்லிக்கண்ணன் மூலமாக உருவானது தான் இந்த நண்பர்கள் வட்டம். வல்லிக்கண்ணன்தான் எனக்கு வண்ணநிலவன் என்று பெயர் வைத்தார்.

எழுத எங்கேயிருந்து விஷயங்களை எடுக்கிறீர்கள்?

செய்தித்தாள்களில் படித்தவை. வெளியே பார்த்தவை போன்றவற்றிலிருந்துதான். நான் நிறைய எழுதியிருக்கிறேன். ஒரு பொறிதான். படித்த, கேள்விப்பட்ட, பார்த்த, பாதித்த ஏதாவது ஒன்று எழுதத் தூண்டும். முன்பெல்லாம் உட்கார்ந்து ஒரே மூச்சில் மூன்று மணி நேரத்தில் எழுதிவிடுவேன். இரவு அல்லது அதிகாலையில் எழுதுவேன். ஆரம்பத்தில் எழுதுவதில் ஒரு சந்தோஷம் இருந்தது. வீட்டில் யாராவது இருந்தாலும் இல்லாவிட்டாலும் நான் பாட்டுக்கு உட்கார்ந்து எழுதிக் கொண்டிருப்பேன். திரும்ப எழுதுவது கிடையாது. சில கதை களை மட்டும் காப்பி எடுக்கிறேன்.

குறிப்பாக உங்கள் கதைகளில் முக்கியமானது என்று கருதப்படும் எஸ்தர் கதை எழுதிய அனுபவம் பற்றிச் சொல்லுங்கள்?

பாண்டிச்சேரியில் 'புதுவைக் குரல்' என்ற பத்திரிகையில் வேலை பார்த்துக் கொண்டிருந்த சமயம். பிரபஞ்சன் மூலமாக இந்த வேலை கிடைத்தது. இரண்டு நாள் லீவு எடுத்துக்கொண்டு திருநெல்வேலி போயிருந்தேன். தண்ணீர் கஷ்டம் உச்சத்தில் இருந்த நேரம் அது. திரும்பி வரும் வழியில் தஞ்சாவூர் பக்கம் வண்டி, மாடுகள் என்று, கூட்டம் கூட்டமாக ஊர்களைக் காலி செய்து போய்க்கொண்டிருந்தார்கள். ராமநாதபுரத்திலிருந்து இடம்பெயர்ந்து வருகிறார்கள். இது என்னை மிகவும் பாதித்தது. பாண்டிச்சேரி வந்தவுடன் 'மிருகம்', 'எஸ்தர்' இரண்டு கதை களையும் எழுதிவிட்டேன்.

இன்று வரை பேசப்படும் கடல்புரத்தில் எப்படி கருக்கொண்டது?

குலசேகரப்பட்டினத்தில் நாகூர் மீரான் என்று ஒரு நண்பர் இருந்தார். உடன்குடியில் சைக்கிள் கடை வைத்திருந்தார். திருநெல்வேலியில் வேலையில்லாமல் சிரமப்பட்டுக் கொண் டிருந்தபோது, நீ வேண்டுமானால் என்னோடு கூட வந்து இரேன் என்று சொன்னார். வேறு என்ன செய்வது என்று

தெரியாததால் போனேன். மூன்று வேளையும் அவர் எனக்குச் சாப்பாடு போட்டார். சாயங்காலம் இரண்டு பேரும் சினிமா பார்க்கப் போவோம். பகல் முழுவதும் அவருடன் சைக்கிள் கடையில்தான் உட்கார்ந்திருப்பேன். அங்கே மீனவர்கள் வருவார்கள். அப்போது அவர்களுடன் தொடர்பு ஏற்பட்டது. 1969இல் லாஞ்ச் என்னும் மீன் பிடிக்கும் இயந்திரப் படகு வந்த நேரம் அது. பெரிய கலவரங்களுக்கு அது காரணமாகிவிட்டது. திருச்செந்தூரில் லாஞ்ச் வைத்திருந்த மீனவர்களுக்கும் கட்டு மரக்காரர்களுக்கும் இடையே நடைபெற்ற கலவரங்களில் ஒருவர் கொலை செய்யப்பட்டார். அது என் மனத்துக்கு மிகவும் சங்கடத்தைத் தந்தது. ஏதோ ஒரு மூலையில் வந்து மாட்டிக் கொண்டு விட்டோம் என்ற தோன்றியது. எனவே திரும்ப வந்து விட்டேன். அப்புறம் மலையாளத்தில் வந்த செம்மீன் படத்தை யும், சத்யன் நடித்த கரை காணாக் கடல் படத்தையும் பார்த்த போது, குலசேகரப்பட்டின நாட்கள் மனதுள் மேலெழுந்து வந்தன. ஒரு குடும்பம் தன் சொந்த மண்ணில் வாழ முடியாமல் வேர்களைப் பிடுங்கிக்கொண்டு வேறொரு ஊருக்குச் செல்வது தான் கரை காணாக் கடலின் கதை. இதுதான் கடல்புரத்தில் நாவலின் நதிமுலம்.

பரிசோதனைரீதியில் எழுதப்பட்ட உங்களது ரெயினீஸ் ஐயர் தெரு பற்றி?

8, 9, 10 படிக்கும்போது பாளையங்கோட்டையில் எனக்கு கிறிஸ்தவ நண்பர்கள் நிறைய இருந்தார்கள். அந்தக் கிறிஸ்தவ வாழ்க்கை மனதில் படிந்து போயிருந்தது. 'ரெயினீஸ் ஐயர் தெரு' என்று பாளையங்கோட்டையில் ஒரு தெரு இருந்தது. புதிதாக ஏதாவது செய்ய வேண்டும் என்கிற உத்வேகத்துடன் இருந்தபோது ரெயினீஸ் ஐயர் தெருவையும், கிறிஸ்தவ வாழ்க்கை பின்புலத்தையும் வைத்து முயற்சித்தேன். அது அப்பட்டமான கிறிஸ்துவ வாழ்வு பற்றிய ஒரு நாவல் அல்ல. ஏதோ எனக்குத் தெரிந்த வரையில் எழுதியிருக்கிறேன். ரெயினீஸ் ஐயர் தெருவுக்கு அப்புறமும், புதுமைப்பித்தனைப் போல் என் கதைகளிலும், நாவல்களிலும் நிறையப் பரிசோதனை முயற்சிகளைச் செய்திருக்கிறேன். இந்த என் பரிசோதனை முயற்சிகள் ஒருவேளை வாசகர்களை எட்டாமல் போயிருக்கலாம்.

கிறித்தவராக மதம் மாறி ஞானஸ்நானம் எடுத்துக்கொண்டதற்கும் ரெயினீஸ் ஐயர் தெருவுக்கும் தொடர்பு உண்டா? உங்கள் எழுத்திலும் பைபிளின் தாக்கம் அதிகமாக இருக்கிறது?

1960 முதல் 73 வரை பாளையங்கோட்டையில் பல கிறிஸ்தவக் குடும்பங்களுக்கு மத்தியில் வாழ்ந்தேன். அப்போது சர்ச், பைபிள் என்று கிறிஸ்தவர்களின் பழக்க வழக்கங்கள் ஏற்பட்டன. அவற்றை எனக்கு மிகவும் பிடித்திருந்தது. அந்த வேகத்தில் கிறிஸ்தவனாக மாற முடிவு செய்தேன். சாமுவேல் ஜெயச்சந்திரன் என்று பெயர் மாற்றி ஞானஸ்நானம் எடுத்துக்கொண்டேன். ஆனால் அதற்கு அடுத்த கட்டமான திடப்படுத்துதலை செய்யப் போகவில்லை. அதற்குள் அதிலிருந்து மனம் விலகிவிட்டது. அங்கே இருந்தவரைக்கும் அவர்களோடு இருந்தேன், எனவே இதைச் செய்தேன். அப்புறம் வந்துவிட்டேன். தொடரவில்லை. ஆனால் அப்போதும் அவ்வளவு தீவிரமாக அதனை நான் எடுத்துக்கொள்ளவில்லை. ஜெபம் செய்வது கிடையாது. ஆனால் சர்ச்சுக்குப் போவேன். இப்போது நினைத்துப் பார்க்கும்போது பைத்தியக்காரத்தன மாகப் படுகிறது. அப்போதே வீட்டில் சொன்னார்கள். பைத்தியக் காரத்தனம் பண்ணிவிட்டாயேடா என்று சத்தம் போட்டார்கள். என்னவென்று ஒரு காரணமும் இல்லாமல் இதுபோல் நிறைய பைத்தியக்காரத்தனங்கள் செய்திருக்கிறேன். என்னமோ தோன்றும். செய்துவிடுவேன். மெட்ராஸுக்குப் புறப்பட்டு வந்ததும் அப்படி ஒரு பைத்தியக்காரத்தனம்தான்.

முன்பு ஒரு சமயம் மெட்ராஸில் இருப்பது லாட்ஜில் இருப்பது போலிருக்கிறது. எப்போது திருநெல்வேலி போவோம் என்றிருக்கிறது என்று சொல்லியிருந்தீர்கள். இத்தனை வருட இடைவெளியில் உங்கள் கருத்துக்கு இன்னும் உயிர் இருக்கிறதா?

இப்போது திருநெல்வேலிக்கும் போக முடியாது! அதுதான் விஷயம். திருநெல்வேலி இன்னொரு சென்னையாக மாறிவிட்டது. எந்தக் காரணமும் இல்லாமல் எவ்வளவோ விஷயங்கள் செய்து கொண்டிருக்கிறோம். அதுபோல்தான் இங்கே மெட்ராஸில் இருந்துகொண்டிருக்கிறோம். இந்த வாழ்க்கைக்கு லாயக்கில்லாத ஆள் நான். எனக்கு முடியவில்லை. இப்போதும் தேவையில்லாமல்தான் இங்கே இருந்து

கொண்டிருக்கிறேன். எங்கே போவது என்றும் தெரியவில்லை. எங்காவது சாப்பாடு கிடைக்கும் இடமாக ரிஷிகேஷ் போல் போய்விடலாம் என்றிருக்கிறேன். ஆனால், குழந்தைகள் இருக் கிறார்கள். எனவே அது அவ்வளவு சுலபமாக முடியாது. குழந்தைகள் கல்யாணமாகி செட்டிலாகிவிட்டார்கள் என்றால் புறப்பட்டுவிடலாம். ஆனால் எங்காவது போகலாம் என்றால் அதற்கான பணமும் என்னிடம் கிடையாது. அதற்கும் குழந்தைகளைச் சார்ந்துதானே இருக்க வேண்டியதிருக்கிறது!

சென்னை தொடர்பாக பாஸிட்டிவான எண்ணங்களே உங்கள் மனதில் இல்லையா?

அப்படிச் சொல்லிவிட முடியாது. என் வாழ்வின் பெரும் பகுதி இங்குதான் கழிந்திருக்கிறது. இங்க வந்த பிறகுதான் என்னுள் பெரும் மாற்றங்கள் நிகழ்ந்திருக்கின்றன. நிறைய விஷயங்களை இந்த நகரம்தான் எனக்குக் கற்றுத் தந்தது. நான் ஒரு தேர்ந்த பத்திரிகையாளன் இல்லை. ஆனால் சென்னை என்னைப் பத்திரிகையாளனாகவும் அடைகாத்துக் கொண்டது. ஆனாலும் இங்கே இருக்க முடியவில்லை.

பத்திரிகையாளர் வண்ணநிலவன் பற்றிச் சொல்லுங்கள்.

கண்ணதாசன், கணையாழி, புதுவைக் குரல், துக்ளக் சுப மங்களா, அன்னை நாடு போன்ற பத்திரிகைகளில் இருந்தேன். பதிமூன்று வருடங்கள் துக்ளக்கில் இருந்தேன். என்னைச் சரியாகப் புரிந்துகொண்டு இவனை நல்ல வழியில் திருப்பி விட வேண்டும் என்று சோ மிகவும் முயற்சித்தார். இவன் தப்பாகப் போய்விடுவான் என்று அவருக்குப் பட்டிருக்க வேண் டும். துக்ளக்கில்தான் ஒரு பத்திரிகையாளன் பணி என்ன என்பதைத் தெரிந்து கொண்டேன். எனது கவனம் இலக்கியத் தைத் தாண்டி அரசியல், சமூகம், சினிமா, நாட்டு நிர்வாகம் போன்ற பல துறைகளுக்கும் விரிந்தது. ஆனாலும் என்னால் அங்கு இருக்க முடியாமல் ஆகிவிட்டது.

எழுத வேண்டும் என்று அவசியமில்லை. உங்களால் என்ன முடிகிறதோ அதைச் செய்துகொண்டு இருங்கள் என்று கூட சோ சொல்லிப் பார்த்தார். எனக்கு ஒருவிதமான மனச்சோர்வு வந்து விட்டது. இலங்கையுடனும் விடுதலைப்புலிகளுடனும் தேவை

யில்லாமல் என்னையும் சேர்த்து யோசித்ததில், மனம் பயம் கொள்ளத் தொடங்கிவிட்டது. போலீஸ் வந்து விடும், ஆட்கள் கொலை செய்ய வருகிறார்கள் என்றெல்லாம் தோன்றியது. இன்றைக்கு வரைக்கும் அப்படிப் பயந்ததுபோல் எதுவும் நடக்கவில்லை. ஆனாலும் எனக்குப் பிரச்னை என்று தோன்றி விட்டதால் துக்ளக்கிலிருந்து வந்துவிட்டேன். யாருடனாவது பழகிக் கொண்டிருக்கும்போதே இவர் பிரச்னைக்குரிய ஆள் என்று தோன்றினால் உடனே விலகிவிடுவேன். கல்யாணி யுடன் மட்டும் ஒரு பிரச்னையும் இல்லாமல் போய்க் கொண்டிருக்கிறது.

சுபமங்களாவில் வேலை பார்த்த அனுபவங்கள்?

வாழ்க்கையை ஓட்ட வேண்டுமே! அதற்கு முன்னால் மாலன் இந்தியா டுடேயில் இருந்து என்னைக் கூப்பிட்டார். நான் சிரமப்படுகிறேன் என்று தெரிந்து எனக்கு ஏதாவது செய்ய வேண்டும் என்று அவர் நினைத்தார். ஆனால் அவ்வளவு பெரிய பத்திரிகைக்கு நாம் தகுதியானவன்தானா என்று எனக்குப் பயம் வந்துவிட்டது. அதுபோன்ற ஒரு பத்திரிகையில் நாம் என்ன செய்ய முடியும்? எனவே பிரபு சாவ்லாவைச் சந்திப்பதற்கு மாலன் ஏற்பாடு செய்திருந்த அன்று நான் போகவில்லை. என்னைத் தெரியும் என்பதால் மாலனும் அதனைப் பெரிதாக எடுத்துக்கொள்ளவில்லை. "பரவாயில்லை ராமச்சந்திரன்" என்று சொன்னார்.

ஆனால் இப்படிப் பயந்துகொண்டு எத்தனை நாளைக்கு இருந்துவிட முடியும். குடும்பம் இருக்கிறது. குழந்தைகள் இருக்கின்றனர். எனவே கோமல் சுவாமிநாதனிடம் போய் வேலை கேட்டேன். சுபமங்களா ஒரு மாதப் பத்திரிகை. இரண்டு ஆட்களுக்குமேல் அங்க வேலையே கிடையாது. ஆனால் நான் சிரமப்படுகிறேன் என்பதால் அவர் எடுத்துக்கொண்டார். எல்லா இடங்களையும்போல் அங்கும் ஒரு பிடிப்பு இல்லாமல் தான் இருந்தேன். அங்கு வாத்தியார் ராமன் என்னிடம் மிகவும் பிரியமாக இருந்தார். மற்றவர்கள் எழுத்தாளர் என்று என்மேல் மிகவும் மரியாதையாக இருந்தார்கள். சிறுகதைகள், கவிதைகளைப் படித்துத் தேர்வு செய்ய வேண்டும். ஆபீஸ் போவேன்.

மதியம் 3.30க்குக் கிளம்பிவிடுவேன். வேலைகள் இருக் காது என்பதால் கோமலே, "கிளம்பிவிடுங்கள் ராமச்சந்திரன்" என்று சொல்லிவிடுவார்.

இடையில் ருத்ரையாவின் 'அவள் அப்படித்தான்' படத்திற்கு வசனம் எழுதினீர்கள். ஏன் சினிமாவில் தொடரவில்லை.

ருத்ரையா எனக்கு நண்பர். மிகவும் சிரமப்பட்ட காலங் களில் அவர் அறையில் தங்கியிருந்தேன். அவர் 'அவள் அப்படித் தான்' படத்தை எடுத்தபோது கூடவே இருந்ததால், நீயும் சில காட்சிகளை எழுதித் தாயேன் என்று கேட்டார். அதனால் செய்தேன். பிளாஷ் பேக், ஸ்ரீப்ரியா வரும் காட்சிகளுக்கு வசனம் எழுதினேன். மற்றபடி சினிமாவுக்குப் போகும் திட்டம் எப்போதுமே எனக்கு இல்லை. பத்திரிகைக்கே லாயக்கில்லாத ஆள் நான், எப்படிச் சினிமாவில் இருக்க முடியும்? சினிமா டிஸ்கஷனைப்போல் போரான விஷயம் வேறு எதுவுமே கிடையாது!

இப்போதெல்லாம் கடந்த பத்து வருடமாக நீங்கள் எழுதுவது மிகவும் குறைந்துவிட்டதே, ஏன்?

முழுநேர எழுத்தாளன் என்று சொல்லிக் கொள்வதற்குப் பொருத்தமானவன் இல்லை நான். சாதாரண ஆளா இருந் திருக்க வேண்டியவன். தற்செயலாக இதில் வந்து மாட்டிக் கொண்டுவிட்டேன். 1000 ரூபாய் சம்பளத்திற்குச் சிறு வயதில் திருநெல்வேலியில் ஒரு வேலை கிடைத்திருந்தால் இந்தப் பக்கமே திரும்பிப் படுத்திருக்க மாட்டேன். எதனாலோ வேறு வழியில்லாமல் தொடங்கிவிட்டேன். அப்புறம் தொடங்கி விட்டதாலேயே இவ்வளவு தூரம் நகர்ந்துவிட்டேன். எழுத்து மீது எனக்கு எப்போதும் தாகம் இல்லை. ஏதோ தோணிச்சி, எழுதினேன். ஆரம்பத்தில், எழுதத் தொடங்கிய காலத்தில், ஒரு சந்தோஷம் இருந்தது. ஒரு உத்வேகம் இருந்தது. ஆனால் தொடங்கிய ஐந்தாவது, ஆறாவது வருடத்திலேயே அது வடிந்து விட்டது.

சில வருடங்களுக்கு முன்பு ஒரு கதையில் ஒரு ஜாதியின் பெயரைக் குறிப்பிட்டிருந்தேன். அந்த ஜாதிச் சங்கக்காரர்கள் வீடு தேடி வந்துவிட்டார்கள். ஒரு குறிப்பிட்ட ஜாதியை அவ

மானப் படுத்தும் நோக்கம் எனக்கு மட்டுமல்ல, எந்த எழுத்தாளருக்குமே இருக்க சாத்தியமில்லை என்று அவர்களிடம் சொன்னேன். அவர்கள் திருப்தியடைந்து போய்விட்டார்கள். என்னைப் போன்ற யதார்த்தக் கதைகள் எழுதும் எழுத்தாளர்களுக்கு இது ஒரு பிரச்னை. ஜாதிப் பெயரைக்கூட குறிப்பிடாமல் எப்படி ஒரு கதையை எழுத முடியும். எழுதத் தயக்கமாக இருப்பதற்கு இது ஒரு காரணமாக இருக்கலாம். ஆயினும் சமீபத்தில் சிஃபி இணைய தளத்துக்காக, 'காலம்' என்றொரு நாவல் எழுதினேன். ஒரு குமாஸ்தாவின் பார்வையில் கோர்ட் அனுபவங்களைச் சொல்கிற கதை அது. அது கூட அங்கு பணியாற்றும் என் நண்பர் வெங்கடேஷின் வற்புறுத்தலால் எழுதியதுதான்.

ஒருவேளை வாசகர்களும், விருதுகளும், அங்கீகாரமும் பெருமளவில் கிடைத்திருந்தால் இப்படி எழுத்தில் இருந்து ஒதுங்கிப் போகிற மனநிலை உங்களுக்கு ஏற்பட்டிருக்காதோ?

விருதுகளைப் பொறுத்தவரைக்கும் எனக்கு எப்போதும் விருதுகள்மீது மரியாதை ஏற்பட்டதே இல்லை. விருதுகள் இங்கே பெரிய ஒரு கூத்தாகத்தான் இருக்கிறது. வருடம் தோறும் யாருக்காவது கொடுத்தாக வேண்டும் என்று ஒரு சடங்கு போல் செய்து கொண்டிருக்கிறார்கள். தீபாவளி, பொங்கல் இனாம் மாதிரி மிகவும் சீப்பாகப் போய்விட்டது. கிடைத்திருக்க வேண்டிய நிறையப் பேருக்குக் கிடைக்கவில்லை. வாங்கியிருக்கவே கூடாத நிறையப் பேர் வாங்கிவிட்டார்கள். இது பைத்தியக்காரத்தனம் இல்லாமல் வேறு என்ன? மிக உயர்ந்த படைப்பாளிக்கு மட்டும்தான் பரிசு கொடுப்போம் என்று இருந்தால் அந்தப் பரிசுக்கு ஒரு அர்த்தம் இருக்கும்.

1000 ரூபாயில் இருந்து லட்சம் ரூபாய்வரை இங்கே பல விருதுகள் உள்ளன. இதில் சில விருதுகள் எனக்கு அளிக்கப்பட்டிருக்கின்றன. வேண்டாம் என்றும் நிராகரித்துவிட்டேன். வாங்கிய சில விருதுகள் நண்பர்களால் என்மேல் திணிக்கப்பட்டவை. ஆரம்பத்தில் பணத்தேவை இருந்தபோது அதற்காகச் சில விருதுகளை வாங்கியிருக்கிறேன். இப்போது பையன் சம்பாதிக்க ஆரம்பித்துவிட்டான். பிறகு எதற்கு எனக்கு விருது? அப்பா, தயவுசெய்து ஆளைவிடுங்கள் என்றுதான் சொல்லத் தோன்றுகிறது.

அங்கீகாரத்தைப் பொறுத்தவரைக்கும் ஆரம்பத்திலேயே அது எனக்குக் கிடைத்திருக்க வேண்டியதைவிட அதிகமாகக் கொடுக்கப்பட்டுவிட்டது என்றுதான் சொல்ல வேண்டும். நான் மிகவும் குறைவாக எழுதியிருந்தபோதே சுந்தர ராம சாமி அளவுக்கு, அசோகமித்திரன் அளவுக்கு என் பெயரும் பேசப்பட்டுவிட்டது. அங்கீகாரமும் விருதுகளும் பாரம் தான். தேவையில்லாமல் அதைத் தூக்கிக்கொண்டு அலைய வேண்டும். பிறகு வாசகர்கள், தமிழில் இல்லாமல் வேறு ஏதாவது ஒரு மொழியில் எழுதியிருந்தாலும் இதைவிட அதிகமாகக் கிடைத்திருப்பார்கள் என்று எனக்குத் தோன்ற வில்லை. பிரெஞ்சு போன்ற மொழியிலும் தீவிர இலக்கியத் துக்கு வாசகர்கள் குறைவுதான். அப்புறம் இப்படிக் குறைவாக இருப்பதுதான் நல்லது என்று தோன்றுகிறது. இதைத் தெரிந்து கொண்டுதானே எழுதத் தொடங்கியது? எனவே இதில் ஏமாற்ற மடைய என்ன இருக்கிறது? அப்புறம் இவையெல்லாம் எனக்கு வேண்டும் என்று சொல்வதற்கு நான் என்ன பெரிதாக எழுதிக் கிழித்துவிட்டேன்?

தமிழில் முக்கியமான பத்து எழுத்தாளர்களை வரிசைப்படுத்தச் சொன்னால் அனேகமாக அனைவரின் பட்டியலிலும் நீங்கள் இருக்கிறீர்கள். பலருடைய பட்டியலிலும் வரக்கூடிய பெயர் உங்களுடையது. அப்புறமும் உங்கள் எழுத்தின்மீது உங்களுக்கு நம்பிக்கை ஏற்படவில்லையா?

மற்றவர்கள் சொல்கிறார்கள். உண்மைதான். ஆனால் இன்றைக்கு வரைக்கும் எனக்கு எழுத்துப் பெரிய விஷயமாகவே படவில்லை. முப்பது வருடத்தை வீணாக்கிவிட்டேன் என்று தான் தோன்றுகிறது. வேறு ஏதாவது ஒரு தொழில் செய்திருக்க லாம். இளையபாரதி என் கதைகளைத் தொகுத்துப் போட்டிருக் கிறார். அதையொட்டி எல்லாவற்றையும் திரும்பப் படித்தேன். படிக்கும்போது கூச்சமாக இருக்கிறது. பைத்தியக்காரத்தன மாகப்படுகிறது. எஸ்தரையும், கம்பா நதியையும், கடல்புரத் திலையும், ரெயினீஸ் ஐயர் தெருவையும் எல்லோரும் கொண் டாடுகிறார்கள்.

வீடு தேடி வந்து பேசுகிறார்கள்; உங்களைப்போல். ஆனால் இவை எல்லாம் எனக்குச் சர்வ சாதாரணமானதாகத்தான்

படுகிறது. உங்கள் மனம் நோகக் கூடாது என்பதற்காக நீங்கள் பாராட்டும்போது பொறுத்துக்கொள்கிறேன். ஒரு வேளை தமிழுக்கு இது போதுமோ என்னவோ? டால்ஸ்டாயுடன் ஒப்பிடும்போது இங்க அனேகமாக எதுவுமே நடக்கவில்லை என்று படுகிறது. இங்கு எல்லாமே சோகக் கதைகள்தான். ஆனால் இது இல்லை எழுத்து. மிகச் சிறந்த படைப்பை உரு வாக்க இயலாது என்ற நிலையில், எழுதாமலிருப்பதுதான், எழுத்துத் துறையை விட்டு விலகி விடுவதுதான் சிறந்தது.

இப்படி எதிலும் சீக்கிரமே அலுப்பு அடைந்துவிடும் நபராக நீங்கள் இருப்பதுக்கு என்ன காரணமென்று நினைக்கிறீர்கள்?

சின்ன வயதிலிருந்தே என்னிடம் உள்ள விஷயம் இது. ஏன் என்றே புரியவில்லை. அப்போதே எல்லோரும் உட்கார்ந்து பேசிக்கொண்டிருக்கும்போது நான் மட்டும் தனியாக உட்கார்ந்திருப்பேன். யாருடனும் பேச மாட்டேன். அப்பா அம்மாவிடம்கூடப் பேச மாட்டேன். பேச முடியாதது ஒரு காரணமாக இருக்கலாம். டாக்டர்களைத்தான் கேட்க வேண்டும். எங்கேயும் போவதில்லை. அந்தக் காலகட்டத்தில் அப்பா குடித்துவிட்டு வீட்டுக்கு வருவார். அதையொட்டி வீட்டில் பிரச்னைகள் தொடங்கும். இதில் பாதிக்கப்பட்டு இரண்டு முறை தற்கொலைக்கு முயன்றிருக்கிறேன். எட்டு வயதில் பூச்சி மருந்து சாப்பிட்டேன். ஒருமுறை நண்பன் காப்பாற்றிவிட்டான். மறுமுறை வெறும் பேதியோடு முடிந்துவிட்டது.

சுபமங்களா பேட்டியிலேயே அரசியல் நாவல் ஒன்று எழுதும் திட்டம் வைத்திருப்பதாகவும் முன்பு சொன்னீர்கள். இதுவரைக்கும் எழுதவில்லை. இனிமேலாவது எழுதுவீர்களா?

மூன்று நாவல் மனதில் இருக்கிறது. இனிமேல் சிறுகதை எழுத முடியாது. எழுதத் திட்டமிட்டாலே மனதில் பெரிது பெரிதாகத்தான் தோன்றுகிறது. ஆனால் இப்போது எழுத்துக்கே எதிரான மனநிலையோடு இருக்கிறேன் என்றால் எப்படி எழுத முடியும்! மனிதனுக்கு ஏதாவது ஒன்றில் பிடிப்பு வேண்டும். எனக்கு அது இல்லாமல் போய்விட்டது. வீட்டில் எல்லோருடனும் பேசுகிறேன்; கேட்டால் பதில் சொல்கிறேன்; அவ்வளவுதான். மற்றபடி யாருடனும் பற்று இல்லாமல்தான் இருக்கிறது. இந்தமாதிரி ஒரு நிலை ஏற்பட்டிருக்கக்கூடாது.

எழுதவில்லையென்றால் மேற்கொண்டு என்ன செய்யத் திட்டமிட்டிருக்கிறீர்கள்?

உயிர் இருக்கும் வரைக்கும் ஏதாவது செய்தாக வேண்டும் என்பது நியதி. எழுதுவதிலும் ஆர்வம் இல்லை. பெட்டிக்கடை போல் ஏதாவது வைத்துக்கொண்டு உட்காரலாம். ஆனால் நிச்சயம் வீட்டில் அனுமதிக்க மாட்டார்கள். நம்மால் அது முடியவும் செய்யாது. பொருட்களுக்குக் காசை எண்ணி வாங்கத் தெரியாது. எங்காவது போய்விட்டாலும் நிம்மதி கிடைத்து விடுமா? தெரியவில்லை, வேறு வழியும் இல்லை. பகல் முழுவதும் சும்மாவே இப்படி இங்கே உட்கார்ந்திருக்கிறேன்.

போர் அடிக்கவில்லை?

இல்லை. இப்போதும் படிப்பதில் இருக்கும் ஆர்வம் மட்டும் வற்றிவிடவில்லை.

தினசரி பேப்பர் படிப்பதில் ஆர்வம் இருக்கிறது. சராசரி யாகத் தினசரி நான்கு மணிநேரம் ஹிந்து படிக்கிறேன். ஆச்சர்ய மாகத்தான் இருக்கிறது. ரத்த உறவு நாவல் பிடித்திருந்தது. டி.வி. பார்ப்பேன். பழைய படங்கள், பாடல்கள் போட்டால் விரும்பிப் பார்ப்பேன். பொதிகை டி.வி.யில் சிட்டிஸன் கேன் போட்டார்கள். கிளாஸிக் என்றால் கிளாஸிக்குகள்தான். இப்போது பார்க்கும் போதும் அவ்வளவு அருமையாக இருக்கிறது. பொதுவாகப் புத்தகங்களில் தெரிந்து கொள்ள ஒன்றுமே இல்லை. கூட்டங்களிலும் ஒன்றும் இல்லை.

ஞானி, வெங்கட்சுவாமிநாதன், சுந்தர ராமசாமி... எல்லோரும் என்ன பேசுவார்கள் என்று தெரியும். அப்புறம் அதில் கேட்பதற்கு என்ன இருக்கிறது. பிலிம் சொஸைட்டி படங்களும் முன்புபோல் இல்லை. கடைசியாகப் பிரெஞ்சு படங்களைப் பார்த்தேன். அங்கேயும் வழக்கமான படங்கள் தான். பத்திரிகைகளிலும் இதுதான் நிலை.

எல்லாவற்றையும் விட்டுவிடலாம் என்றிருக்கிறது. இந்தப் பேட்டிகூட வேண்டாம் என்றுதான் தோன்றுகிறது. இப்போதும் இதோடு இதனை விட்டுவிட்டீர்கள் என்றால் சந்தோஷப் படுவேன். எல்லாவற்றையும் விட்டுவிட நினைப்பவனுக்குப் பேட்டி எதற்கு?

ஆனால் 30 வருடத்துக்கு முன்பு தெரிந்தோ தெரியாமலோ தொடங்கிவிட்ட பயணத்தின் ஒரு பகுதிதான் இதுவும் என்பதால் உங்களுடன் உட்கார்ந்து பேசிக் கொண்டிருக்கிறேன். தொடர் ஓட்டத்தைத் தொடங்கியபிறகு, உங்களுக்கு விருப்பம் இருந்தாலும் இல்லாவிட்டாலும் சில விஷயங்களைச் செய்து தான் ஆகவேண்டும். எனவேதான் இந்தப் பேட்டிக்கே ஒத்துக்கொண்டேன்.

■

3

சந்திப்பு: பவுத்த அய்யனார், 'நேர்காணல்' இதழ்

என்னுடைய பூர்வீகம் என்று பார்த்தால், நான் தாதன் குளத்துக்காரன். திருநெல்வேலியிலிருந்து திருச்செந்தூர் செல்லும் ரயில் பாதையில் திருநெல்வேலியிலிருந்து மூன்றாவது ஸ்டேஷன் தாதன்குளம். இதுதான் என் முன்னோர்களின் ஊர். என்னுடைய முதல் வகுப்பு கல்வி இந்த ஊரில்தான் ஆரம்பமாயிற்று.

அந்தக் காலத்தில் முதல் முதலாகப் பள்ளிக் கூடத்தில் சேர்ப்பதைப் 'படிக்கப் போடுவது' என்பார்கள். இப்போது உள்ளதுபோல் ஜூன் மாதம் படிக்கப் போடாமல், சரஸ்வதி பூஜையின் போதுதான் படிக்கப் போடுவார்கள். என்னைப் படிக்கப் போடுகிற நிகழ்ச்சி பெரிய வைபவமாகவே நடந்தது. பல உறவினர்களும் அதற்கு வந்திருந்தார்கள். (ஆனால் இறுதி வரை எனக்குப் படிப்பே வரவில்லை என்பது வேறு விஷயம்.)

என்னுடைய அப்பா வழித் தாத்தாவுக்கு கொழும்பு சம்பாத்தியம். அவரைக் கொழும்புப் பிள்ளை, கருத்த முத்தையா பிள்ளை என்பார்கள். அம்மாவுடைய பூர்வீகம் அனவரத நல்லூர். எங்களுடைய குடும்பங்களில் ஏழு ஊர்களுக்குள்தான் திருமண உறவுகள் இருந்தன. அதனால் ஏழு ஊர்ப் பிள்ளைமார் என்பார்கள்.

அப்பா கொக்கிரகுளத்தில் நில அடமான வங்கியில் வேலை பார்த்தார்கள். தினசரி காலை ரயிலில் ஆபிஸுக்குச் சென்றார்கள். அப்போது திருநெல்வேலி ஜங்ஷனுக்கும் பாளையங்

கோட்டைக்கும் நடுவே 'குறிச்சி' என்ற ஸ்டேஷன் இருந்தது. (அதை இப்போது எடுத்துவிட்டார்கள்.) தாதன்குளத்திலிருந்து குறிச்சிக்கு வந்து, அங்கிருந்து கொக்கிரகுளத்துக்கு நடந்தே வர வேண்டும். அதுபோல் மாலையிலும் பயணம் செய்ய வேண்டியதிருந்தது.

அம்மாவைப் பெற்ற தாத்தாவும், ஆச்சியும் (பாட்டி) திருநெல்வேலி டவுன் சம்பந்தமூர்த்தி கோவில் தெருவில் இருந்தார்கள். தினசரி ரயிலில் சென்று வருவது அப்பாவுக்குச் சிரமமாக இருந்ததால், அப்பா தன் மாமனார் வீட்டுக்கே வந்துவிட்டார்கள். சம்பந்தமூர்த்தி கோவில் தெருவுக்குப் பின்புறமிருந்த குரவர் தெருவில் ஒரு முனிஸிபல் ஆரம்பப் பள்ளி இருந்தது. அந்தப் பள்ளியில் என்னைச் சேர்த்துவிட்டனர். அங்கே சில மாதங்கள் படித்தேன். அதுவும் சரிப்பட்டு வரவில்லை.

அதற்குள் அப்பா தன் குடும்பத்தை டவுன் தெற்குப் புதுத் தெருவுக்குக் கொண்டுவந்து விட்டார்கள். தெற்குப் புதுத் தெருவிலே ஷாஃப்டர் உயர்நிலைப் பள்ளியின் கிளைப் பள்ளி, ஈஸ்டர்ன் பிராஞ்சை சேர்ந்த ஆரம்பப் பள்ளியில் இரண்டாவது முதல் ஐந்தாவது வகுப்பு வரை படித்தேன். பிறகு ஈஸ்டர்ன் பிராஞ்சில் ஆறாவது வகுப்பு; அப்போது ஃபர்ஸ்ட் பார்ம் படித்தேன்.

என்னுடைய ஐந்தாவது வயதில் என் மூத்த தங்கை பிறந் தாள். நான் நாலாவது படிக்கும்போது என் இரண்டாவது தங்கை பிறந்தாள். அப்போதுதான் திருநெல்வேலிக்கு நேரு வந்தார். அவரைச் சந்திப் பிள்ளையார் முக்கில் பார்த்தது இன்றும் நினைவிருக்கிறது.

ஈஸ்டர்ன் பிராஞ்சில் ஃபர்ஸ்ட் பார்ம் படிக்கும்போதுதான் அதே பள்ளியில் கல்யாணி (வண்ணதாசன்) தேர்ட் ஃபார்ம் படித்துக்கொண்டிருந்தார். அப்போது கல்யாணியை எனக்குப் பழக்கமில்லை. ஆனால், அவர் வீட்டுக்கு எதிரே சுடலைமாடன் கோவில் தெருவிலிருந்த அவருடைய சின்னத் தாத்தாவுடைய மகன் சிவசங்கரன்தான் எனக்கு வகுப்புத் தலைவன். அவனைப் பார்க்க அடிக்கடி அவன் வீட்டுக்குச் சென்றிருக்கிறேன்.

ஸ்ரீவைகுண்டத்தில் என் சிற்றப்பா இருந்தார்கள். செகண்ட் ஃபார்ம் படிக்க அப்பா என்னைச் சிற்றப்பா வீட்டில் கொண்டு

போய்விட்டார்கள். அங்கேயுள்ள குமரகுருபர சுவாமிகள் உயர் நிலைப்பள்ளியில் செகண்ட் ஃபார்ம் படித்தேன். பெயிலாகி விட்டேன். மீண்டும் இரண்டாவது வருடம் அந்தப் பள்ளி யிலேயே செகண்ட் ஃபார்ம்மைத் தொடர்ந்தேன். செகண்ட் ஃபார்ம் இரண்டாவது வருஷம் படிக்கும்போது எங்கள் குடும்பம் திருநெல்வேலியிலிருந்து கருங்குளத்துக்குக் குடி யேறியது. கருங்குளம் தாதன்குளத்திற்கு அருகே உள்ள ஊர். திருநெல்வேலி - திருச்செந்தூர் சாலையில் ஆற்றின் கரையோரம் அக்ரஹாரத்தில் 1960இல் தாத்தாவுடன் குடியேறினோம். நான் தினசரி கருங்குளத்திலிருந்து ஸ்ரீவைகுண்டத்துக்குப் பஸ்ஸில் சென்று படித்து வந்தேன். அப்போது எனக்கு பஸ்ஸில் டிக்கெட் 25 பைசா.

இதற்குள் அப்பாவின் அலுவலகம் கொக்கிரகுளத்திலிருந்து பாளையங்கோட்டைக்கு மாறிவிட்டது. அப்பாவுக்கும் கருங் குளத்திலிருந்து தாதன்குளத்துக்கு நடந்தே சென்று ரயிலைப் பிடித்து அலுவலகம் சென்று வருவது கஷ்டமாக இருந்தது. அதனால் 1961இல் திரும்பவும் குடும்பம் பாளையங்கோட் டைக்குச் சென்றது.

தாத்தா மட்டும் கருங்குளத்தில் தனியே பொங்கிச் சாப் பிட்டுக்கொண்டு, சொத்துக்களைப் பராமரித்துக்கொண்டு இருந்தார்கள். என்னை அப்பா பாளையங்கோட்டை கதீட்ரல் உயர்நிலைப் பள்ளியில் சேர்த்துவிட்டார்கள். பாளையங் கோட்டையிலிருந்தபோது என் மூன்றாவது தங்கை பிறந்தாள்.

கருங்குளத்தில் மாவட்ட நூலகக் கிளை ஒன்று இருந்தது. நூலகர் ஆறுமுகம் அப்பாவின் நண்பர். கருங்குளத்தில் நாங்கள் இருந்தபோது கல்கியின் 'பொன்னியின் செல்வன்', 'அலை ஓசை'யை எல்லாம் படித்தேன். இது தவிர கருங்குளம் அக்ர ஹாரத்திலேயே யூத் அஸோஷியேஷன் ஒன்று இருந்தது. இந்த அஸோஷியேஷனில் தமிழ்வாணனின் நாவல்கள் இருந்தன.

ஸ்ரீவைகுண்டத்தில் பஞ்சாயத்து நூலகராக இருந்தவர் என் மாமா ரத்தினம் பிள்ளை. அந்த நூலகம் கோட்டை அருகே இருந்தது. ஸ்ரீவைகுண்டத்தில் இருந்தபோது இந்த நூலகத் துக்குத் தினசரி சென்றுவிடுவேன். இங்கதான் எமிலி ஜோலாவின் 'நானா', 'சுரங்கம்' போன்ற மொழிபெயர்ப்பு

நாவல்களைப் படித்தேன். ஸ்ரீவைகுண்டத்தில் என் சிற்றப்பா வீட்டினருகே தெக்ஷிணமாற நாடார் சங்கத்திற்கருகில் எம்.ஜி.ஆர். மன்றம் ஒன்றை திருவை அண்ணாமலை என்பவர் ஆரம்பித்தார். இதன் திறப்பு விழாவுக்கு கே.ஆர்.ராமசாமியும், கருணாநிதியும் வந்திருந்தார்கள். அப்போதுான் முதன்முதலாகக் கருணாநிதியைப் பார்த்தேன்.

பாடப் புத்தகங்கள் படிப்பதற்குக் கடுமையாக இருந்தன. இயல்பாகவே எனக்குக் கல்வியில் போதிய நாட்டமும் இல்லை. அதனால் பத்திரிகைகள், நாவல்கள் படிப்பதில் மெய் மறந்து ஈடுபட்டேன். பால்யத்தில் எனக்குத் திக்குவாய் மிக அதிகமாக இருந்தது. யாருடனும் பேசவே பயப்படுவேன். நண்பர்களும் அதிகமில்லை. அதனால் கதை உலகம் என்னை ஆக்கிரமித்துக் கொண்டது. பாளையங்கோட்டைக்கு வந்தபிறகு நாவல்களைப் படிக்கிற பைத்தியம் முற்றிவிட்டது.

கதீட்ரல் உயர்நிலைப் பள்ளியில் நல்ல நூலகம் ஒன்று இருந்தது. நூலகரின் பெயர் உயில். க.நா.சுப்ரமண்யம், வல்லிக் கண்ணன் மொழிபெயர்த்த பெர்ல் பதிப்பக நாவல்கள் எல்லாம் இப்பள்ளி நூலகத்தில் இருந்தன. அவற்றை ஒன்றுவிடாமல் படித்து முடித்தேன். இதுவும் போதாமல் பாளையங் கோட்டையில் இருந்த மாவட்ட மைய நூலகம், கரையாளர் நூலகம் என்று தேடித் தேடிச் சென்று பைத்தியம்போல் படித்துக் கொண்டே இருந்தேன்.

ஏற்கெனவே படிப்பில் மகாமட்டம். கதீட்ரல் உயர்நிலைப் பள்ளியில் படிப்பில் மட்டமாக இருக்கிற மாணவர்களை, வகுப் பின் பின்னால் கடைசி பெஞ்சில் உட்கார வைத்து விடுவார் கள். இதற்கு மாப்பிள்ளை பெஞ்ச் என்று பெயர். நான் இந்த மாப்பிள்ளை பெஞ்சில் தவறாமல் இடம்பிடித்து வந்தேன்.

நாங்கள் குடியிருந்து வந்த வடக்கு ரத வீதியில் முத்துக்கிருஷ் ணன் என்ற நண்பர் செயின்ட் சேவியர் கல்லூரியில் பி.எஸ்.ஸி. படித்து வந்தார். அவர் காண்டேகரின் அபிமானி. காண்டேகரின் நாவல்களை அவரிடமிருந்து இரவல் வாங்கிவந்து படித்தேன். இவர்தான் எனக்குத் தாமரையையும், தீபத்தையும் அறிமுகப் படுத்தினார்.

1965இல் ஹிந்தி எதிர்ப்புப் போராட்டம் எழுந்தது. நான் போராட்டத்தில் நண்பர் முத்துக்கிருஷ்ணனுடன் தீவிரமாகப் பங்கு கொண்டேன். அந்த வருடம் மார்ச்சில் நடக்க வேண்டிய பள்ளியிறுதித் தேர்வு மே மாதம்தான் நடந்தது. பள்ளியிறுதித் தேர்வில் எப்படியோ தேர்வு பெற்றேன். அத்துடன் என் கல்விக்கும் முற்றுப்புள்ளி வைக்கப்பட்டது.

அதற்குள் குடும்பம் பெரும் வறுமைக்குள் விழுந்தது. குடும்பத்திலிருந்த சொத்துக்கள் எல்லாம் கடன், கேஸ் என்று செலவாகிவிட்டன. 1965 வாக்கில் பாளையங்கோட்டையில் உருவாகி வந்த பக்தவச்சலபுரத்துக்குக் குடிபெயர்ந்தோம். சாதாரணக் குடிசை வீட்டில் அப்பா, அம்மா, மூன்று தங்கைகளுடன் இருந்தோம். அம்மா மூன்று தங்கைகளையும் கன்னியாஸ்திரீகளின் உதவியுடன் பெண்கள் மேல்நிலைப் பள்ளியில் இலவச போர்டிங்கில் சேர்த்துவிட்டாள். நானும் அம்மாவும் பெல் பின்ஸ் என்ற கம்பெனியில் தினசரிக் கூலிகளாக வேலை பார்த்தோம்.

பெல் பின்ஸில் ஊக்கு தயாரிக்கிற இயந்திரத்தில் எனக்கு வேலை. ஒரு வருடம் இந்த வேலையைப் பார்த்தேன். மதுரையில் என் தாய்மாமனார் இருந்தார். அங்கே போனால் வேறு நல்ல வேலை தேடலாம் என்று மதுரைக்குச் சென்றேன். அங்கே மேலக் கோபுர வாசலில் முருகன் ஜோதி ஸ்டோர் என்ற ஜவுளிக் கடையில் வேலைக்குச் சேர்ந்தேன். தீபாவளி சமயத்தில் உடல் நலம் கெட்டு வேலை பார்க்க முடியாமல் ஊருக்கே திரும்பி விட்டேன். மீண்டும் பழைய பெல் பின்ஸ் கம்பெனியிலேயே வேலைக்குச் சேர்ந்தேன்.

1961 முதல் கதீட்ரல் உயர்நிலைப் பள்ளியில் என்னோடு படித்தவன் ரவிக்குமார் என்ற நண்பன். அவர்கள் வீட்டுக்கு குலசேகரப்பட்டினத்திலிருந்து நாகூர் மாமா என்ற நண்பர் அடிக்கடி வந்து போவார். அவர் குலசேகரப்பட்டினம் அருகே உள்ள உடன்குடியில் சைக்கிள் கடை வைத்திருந்தார்.

குலசேகரப் பட்டினத்திற்கு அருகில்தான் மணப்பாடு. அவருடன் சிறிது காலம் சைக்கிள் கடையில் வேலை பார்தேன். அப்போதுதான் அந்தக் கடைக்கு வரும் மீனவர்களுடன் பழக்கம் ஏற்பட்டது.

எண்ணமும் எழுத்தும்

1969இல் மீண்டும் பாளையங்கோட்டைக்கே வந்தேன். ரவிக்குமாரின் உறவினரான ஸ்ரீனிவாசகம் அட்வகேட்டாக இருந்தார். ரவிக்குமாருடைய அப்பா என்னை ஸ்ரீனிவாசகத்திடம் வக்கீல் குமாஸ்தாவாகச் சேர்த்துவிட்டார்.

1969 முதல் 1973 வரை அவரிடம் வக்கீல் குமாஸ்தாவாக வேலை பார்த்தேன்.

1969ஆம் வருஷம் ஜூன் வாக்கில் கோர்ட் கோடை விடுமுறைக்குப் பின் திறந்திருந்த சமயம். ஒரு வழக்கு விஷயமாக வண்ணார்பேட்டையிலிருந்த ஆர்.டி.ஓ. கோர்ட்டில் ஆஜராக வேண்டியிருந்தது. அப்போது அதே கோர்ட்டுக்கு நடராஜன் என்ற கட்சிக்காரரும் வந்திருந்தார். நடராஜனுடைய வக்கீல் ஊரில் இல்லாததால் எங்கள் வக்கீலிடம் கேஸை நடத்தச் சொன்னார். கேஸ் வாய்தாவுக்கு வந்தது. நடராஜனுக்குத் தென்காசி. வாய்தா தோறும் அவருக்குக் கடிதம் எழுதித் தெரிவிப்போம். ஒருமுறை அவரிடமிருந்து டி.கே.சி. நினைவு நாள் சொற்பொழிவு பற்றிய அழைப்பிதழ் எங்கள் அட்வகேட் முகவரிக்கு வந்தது. அப்போதுதான் தெரியும், அந்தக் கட்சிக்காரர் நடராஜன் வேறு யாருமல்ல, டி.கே.சி.யின் பேரனான தீப.நடராஜன்தான் அது என்று.

அந்த அழைப்பிதழில் பேச்சாளர்களின் பெயர்களில் வல்லிக்கண்ணன் - ராஜவல்லிபுரம் என்று போட்டிருந்தது. ஒரே ஆச்சரியம். அட, வல்லிக்கண்ணன் பக்கத்திலுள்ள ராஜவல்லிபுரத்துக்காரர்தானா என்று ஒரே சந்தோஷம். உடனே ஒரு இன்லேண்ட் லெட்டர் எழுதி வல்லிகண்ணன், ராஜவல்லிபுரம், திருநெல்வேலி தாலுகா என்று முகவரி எழுதிப் போட்டேன். இரண்டாம் நாளே வல்லிக்கண்ணனிடமிருந்து பதில் வந்தது. வாரம் இரண்டு மூன்று கடிதங்கள் எழுதுவேன். கடிதம் ஒன்றில் பக்கத்திலுள்ள டவுனில்தான் வண்ணதாசன் இருக்கிறார் என்று வல்லிகண்ணன் எழுதியிருந்தார்கள்.

வல்லிக்கண்ணனின் கடிதங்களை என் நண்பரான செல்வக்குமாரிடம் தவறாது காண்பிப்பேன். நானும் செல்வக்குமாரும் சேர்ந்து 'பொருநை' என்ற கையெழுத்துப் பத்திரிகையை நடத்தி வந்தோம். வல்லிக்கண்ணன், வண்ணதாசன் இருவரையும் நேரில் சென்று சந்திக்க வேண்டும் என்ற ஆசை இருந்தது.

ஆனால், நேரில் சந்திக்கத் தயக்கமாகவும் இருந்தது. அவர் களிடம் என்ன பேசுவதென்ற கூச்சம் வந்து தடுத்தது.

1970 மார்ச் வாக்கில் ஒரு நாள் மாலை இரண்டு நண்பர்கள் என்னைத் தேடி வந்தார்கள். அவர்கள் தங்களை நம்பிராஜன், சுப்பு, அரங்கநாதன் என்று அறிமுகப்படுத்திக் கொண்டார்கள். இருவரும் வல்லிக்கண்ணனையும், வண்ணதாசனையும் சந்தித்து விட்டு என்னைச் சந்திக்க வந்திருந்தனர். வல்லிக்கண்ணன்தான் என் முகவரியை அவர்களுக்குக் கொடுத்தவர். மூவரும் நீண்ட நேரம் பேசிக்கொண்டிருந்தோம். அந்த மாதத் தீபத்தில் வண்ண தாசனின் 'வேர்' என்ற சிறுகதை வெளிவந்திருந்தது. அதைப் பற்றி மூவரும் பேசினோம்.

சில தினங்கள் கழித்து நானே துணிந்து ஒரு ஞாயிறு அன்று வல்லிக்கண்ணனைப் பார்க்கச் சென்றேன். மூன்று, நான்கு மணி நேரம் மனம்விட்டுப் பேசிக்கொண்டிருந்தோம். வல்லிக் கண்ணனைச் சந்தித்தபின் ஒரு நாள் சுடலைமாடன் கோவில் தெருவில் கல்யாணியையும் சென்று சந்தித்தேன். நம்பி ராஜன் அப்போது புனைப்பெயர் வைத்துக்கொள்ளவில்லை. முதலில் சங்கரி மணாளன் என்று பெயர் வைத்துக்கொண் டிருந்தார். பிறகுதான் விக்ரமாதித்யன் என்ற பெயரை வைத்துக் கொண்டார்.

கல்யாணியும் நானும் அடிக்கடி ராஜவல்லிபுரம் சென்று வல்லிக்கண்ணனைப் பார்த்துவிட்டு வருவோம். ஒருமுறை ராஜ வல்லிபுரம் சென்றிருந்தபோது நான் எழுதி வைத்திருந்த இரண்டு சிறுகதைகளை வல்லிக்கண்ணனிடம் கொடுத்துப் படித்துப் பார்க்கச் சொன்னேன்.

ஒருவாரம் கழித்து தூத்துக்குடியிலிருந்து வெளிவந்து கொண்டிருந்த 'சாந்தி' என்ற பத்திரிகை என் முகவரிக்கு வந்தது. எனது சிறுகதை ஒன்று 'மண்ணின் மலர்கள்' என்ற தலைப்பில் வெளியாகியிருந்தது. எழுதியவர் வண்ண நிலவன் என்று போட்டிருந்தது. அது வல்லிக்கண்ணனிடம் கொடுத்த கதைதான். வ.க.வே எனக்குப் புனைப்பெயர் சூட்டி அதைச் சாந்தி பத்திரிகைக்கு அனுப்பிப் பிரசுரிக்கச் செய்திருந் தார்கள். இது நடந்தது 1970 செப்டம்பரில். அன்று முதல் வண்ணநிலவன் என்ற பெயரில் எழுத ஆரம்பித்தேன்.

திருநெல்வேலியிலிருந்து புலம் பெயர்ந்த பிறகான வாழ்வனுபவங்கள் பற்றிச் சொல்லுங்கள்?

திருநெல்வேலியிலிருந்தால் முன்னேற முடியாது என்று தோன்றியது. எஸ்.எஸ்.எல்.சி.யில் மார்க் மிகக் குறைவு. வேலை வாய்ப்பு அலுவலகத்திலிருந்து ஒரு இண்டர்வியூ கார்டு கூட வரவில்லை. அக்கால இளைஞர்களைப் போல் டைப் ரைட்டிங் பயிற்சிக்குச் செல்வதற்கான வசதி இல்லை. கடைசியாகப் பாளையங்கோட்டையில் பார்த்த வக்கீல் குமாஸ்தா வேலையில் இரண்டு நேரம் சாப்பாடு போக முப்பது ரூபாய்தான் சம்பளமாகக் கிடைத்தது. துணிமணி வாங்கக்கூட வழியில்லை. செல்வக்குமார் வீட்டில் கொடுத்த வேஷ்டியும், கல்யாணி கொடுத்த சட்டைகளும்தான் என்னிடமிருந்த சொத்து. இதுதவிர, சொந்த வாழ்வில் ஏற்பட்ட சில இழப்புகளும் ஊரைவிட்டுக் கிளம்பக் காரணமாக இருந்தன.

சென்னையில் தி.க.சி., எனது உறவினரான பாப்பையா அண்ணாச்சி, நம்பிராஜன் மூவருக்கும் கடிதம் எழுதிப் போட்டு விட்டுச் சென்னைக்கு வந்தேன். அப்போது திருநெல்வேலி யிலிருந்து 16 ரூபாய் டிக்கெட். இந்தத் தொகையைக் கல்யாணி யிடம் கேட்டால் கொடுத்து உதவியிருப்பார். ஆனால், கேட்க வில்லை. கையில் இருந்த நான்கு ரூபாயை எடுத்துக்கொண்டு மதுரைக்கு ரயிலேறினேன். மதுரைக்கு மூன்றேகால் ரூபாய்தான் ரயில் சார்ஜ்.

மதுரை மேலமாசி வீதியில் ஒரு சித்தப்பா இருந்தார்கள். அந்தச் சித்தப்பாதான் எனக்கு எஸ்.எஸ்.எல்.சி. இறுதித் தேர்வு எழுத பீஸ் கட்டி உதவியவர்கள். அவர்களிடம் பணம் வாங்கிக் கொண்டு சென்னைக்குப் போகலாம் என்று முடிவு செய்து மதுரைக்குப் போனேன்.

சித்தப்பா வீட்டில் இரண்டு மூன்று நாட்கள் இருந்தேன். சித்தப்பா பதினைந்து ரூபாய் கொடுத்தார்கள். அதை வாங்கிக் கொண்டு 1973 ஜூன் 21ஆம் தேதி சென்னைக்குப் பாண்டியன் எக்ஸ்பிரஸில் ஏறினேன். ரயில் ஏற மங்கம்மா சத்திரத்துக்கு அருகில் வந்து கொண்டிருந்தபோது கவிஞர் பரிணாமனைப் பார்த்தேன். கவிஞர் பரிணாமனை ஏற்கெனவே ஒருமுறை, மதுரையில் நா.வானமாமலை வெளியிட்ட 'புதிய முளைகள்'

என்ற சிறுகதைத் தொகுப்பு விழாவில் காலேஜ் ஹவுஸில் வைத்துச் சந்தித்திருக்கிறேன். புதிய முளைகள் சிறுகதைத் தொகுப்பில் என்னுடைய சிறுகதையும் இருந்தது. தொகுப்புக்கு கல்யாணி அட்டைப்படம் வரைந்து கொடுத்தார். வெளியீட்டு விழாவுக்கு திருநெல்வேலியில் மக்கள் தொடர்பு அதிகாரியாகப் பணி யாற்றிய பா.ஜெயப்பிரகாசத்தின் அலுவலக ஜீப்பில் ஜெ.பி.யுடன் நானும், கல்யாணி, கலாப்ரியாவும் சென்று வந்தோம்.

பரிணாமன் டீ வாங்கிக் கொடுத்தார். இருவரும் சிறிது நேரம் பேசிக் கொண்டிருந்துவிட்டுப் பிரிந்தோம். நான் பாண்டி யனில் சென்னைக்கு வந்து சேர்ந்தேன். நம்பிராஜன், அப்போது கவிஞர் நா.காமராஜன் நடத்திவந்த 'சோதனை' பத்திரிகையில் சேர்ந்திருந்தார். நா.கா.வின் வீட்டிலேயே தங்கியிருந்தார்.

அவருடன் ராம.சுப்பையாவும் தங்கியிருந்தார். 'சோதனை' ஆசிரியர் குழுவில் ஒருவர். ராம சுப்பையா மைலாப்பூர் நல்லி யில் வேலை பார்த்து வந்தார். கோடை விடுமுறைக்காக நா.கா. குடும்பத்துடன் ஊருக்குச் சென்றிருந்தார். 'சோதனை' அலுவலகமான நா.கா.வின் வீடு லாயிட்ஸ் ரோட்டில், லாயிட்ஸ் காலனிக்கருகே இருந்தது. (அந்த வீடு இருந்த இடத்தில் இப்போது அபார்ட்மெண்ட் வந்துவிட்டது.)

எக்மோர் ஸ்டேஷனில் இறங்கும்போது சட்டைப் பையில் ஒரு ரூபாய் முப்பது பைசாதான் இருந்தது. அப்போது அது பெரிய தொகைதான். ஒரு ரூபாய்க்கு மதியச் சாப்பாடே ஹோட்டலில் சாப்பிடலாம். டீ பத்து பைசாதான். நா.கா. வீட்டு முகவரியை விசாரித்தபோது, எக்மோரிலிருந்து '23பி'யில் சென்றால் லாயிட்ஸ் ரோடு போகலாம் என்றார்கள். 23பி ஏறி லாயிட்ஸ் ரோட்டில் இறங்கினேன். நா.கா.வின் வீடு மாடியில் இருந்தது. வீட்டைக் கண்டுபிடித்து மாடி ஏறினேன். அப்போது ஒருவர் மாடியிலிருந்து இறங்கிக் கொண்டிருந்தார். எதிரே வந்த என்னை விசாரித்தார். நான் விபரத்தைச் சொன்னதும் "வீடு பூட்டுக் கிடக்கிறது. நம்பிராஜன் வெளியே போயிருக் கிறார் போல... என்னுடன் என் வீட்டுக்கு வாருங்கள்" என்று அழைத்துச் சென்றார். அவர்தான் பாலகுமாரன். பாலகுமாரனு டைய வீடு பக்கத்திலிருந்த டீச்சர்ஸ் காலனியில் இருந்தது.

பாலகுமாரன் என்னைக் குளிக்கச் சொன்னார். இருவரும் சாப்பிட்டோம். பாலகுமாரனைப் போலவே அவரது அம்மா, தங்கை, தம்பி எல்லோரும் ரொம்பப் பிரியமாக இருந்தார்கள். சிறிதுநேரம் கழித்து பாலகுமாரன் அலுவலகத்துக்குப் புறப் பட்டார். நான் என் துணிப்பையைத் தூக்கிக்கொண்டு மீண்டும் நா.கா. வீட்டுக்கு வந்தேன். நம்பி, ராம.சுப்பையா இருவருமே இருந்தார்கள்.

சிறிது நேரம் பேசிக்கொண்டிருந்தபின் நம்பிராஜன் என்னை அழைத்துக்கொண்டு தி.க.சி.யைப் பார்க்கக் கிளம்பினார். தி.க.சி. வேலை பார்த்த சோவியத் நாடு அலுவலகம் தி.நகர் தியாகராய ரோட்டில் (பாண்டிபஜாரின் கிழக்குப் பகுதி) இருந் தது. தி.க.சி. எங்களை உற்சாகமாக வரவேற்றார்கள். இரு வரையும் உடனே செக்ரட்டேரியட் சென்று கந்தர்வனைச் சந்திக்குமாறு கூறி, கந்தர்வனுக்கு ஒரு கடிதமும், செலவுக்குப் பணமும் கொடுத்து உதவினார்கள். நம்பி என்னை அழைத்துக் கொண்டு செக்ரட்டேரியட் வந்தார். தேடி விசாரித்து கந்தர் வனைப் பார்த்தோம். அவர் உடனே ராம.கண்ணப்பன்தான் பொறுப்பாசிரியர், கண்ணதாசனில் வேலைக்குச் சேரலாம் என்று சிபாரிசு செய்தார்.

ராம.கண்ணப்பன் கவிஞர் கண்ணதாசனின் தம்பி. கவிஞருடனேயேதான் எப்போதும் இருப்பார். பகல் பூராவும் ஸ்டூடியோக்களில் இருப்பார். சாயந்திரம் பாண்டி பஜார் அருகே ராஜாபாதர் தெருவின் எதிரே இருந்த ஆந்திரா கில்லி ஷாப்பில் (அந்தக் கடை இப்போதும் இருக்கிறது) கண்ணப் பனைச் சந்திப்பது எளிது என்றார் கந்தர்வன். அவர் சொன்ன படியே இரவு ஏழு மணி சுமாருக்குக் கண்ணப்பனிடம் என்னை நம்பிராஜன் அழைத்துச் சென்றார். விஷயத்தைச் சொன்னோம். நாளைக்கே வேலைக்கு வந்துவிடுங்கள் என்றார் கண்ணப்பன்.

இப்படித்தான் கண்ணதாசனில் முதல்முதலாக வேலைக்குச் சேர்ந்தேன். அப்போது கண்ணதாசன் அலுவலகம் பிராட்வே பிரான்ஸிஸ் ஜோசப் தெருவில் இருந்தது. கண்ணதாசனை நடத்தியவர் ராமச்சந்திர ரெட்டியார் என்பவர். இவர்தான் 'பிலிமாலயா' என்ற சினிமா மாத இதழையும் (ஆசிரியர் பஞ்சு அருணாசலம்), வேறு இரண்டு தெலுங்குப் பத்திரிகைகளையும் நடத்தினார். எல்லா அலுவலகங்களும் ஒரே இடத்தில் இயங்கி

வந்தன. 1974 ஜனவரி பொங்கல் மலருடன் கண்ணதாசன் நின்றுவிட்டது. 150 ரூபாய் சம்பளமும் போய்விட்டது.

ராம.கண்ணப்பன் கண்ணதாசனிடம் சொல்லி, அவருடைய கண்ணதாசன் புரொடக்ஷன்ஸ் அலுவலகத்திலேயே எனக்குத் தங்குவதற்கும் வசதி செய்து கொடுத்திருந்தார். கண்ணதாசன் புரொடக்ஷன் அலுவலகம் ஆழ்வார்பேட்டையில் ராணி சின்னம்மா ரோட்டில் இருந்தது. இப்போது பிரபலமாக உள்ள வி.டி. விஜயன் என்கிற சினிமா எடிட்டர் அப்போது எங்களுடன் தங்கியிருந்தார். அவரை நாங்கள் 'விஜி' என்று அழைப்போம். அவரது சொந்த மாநிலம் கேரளா. அவரது அண்ணன் கருணாநிதியின் பூம்புகார் பிக்சர்ஸில் டிரைவராக வேலை பார்த்தார். கண்ணதாசன் நின்றுவிட்டாலும் மேலும் சில வாரங்கள் கண்ண தாசன் புரொடக்ஷன்ஸ் ஆபீஸிலேயே இருந்து வந்தேன். மீண்டும் வேலை தேடும் படலம்.

அகிலன் கண்ணன் எனக்கு நல்ல பழக்கம். அவர் கஸ்தூரி ரங்கனிடம் பேசி என்னைக் 'கணையாழி'யில் சேர்த்துவிட்டார். அதே 150 ரூபாய் சம்பளம். 'கணையாழி' அலுவலகம் கிரிக்கெட் ஸ்டேடியத்துக்கு எதிரே சேப்பாக்கத்தில் பெல்ஸ் ரோட்டில் இருந்தது. நான் ஸ்டார் டாக்கீஸ் எதிரே என் அண்ணாச்சி பாப்பையா அவர்களின் உதவியுடன் ஒரு லாட்ஜில் குடியேறினேன்.

'சோதனை' மூன்றே மூன்று இதழ்கள்தான் வந்தன. அதனால் நம்பிராஜன் வாசுதேவநல்லூருக்குச் சென்று விட்டார். நான் கணையாழியில் சேர்ந்த போது அவர் மீண்டும் சென்னைக்கு வந்து வேலை தேடினார். கவிஞர் நாரா. நாச்சியப்பனின் அச்சகம் திருவல்லிக்கேணி ஜானிஜான்கான் ரோட்டில் இருந்தது. அங்கே புரூஃப் ரீடராக நம்பிக்கு வேலை கிடைத்தது. கணையாழி வேலை ஒத்துவரவில்லை. 1974 மார்ச்சில் கணையாழியில் சேர்ந்தேன். ஜூனில் வேலையை விட்டு விட்டேன். பெங்களூரில் என் நண்பன் ரவி பாரத் எலெக்ட்ரானிக்ஸில் வேலை பார்த்து வந்தான். அங்கே ஏதாவது வேலை தேடலாம் என்று பெங்களூர் சென்றேன்.

எங்கே சென்றாலும் நண்பர்களுடன் கடிதத் தொடர்பு இருந்தது. பெங்களூரில் ரவியுடன் இரண்டு மாதம் இருந்

தேன். வேலையும் கிடைக்கவில்லை. அப்போது பாண்டிச்சேரி யிலிருந்து பிரபஞ்சன் கடிதம் எழுதி, என்னை உடனே வரச் சொல்லியிருந்தார். ஒரு தினசரிப் பத்திரிகை ஆரம்பித்திருக் கிறார்கள். அதில் வேலை இருக்கிறது என்று எழுதியிருந்தார். ரவி என்னை பெங்களூரிலிருந்து பாண்டிச்சேரிக்கு அதிகாலை ஆறு மணி பஸ்ஸில் ஏற்றிவிட்டான். பாண்டிச்சேரி வரும்போது இரவு ஏழு மணி ஆகிவிட்டது. ஒரே மழை. பிரபஞ்சன் வீட்டைத் தேடிக் கண்டுபிடித்தேன். இரவு அவர் வீட்டிலேயே சாப்பிட்டுவிட்டு அவருடன் படுத்துத் தூங்கினேன்.

காலையில் என்னை 'வண்ணங்கள்' என்ற சிறு பத்திரி கையை நடத்திவந்த சொக்கு சுப்பிரமணியம் என்ற நண்பரிடம் வைத்தி (பிரபஞ்சன்) அழைத்துச் சென்றார். சொக்கு சுப்பிர மணியத்தின் நண்பரான எம்.பி.ஜான் என்பவர் 'புதுவைக் குரல்' என்ற தினசரியைத் தொடங்கியிருந்தார். அதில் சொக்கு சுப்பிரமணியம் என்னைச் சேர்த்துவிட்டார். அது நான்கே பக்கங்களைக் கொண்ட மாலை தினசரி. செய்திகளை மொழி பெயர்ப்பது, புரூப் பார்ப்பது எல்லாம் நான்தான். எப்படியோ வண்டியை ஓட்டிக் கொண்டிருந்தேன். என் துரதிருஷ்டம் புதுவைக் குரலும் நிறுத்தப்பட்டது. 1974 ஆகஸ்ட் முதல் 1975 மார்ச் வரை புதுவைக் குரலில் வேலை பார்த்தேன். பிறகு பாண்டிச்சேரியைவிட்டு ஊருக்கே சென்றுவிட்டேன்.

1975 ஜூன் வாக்கில் தி.க.சி. சென்னையிலிருந்து 'அன்னை நாடு' என்ற காங்கிரஸ் தினசரியில் வேலை இருக்கிறது, வாருங்கள்' என்று எழுதியிருந்தார்கள். கல்யாணி சென்னை செல்ல பணம் தந்தார். மீண்டும் சென்னை வாசம். அன்னை நாட்டில் உதவி ஆசிரியர் வேலை. மலர்மன்னன்தான் ஆசிரியர். செய்திகளை மொழிபெயர்க்க வேண்டிய வேலை. 'அன்னை நாடு' வேலை டிசம்பர் வரை ஓடியது. அன்னை நாடும் நின்று விட்டது.

தி.க.சி.யின் வீட்டிலும், நண்பர்கள் வீட்டிலுமாகச் சாப் பிட்டுக்கொண்டு காலத்தை ஓட்டிக்கொண்டிருந்தேன். நண்பர் ஜெயபாரதியைச் சென்னைக்கு வந்த காலம் முதலே தெரியும். ஒரு நாள் ஜெயபாரதியும் நானும் ராயப்பேட்டையிலிருந்த ஒரு பிரிவியூ தியேட்டரில் பி.வி.கரந்தின் 'சோமனதுடி' படம் பார்க்கச் சென்றோம். படத்துக்கு வந்திருந்த ருத்ரையாவை

எனக்கு ஜெயபாரதி அறிமுகம் செய்து வைத்தார். அதன்பின் ஜெயபாரதியும் நானும் அடிக்கடி ருத்ரையாவைச் சந்தித்து வந்தோம். ருத்ரையா மூலம் அனந்து பழக்கமானார்.

எல்லோரிடமும் புலம்புவதுபோல் அனந்து சாரிடமும் வேலை இல்லாமலிருப்பதைப் பற்றிப் புலம்பினேன். (இந்த அனந்துதான் டைரக்டர் பாலச்சந்தரின் உதவியாளர்.) ஊருக்கே திரும்பிப் போய்விடலாம் என்று இருக்கிறேன் என்றேன். அனந்து சார் என்னை, ஒரே ஒரு வாரம் மட்டும் இருக்கச் சொன்னார். வேலைக்கு முயற்சிப்போம். முடியாவிட்டால் நானே உங்களை பஸ் ஏற்றி அனுப்பி வைக்கிறேன் என்றார். அவரது சினிமா கம்பெனியின் ஆர்ட் டைரக்டர் ராமசாமி. இதே ராமசாமிதான் சோவின் நாடகக் குழுவுக்கும் ஆர்ட் டைரக்டர். அந்த ராமசாமியிடம் 'துக்ளக்'கில் ஏதாவது வேலையில் சேர்த்து விடும்படி அனந்து சார் கேட்டுக் கொண்டார். ஏதோ என் நல்ல நேரம் அப்போது 'துக்ளக்'கில் புரூஃப் ரீடர் வேலை காலியாக இருந்தது. எனக்கு அந்த வேலை கிடைத்தது. 1976 ஜூனில் துக்ளக்கில் வேலைக்கு சேர்ந்தேன்.

பதின்மூன்று ஆண்டுகள் துக்ளக்கில் உதவி ஆசிரியராக வேலை பார்த்தேன். நியூரோஸிஸ் என்ற நோய் வந்து வேலையை விட்டுவிட்டேன். மீண்டும் மூன்று நான்கு ஆண்டுகள் வீட்டில் பொழுதைப் போக்கினேன். 1993 ஜூனில் சுபமங்களாவில் வேலை கிடைத்தது. ஆனால், சுபமங்களாவும் 1995 டிசம்பருடன் நின்றுவிட்டது. இப்போது துக்ளக்கில் ரீடெய்னராகப் பணிபுரிகிறேன்.

சென்னை வாழ்க்கை உங்களுக்குக் கற்றுக் கொடுத்தது என்ன?

நிறைய. பத்திரிகைத் தொழில் சம்பந்தமாக, குறிப்பாக எழுத்து சம்பந்தமாக நிறையத் தெரிந்து கொண்டேன்.

கிராமம் நல்லவர்களைக் கொண்டதாகவும், நகரம் கெட்ட வர்களைக் கொண்டதாகவும் பொதுப் புத்தியில் உறைந்துள்ள கருத்துச் சரியானதுதானா?

தவறு. நல்லவர் - கெட்டவர் என்பது கிராமம், நகரம், இனம், மொழி, ஜாதி, நாடு எவை சார்ந்தும் இல்லை. முழுக்க முழுக்க நல்லவர் என்றோ, கெட்டவர் என்றோ யாரும் இல்லை. இரண்டும் கலந்த கலவைதான் மனிதர்கள்.

அன்பும் குரோதமும் வெறுப்பும் எல்லாம் கலந்த உங்கள் எழுத்தில் அன்புக்கு மட்டும் அதிக முக்கியத்துவம் வருகிறது. கிறித்துவ வாழ்க்கை முறை உங்களுக்குள் பெரும் பாதிப்பை ஏற்படுத்தியுள்ளதோ?

எனது மொழிநடையில் கிறிஸ்தவ வேதமான பைபிளின் தாக்கம் 'கடல்புரத்தில்' நாவலிலும், 'எஸ்தர்' போன்ற சிறு கதைகளிலும் உண்டு. பாளையங்கோட்டையில் படித்த காலத்திலிருந்தே பல கிறிஸ்தவ நண்பர்கள் எனக்குப் பழக்கம். குடும்ப வறுமை காரணமாக என் நண்பன் ரவியின் குடும்பத்தில் அவர்கள் வீட்டுப் பிள்ளை போலவே இருந்திருக்கிறேன்.

எனது கதைகள் அன்பைப் பற்றி மட்டும் பேசவில்லை. பல்வேறுவிதமான மானுட குணங்களையும் என்னால் இயன்ற வரை படைப்புகளில் கொண்டுவர முயற்சி செய்திருக்கிறேன்.

'கடல்புரத்தில்', 'கம்பா நிதி' நாவல்களை 80களில் நான் படித்த போது இருந்த *freshness*-ஐ இப்போதும் அனுபவித்தேன். மேலும் அப்போது புரிபடாத வாழ்வின் அபாயங்கள், கவனங்களை இப்போது என் வாழ்வின் ஊடே உணர்கிறேன். அப்போதே எப்படி வாழ்வின் உண்மைகளை உணர்ந்தீர்கள்?

ஏராளமான சிறுகதைகள், நாவல்களைப் படித்ததுதான் காரணம். கல்கியின் நாவல்களை என் பால்ய காலத்தில் படித் தேன். அவரது நாவல்களில் உள்ள கதாபாத்திரங்களின் குணச்சித் திரங்கள் இன்றும் பசுமையாக அப்படியே நினைவில் உள்ளன. இலக்கியத்தின் பக்கம் வந்தால் புதுமைப்பித்தனிடமும் இந்தத் திறமை இருக்கிறது. ஜெயகாந்தனின் கதாபாத்திரங்கள் தனித்துவ மானவை. கு.ப.ரா.வின் நூருன்னிஸா, ஆற்றாமை கதைகளில் வருகிற மென்மையான உணர்வுகள் படிக்கும்போது நம்மைத் தொற்றிக்கொள்கின்றன.

கதைகளின் வழியாகவும் உலகத்தைப் பார்க்கிறோம். நமது நேரடி அனுபவங்களின் மூலமாகவும் உலகத்தைப் பார்க்கி றோம். புஸ்தகங்கள், நேரடி அனுபவங்கள் இவைதான் நம்மைப் பட்டை தீட்டுகின்றன. உலகத்தைப் புரிய வைக் கின்றன.

ஒரு சிறுகதை, ஒரு நாவல், ஒரு கவிதை உங்களிடம் எப்படி உருவாகிறது? அதன் படிநிலை *(Process)* பற்றி விளக்க முடியுமா?

ஏராளமான படைப்புகளைப் படித்துப் படித்து மனம் ஒரு விதமான மொழிசார்ந்த தளத்தில் பக்குவமாக இருக்கிறது. இதனுடன் நமது சொந்த அனுபவங்கள் சேரும்போது படைப்பு வெளியாகிறது என்று நினைக்கிறேன். என்னுடைய முதல் சிறுகதையான 'மண்ணின் மலர்கள்' என்ற சிறுகதை, சாலையோர மரம் ஒன்று வெட்டப்படுவதைப் பற்றியது. இது ஒரு உண்மைச் சம்பவம். பாளையங்கோட்டையில் முருகன் குறிச்சி பஸ் நிறுத்தத்தில் பலருக்கும் நிழல் தந்த மரத்தை எதனாலோ வெட்டினார்கள். அது எனக்குக் கஷ்டமாக இருந்தது. அந்த மனநிலையைத்தான் சிறுகதையாக எழுதினேன்.

குலசேகரப்பட்டினம், உடன்குடியில் இருந்தபோது சில மீனவர்களைத் தெரியும். குலசேகரப்பட்டினத்தில் அடிக்கடி கடற்கரைக்குச் செல்வேன். குலசேகரப்பட்டினத்தை விட்டு பாளையங்கோட்டைக்கு வந்தபிறகு தினமலர் நாளிதழில் திருச்செந்தூர் அருகே உள்ள வீரபாண்டியன் பட்டினத்தில் இயந்திரப் படகுக்காரர்களுக்கும், கட்டுமரத்துக்காரர்களுக்கும் ஏற்பட்ட மீன்பிடிக்கும் போட்டியில் கொலைகள் விழுந்தன என்ற செய்தியைப் படித்தேன். கடல்புரத்தில் நாவல் எழுதத் தூண்டியது அந்தச் சிறு செய்திதான். பிலோமி, வாத்தி, செபஸ்தி, குரூஸ் மைக்கேல் என்று கதாபாத்திரங்கள் தானாகவே மனதில் உருவாகின.

ஒருமுறை திருநெல்வேலியிலிருந்து பாண்டிச்சேரிக்குப் பஸ்ஸில் சென்று கொண்டிருந்தேன். அப்போது மாநில மெங்கும் கடும் வறட்சி நிலவியது. கிராம மக்கள் குடும்பம் குடும்பமாக வேலை தேடி ஊர் விட்டு ஊர் பெயர்ந்து கொண்டிருந்தார்கள். இதுதான் எஸ்தர், மிருகம் ஆகிய சிறுகதைகளின் பொறி.

'காலம்' நாவல் எனது வக்கீல் குமாஸ்தா, கோர்ட் வாழ்க்கை அனுபவங்களைப் பற்றியது. எழுதுவதற்கு ஏதோ ஒரு பொறி தேவைப்படுகிறது. அதை ஊதி ஊதிப் பெரிதாக்கு கிறான் எழுத்தாளன்.

அன்பும், மென்மையும், தீவிரமும் கொண்ட எழுத்துகளை எழுதிய நீங்கள் 'துர்வாசர்' ஆகி தார்மீகக் கோபம் கொண்ட எழுத்துக்களை எழுதத் தூண்டியது எது?

துக்ளக்கில் ஆரம்ப காலத்திய சினிமா விமர்சனங்களை இயக்குனர் மகேந்திரன் எழுதி வந்தார். நான் துக்ளக்கில் சேர்ந்த பிறகு சினிமா விமர்சனங்களை எழுதும் வாய்ப்பை எடிட்டர் என்னிடம் கொடுத்தார். என்னுடைய மயான காண்டம், யுகதர்மம் போன்ற ஆரம்ப காலத்துச் சிறுகதைகளில் கிண்டலும்; கோபமும் உண்டு. அந்தக் கிண்டல், கோபத்தை சினிமா விமர்சனப் பகுதியில் காட்டினேன்.

பிறகு நான் தனிக்கட்டுரைகளை எழுதலாம் என்று ஆசிரியர் கூறினார். அப்போது எடிட்டர் எனக்கு 'துர்வாசர்' என்ற பெயரை வைத்தார். துர்வாசர் என்ற பெயரில் நான் துக்ளக்கில் எழுதிய கட்டுரைகள் வாசகர்கள் மத்தியில் நல்ல வரவேற்பைப் பெற்றன.

80களில் எனக்கு வெங்கட்சாமிநாதனின் 'பாலையும் வாழையும்', 'கலை வாழ்க்கை அனுபவம் வெளிப்பாடு' முதலிய நூல்கள் பல நூல்களைத் தேடிப் படிக்கத் தூண்டுதலாகவும், ஓவியம் மீதான ஈடுபாட்டையும், விமர்சனப் பார்வையையும் உருவாக்கிக்கொள்ள உதவியது. 70,80களின் இலக்கியச் சூழல் எப்படி இருந்தது?

எழுபது, எண்பதுகளில் இப்போது உள்ளதைப்போல் அந்த நாட்களிலும் தீபம், கணையாழி, தாமரை, எழுத்து, கசடதபற, அஃக், வானம்பாடி, ஞானரதம், சதங்கை, தெறிகள், பிரக்ஞை என்று ஏராளமான சிற்றிதழ்கள் வெளிவந்து கொண்டிருந்தன. சுதேசமித்திரன் ஆண்டுதோறும் வெளியிட்ட தீபாவளி மலர்கள்கூட இலக்கியத்தரமாக இருந்தன. இடதுசாரி மனோபாவம் கொண்டவர்கள் முற்போக்கு இலக்கியம், பிற்போக்கு இலக்கியம் என்று கூறிவந்தனர். இன்று பிரபல மார்க்ஸிய விமர்சகராக அறியப்படுகிற கோவை ஞானி வானம்பாடியில் எழுதிய 'கல்லிகை' என்ற நெடுங்கவிதையின் மூலம் இலக்கிய உலகத்துக்கு அப்போதுதான் அறிமுகமானார்.

இடதுசாரி இலக்கியத்துக்கென்று 'தாமரை', 'செம்மலர்', கோவை ஈஸ்வரனின் 'மனிதன்', இளவேனிலின் 'கார்க்கி', கே.எம்.வேணுகோபாலின் 'சிவந்த சிந்தனை', வானம்பாடி, புதிய தலைமுறை, உதயம் முதலான பல பத்திரிகைகள் வெளி வந்து கொண்டிருந்தன. ஆர்.ராஜேந்திரசோழன் 'அஸ்வகோஷ்'

என்ற பெயரில் செம்மலரிலும், உதயத்திலும் பிரச்சார வாடை வீசாத பல அற்புதமான சிறுகதைகளை எழுதி வந்தார். ஆர்.ராஜேந்திரசோழன் தொடர்ந்து கதைகள் எழுதாமல் போனது ஒரு பேரிழப்புதான். அவரை அசோகமித்திரன் *'promising writer'* என்று பாராட்டியிருக்கிறார். இதேபோல் பிரக்ஞையிலும், கணையாழியிலும் அற்புதமான சிறுகதைகளை எழுதிய சிவசங்கரா, ஆர்.பழனிவேலு போன்றோர் பின்னால் எழுதாமல் போய்விட்டார்கள்.

இடதுசாரி இதழ்களில் உதயமும், பிரக்ஞையும் தீவிரமான இடதுசாரி அரசியல், இலக்கியம் சார்ந்த கட்டுரைகளை வெளியிட்டன. தாமரையும், செம்மலரும் இன்றுபோல் அன்றும் வலது - இடது கம்யூனிஸ்ட் ஆதரவு இலக்கியப் பத்திரிகைகளே. இதனுடன் இலங்கையிலிருந்து வெளிவந்த டொமினிக் ஜீவாவின் 'மல்லிகை' என்ற பத்திரிகையையும் சேர்த்துக்கொள்ள வேண்டும். ஆனால் மல்லிகையைவிட 80களில் இலங்கையிலிருந்து வெளியான 'அலைகள்' பத்திரிகை மிக முக்கியமான சிற்றிதழ். சிறிகனகரட்ணா என்ற அற்புதமான இடதுசாரி விமர்சகரின் கட்டுரையை அலைகளில்தான் படித்தேன்.

கைலாசபதியின் கட்டுரைகள் அப்போதே புத்தகமாக வெளிவந்துவிட்டன. கா.சிவத்தம்பி அப்போது நூல்களை எழுதியிருக்கவில்லை என்றாலும், தனது கட்டுரைகளின் மூலம் தமிழகத்தில் பரிச்சயமாகி இருந்தார். இது இடதுசாரி இயக்கத்தின் சூழல்.

வலதுசாரி இலக்கியம் என்பதை தெளிவாக வரையறுத்துவிட முடியாது. ஆனால், க.நா.சு., சி.சு.செல்லப்பா, வெங்கட் சாமிநாதன் போன்ற விமர்சகர்கள் தங்களது கட்டுரைகளின் மூலம் இலக்கியத்தில் உணர்ச்சிக்கும், கலாபூர்வமான அழகியலுக்கும் அதிக அழுத்தம் தந்து எழுதினர். புதுக்கவிதையை இயக்கமாக வளர்த்தெடுத்த பெருமை க.நா.சு.வுக்கும், செல்லப்பாவுக்குமே உண்டு. க.நா.சு. பண்டித மனோபாவத்தை எதிர்த்த மாதிரி, வெங்கட்சாமிநாதன் திராவிட, இடதுசாரி மனோபாவத்தை இலக்கியத்தில் எதிர்த்தார்.

இலங்கையில் மு.தளையசிங்கம் தனது போர்ப்பறை, மெய்யுள் முதலான கட்டுரைத் தொகுதிகளில் இடதுசாரி இலக்

கியத்தைச் சாடினார். இலக்கியத்திலும், தத்துவச் சிந்தனையிலும் 'நற்போக்கு' என்ற கருத்தை வலியுறுத்தினார். அவரது சிந்தனை கொஞ்சம் வறட்சியானதுதான் என்றாலும், தளைய சிங்கம் மிக முக்கியமான பாதிப்பை அங்கு ஏற்படுத்தியவர். வறட்சி தட்டாத, கலைக்கு அழுத்தம் கொடுத்த இடதுசாரி விமர்சகர்களில் சிறிகனகரட்ணாதான் முக்கியமானவர் என்று எனக்குப் படுகிறது.

சி.சு.செல்லப்பாவின் கட்டுரைகள்கூட வறட்சியானவை தான். ரொம்ப டெக்னிக்கலாகச் செல்லப்பா இலக்கியத்தைக் கல்லூரிப் பேராசிரியர் மாதிரி அணுகுவார். ஆனால், வெங்கட் சாமிநாதன் அப்படியல்ல. அவரது எழுத்தில் வறட்டுத்தனம் தலைகாட்டாது. க.நா.சு.வின் படித்திருக்கிறீர்களா தொகுதிகள், இலக்கிய விசாரம் இம்மூன்றும் மிக முக்கியமானவை. இலக்கிய விசாரத்தில், எழுத்தாளன் சோதனை முயற்சிகளைச் செய்து பார்க்க வேண்டும் என்று கூறியிருப்பார். இது எனக்கு வேத வாக்காயிற்று. எனது சிறுகதை, நாவல்களில் பல்வேறு விதமான நடை, உருவச் சோதனைகளைச் செய்து பார்த்திருக் கிறேன். இதற்கு க.நா.சு.தான் காரணம். வறட்சியைப் பற்றிய சிறுகதைகள்தான் எஸ்தரும், மிருகமும். ஆனால், இரண்டி லும் வித்தியாசமான மொழிநடை. உருவங்களைக் கையாண் டிருக்கிறேன். பாம்பும் பிடாரனும் போன்ற சில சிறுகதைகள், கடல்புரத்தில் நாவலில் மேலோங்கி நிற்கும் உரைநடை பைபிள் உரைநடை.

வெங்கட்சாமிநாதன் 'மார்க்ஸின் கல்லறையிலிருந்து' என்று எழுதிய கட்டுரை அப்போது பரவலாகச் சர்ச்சிக்கப்பட்ட, பேசப்பட்ட கட்டுரை. நவீன நாடகம், ஓவியங்கள், சினிமா என்று வெ.சா., தனது கலையனுபவத்தை இலக்கியம் தாண்டி பிற கலைத் துறைகளுக்கும் விரித்திருக்கிறார்.

ஒரு நல்ல மிடில் மேகஸின் எப்படி இருக்கும் என்பதற்கு 70கள் வரையிலான தீபம் இதழ்களைச் சொல்லலாம். இதே தீபம் 80களில் வறட்டுத்தனமான சிறுகதைகள், கட்டுரைகளை வெளியிட ஆரம்பித்துவிட்டது என்பது வேறு விஷயம். சில இதழ்களே வெளிவந்தாலும் 'அஃக்' ஒரு அருமையான இலக் கியச் சிற்றிதழ். அதன் விஷயத் தேர்வுகளிலும், வடிவமைப் பிலும் கலையம்சம் ஓங்கி நின்றது. இதுபோல் 'நடை'யும் சில

இதழ்களே வெளிவந்தாலும், அதுவும் தனித்துவத்தோடு வெளி வந்து நின்றது. நடையைப் பின்பற்றி 'கசடதபற' வெளி வந்தது. ஜெயகாந்தனை ஆசிரியராகக் கொண்டு 'ஞானரதம்' வெளி யானது. முதலில் கிரௌன் சைஸில் வெளியாக ஆரம்பித்தது. ஆறேழு ஆண்டுக் காலம் எழுதாமலிருந்த சுந்தர ராமசாமியின் சிறுகதை, நீண்ட இடை வெளிக்குப்பின் ஞானரதத்தில் வெளி வந்தது. எழுபதுகளின் இறுதியில்தான் நவீன நாடகங்கள் மேடை யேற ஆரம்பித்தன. 'கூத்துப் பட்டறை', ஞாநியின் 'பரீக்ஷா' போன்ற நாடக இயக்க முயற்சிகள் தோன்றின. பாதல் சர்க்கார் தமிழகத்துக்கு வந்தார். காந்தி கிராமத்தில் நாடகப் பயிற்சிப் பட்டறை நடந்தது. சினிமாத் துறையில் பிரக்ஞை நண்பர்கள் எழுபதுகளின் இறுதியில் 'பூர்வா' என்ற திரைப்படச் சங்கத்தைத் துவக்கினார்கள். சிங்கீதம் ஸ்ரீனிவாச ராவின் 'திக்கற்ற பார்வதி', பாபுநந்தன் கோடின் 'தாகம்', ருத்ரையாவின் 'அவள் அப்படித் தான்', ஜான் ஆபிரஹாமின் 'அக்கிரஹாரத்தில் கழுதை' போன்ற புதிய அலைத் திரைப்படங்கள் இதே 70, 80களில்தான் வெளி வந்தன. பூனா பிலிம் இன்ஸ்டிட்டியூட்டிலிருந்து சதீஷ் பகதூர் என்பவர் வந்து சென்னையில் சினி அப்ரிஷியேஷன் கோர்ஸ் களை நடத்தியதெல்லாம் இந்தக் காலகட்டத்தில்தான். கலை எழுச்சி மிகுந்த காலகட்டம் அது.

இன்றைய தமிழ் இலக்கிய உலகில் மிகத் தீவிரமாகச் செயல் பட்டுவரும் ஜெயமோகன், எஸ்.ராமகிருஷ்ணன் முதலியவர் களின் எழுத்துகள் பற்றி...

இருவருமே நிறைய எழுதி வருகின்றனர். இந்தத் தலை முறை நான்லீனியர், பின் நவீனத்துவம் என்று பேசுகிறது. எஸ்.ராமகிருஷ்ணனும், ஜெயமோகனும் நான் ஏற்கெனவே குறிப்பிட்டதுபோல் க.நா.க. கூறிய பரிசோதனை எழுத்து முயற்சிகளில் ஈடுபட்டு வருகின்றனர். இதை அறுபதுகளிலேயே நகுலன் செய்து பார்த்திருக்கிறார். அவரது 'நினைவுப்பாதை' தமிழின் மிக முக்கியமான நாவல். நேர்கோட்டில் சொல்லப் படாத சில சிறுகதைகளையும் நகுலன் எழுதிப் பார்த்திருக் கிறார். நகுலனுக்குப் பிறகு தமிழவனும் நேர்கோட்டில் சொல்லப்படாத நாவலை எழுதியுள்ளார். சுந்தர ராமசாமியின் ஜே.ஜே.சில குறிப்புகள் மிக வெற்றிகரமான, தமிழ் இலக்கியச் சூழலைப் பாதித்த முக்கியமான நாவல். இதுவும் மையம்

அழிந்த எழுத்து வகையைச் சேர்ந்ததே. இந்த மரபைத்தான் தற்காலத்துக்கு ஏற்ப ஜெயமோகனும், எஸ்.ராமகிருஷ்ணனும் செய்து வருகின்றனர்.

ஜெயமோகனின் 'பின்தொடரும் நிழலின் குரல்' மிக முக்கியமான நாவல். ஆனால், அவரது 'விஷ்ணுபுரம்' அலுப்பூட்டுகிறது. எஸ்.ராமகிருஷ்ணன் 'ஷங்கண்ணா' என்ற பெயரில் பல அற்புதமான சிறுகதைகளை எழுதியுள்ளார். எஸ்.ராமகிருஷ்ணன் என்ற பெயரில் எழுதியுள்ள தற்காலச் சிறுகதைகளும் நன்றாக இருக்கின்றன. அவரது நாவல்கள் எதையும் என்னால் தொடர்ந்து வாசிக்க முடியவில்லை.

இருவருமே சினிமாத் துறையில் தொடர்ந்து செயல்பட முயற்சிக்கின்றனர். ஜெயமோகனைவிட எஸ்.ராமகிருஷ்ணன் திரைப்படத் துறையில் அதிகமாகப் பங்கு பெறுகிறார். இருவரது திரைப்படப் பங்களிப்புகள் பற்றிப் பெரிதாகச் சொல்ல ஏதுமில்லை.

70கள் - 80களில் குறைவாக எழுதுவதே நல்ல எழுத்து என்ற போக்கு இருந்தது. இப்போது ஒரு எழுத்தாளர் 10 நூல்களை ஒரே சமயத்தில் வெளியிடுகிறாரே?

குறைவாக எழுதுவது, நிறைய எழுதுவது என்பது ஒரு விஷயமே அல்ல. எழுதியவற்றில் கலாபூர்வமாக, இலக்கிய பூர்வமாக எத்தனை தேறும் என்றுதான் பார்க்க வேண்டும். புதுமையான நடை, உருவ சோதனைகளில் எந்தளவுக்கு ஒரு ஆசிரியன் அல்லது கவிஞன் ஈடுபடுகிறான். அவற்றில் எத்தனை படைப்புகள் தேறுகின்றன. மொழியை அவனது படைப்புகள் எந்தளவுக்கு வளப்படுத்தியிருக்கின்றன என்பதையெல்லாம் தான் கவனத்தில் கொள்ள வேண்டும். நிறைய எழுதும்போது அழகுணர்ச்சி குன்றிப்போய், காலப்போக்கில் வறண்டுவிடும் ஆபத்து நிறைய உண்டு.

90 சதவீத எழுத்தாளர்களின் ஆரம்ப காலப் படைப்புகளில் உள்ள கலையுணர்வு, இறுக்கம், அழகு எல்லாம் போகப் போகக் காணாமல் போய்விடுகின்றன. வயதான காலத்தில் அவர்கள் எழுதும் எழுத்துகளைப் படிக்கவே முடிவதில்லை. அந்தளவுக்கு வறட்டுத்தனமாகி விடுகிறது அவர்களுடைய

எழுத்து. எனக்குத் தெரிந்தவரை மிகக் குறைவாக எழுதியதால் மௌனியின் சிறுகதைகள் அதன் அழியா இளமை யுடன் இருக்கின்றன.

இறுதிவரை தன்னைச் சட்டை உரித்துக் கொண்டு, வறண்டு போகாமலிருந்த ஒரு எழுத்தாளர் சுந்தர ராமசாமிதான். பெரும் பாலான, எழுதிய, எழுதிக்கொண்டிருக்கிற எழுத்தாளர்களின் எழுத்துகளில் கிழடு தட்டிவிட்டது என்பதே உண்மை.

காவேரிக் கரை எழுத்தாளர்கள், தாமிரவருணிக் கதை எழுத் தாளர்கள் முக்கியப் படைப்புகளைத் தமிழுக்குத் தந்துள் ளார்கள். அவற்றுக்கும் நல்ல எழுத்துக்கும் ஏததிாவது தொடர்பு இருக்கிறதா?

ஆற்று நாகரீகத்துக்கும் எழுத்துக்கும் பெரிய சம்பந்தம் இருப்பதாகத் தெரியவில்லை. பாரதி பிறந்த எட்டயபுரம், கு.அழகிரிசாமி, கி.ராஜநாராயணனின் இடைச்செவல் போன்ற ஊர்கள் வறண்ட கரிசல் பூமிதான். இந்த ஊர்களிலிருந்து இவர்கள் எழுதிப் பல படைப்புகளைத் தமிழில் தரவில்லையா? நதிக்கரை என்பதைவிடச் சூழல்தான் மிக முக்கியம் என்று தோன்றுகிறது.

நேரடியான கதை சொல்லல் முறை மட்டுமே உங்களுக்குப் பிடித்தமானதா?

இல்லை. தற்போது எழுதப்படும் நான் லீனியர் எழுத்தாளர் களின் படைப்புகளையும் படிக்கிறேன். ரசிக்கிறேன். சிலர் சற்று விரசமாக எழுதுகிறார்கள் என்பதைத் தவிர, மௌனியையும், நகுலனையும் விரும்பிப் படித்த மாதிரி, இன்று எழுதுகிற ஜெயமோகன், எஸ்.ராமகிருஷ்ணன், எம்.யுவன் போன்றோரின் நான்லீனியர் எழுத்துகளையும் ரசித்துப் படிக்கிறேன்.

உங்களுக்கு 'துக்ளக்' இதழில் வேலை வாங்கிக் கொடுத்த திரு.அனந்த்தைப் பற்றிப் பலரும் சொல்ல கேட்டிருக்கிறேன். உங்களுக்கும் அவருக்குமான உறவு எப்படியானது?

'அனந்து' என்ற அனந்து சார் ஒரு பரோபகாரி. எனக்கு என்றில்லை. பலருக்கும் அவர் உதவிக்கொண்டே இருந்தார். சிறிதுகூட சினிமா உலகில் பந்தா இல்லாதவர். மிக எளிமையான

மனிதர். உலகச் சினிமா பற்றி அவரிடம் மணிக் கணக்கில் பேசிக் கொண்டிருக்கலாம்.

'அவள் அப்படித்தான்' படத்தின் கதை விவாதத்தின்போது அவருடன் பல நாட்களை கழித்திருக்கிறேன். அபாரமான கற்பனை வளம் அவரிடம் இருந்ததைக் கண்டு வியந்திருக் கிறேன். கவிஞர் கண்ணதாசனிடம் ஒரு வரி பிடிக்கவில்லை என்று சொன்னால் அந்த இடத்திலேயே மளமளவென்று வேறு வரிகளைச் சொல்லுவார். அந்த மாதிரி அனந்து சாரிடம் காட்சிகள் மளமளவென்று கொட்டும். ஒரு ஸீன் சரியில்லை என்று சொன்னால், உடனே சட்டென்று பல காட்சிகளை விவரிப் பார். நாம்தான் நமக்குத் தேவையானவற்றைப் பொறுக்கிக் கொள்ள வேண்டும்.

என் மீது அவருக்கு மிகுந்த பிரியம் இருந்தது. திருமணமான புதிதில் ஆதம்பாக்கத்தில் ஒரு மூலையில் வீடு வாடகைக்குப் பிடித்தேன். அவரது அலுவலக வேனிலேயே என்னையும், என் மனைவியையும், வீட்டுச் சாமான்களையும் ஏற்றிக்கொண்டு ஆதம்பாக்கத்துக்கு வந்தார். ஆதம்பாக்கம் வீட்டை விட்டுத் திரும்பவும் சென்னை நகரத்துக்குள்ளேயே வர நேர்ந்தது. அப்போதும் அவர்தான் மந்தைவெளியில் எனக்கு ஒரு வீடு பார்த்துக் குடியேற்றி வைத்தார்.

ஒரு முறை நியூரோ சர்ஜன் டாக்டர் ராமமூர்த்தியைப் பார்க்க வேண்டியதிருந்தது. அனந்து சார்தான் ராமமூர்த்தியிடம் அப்பாயின்மெண்ட் வாங்கித் தந்தார். வேலையின்றி இருந்த காலத்தில் தி.க.சி.யிடம் பல முறை உதவி பெற்ற மாதிரி அனந்து சாரிடம் பல தடவை நூறு, இருநூறு என்று பணம் வாங்கியிருக்கிறேன். அனந்து சார் செய்த உதவிகளைப் பற்றிச் சொல்லிக்கொண்டே போகலாம். ஆச்சரியமான மனிதர் அவர்.

பொதுவாக எந்த இலக்கியக் குழுக்களிலும் பொருத்திக் கொள்ளாத இயல்பை எப்படி அடைந்தீர்கள்?

'குழு' என்பதைவிட ஒத்த கருத்துடையவர்கள், சஹிருதயர்கள், நண்பர்கள் வட்டம் என்பது சாதாரண மனிதர் களுக்கு மத்தியில் கூட இருக்கிறது. அரசியல், சினிமா போன்ற துறைகளில் இவை வெளிப்படையாகத் தெரிகிறது. தற்கால ஐ.டி. கம்பெனிகளில் 'டீம்' என்கிறார்கள். கூட்டமாகச் சேர்ந்து பணிபுரிவது என்பது சமுதாயப் பழக்கம்.

இது எல்லாக் காலங்களிலும் உள்ளதுதான். தவிர்க்க முடியாததும் கூட. என்னைப் பொறுத்தவரை என் ஆரம்ப காலத்திலேயே தாமரையிலும் எழுதியிருக்கிறேன். ஒரு எழுத்தாளன் எல்லாப் பத்திரிகைகளிலும் எழுதலாம். ஒரு வட்டத்துடன் சுருக்கிக் கொள்ள வேண்டியதில்லை.

இலக்கியக் கூட்டங்களைத் தவிர்த்து விடுகிறீர்கள். இதற்குத் தனிப்பட்ட காரணம் ஏதாவது உண்டா? பரிசுகளைக் கூடத் தவிர்த்து விடுகிறீர்கள் என்ற பேச்சும் உண்டு. பரிசுகள் மீதான உங்கள் அபிப்பிராயம் என்ன?

கூட்டங்களில் என்னால் பேச முடியாது. காரணம் எனக்குக் கோர்வையாகப் பேச வராது. பேசும்போது திக்குவாய் வந்து விடுமோ என்று பயப்படுகிறேன்.

மேலும் பரிசுகள் தேர்வு செய்யப்படும் முறை யாரோ சிலரது விருப்பு வெறுப்புகளைச் சார்ந்துதான் உள்ளது. இலக்கியத்தை இலக்கியமாக மட்டுமே அணுகுவது என்பது இன்று எழுத்துலகில் அறவே இல்லை. காய்தல், உவத்தல் இன்றி நிர்ணயம் செய்து தரும் பரிசு, விருது என்பது உலகத்திலேயே இல்லை. இது ஒரு லட்சிய நிலைதான்.

ஞானபீட விருது தொடங்கி, ஆயிரம் ரூபாய் பரிசு வரை, ஆண்டுதோறும் நடத்தப்படும் பண்டிகை, திதி மாதிரி யாந்திரீகமாகத் தரப்படுகிறது. பரிசு கொடுக்கும் எந்த அமைப்பாவது, இந்த ஆண்டு தகுதியான இலக்கியப் படைப்பு எதுவும் இல்லை என்று எந்த ஆண்டாவது பரிசு அல்லது விருது வழங்குவதை நிறுத்தி வைத்திருக்கிறதா?

தரம், தகுதியான படைப்பு என்பதே ஒரு வட்டத்தின் ரசனைக்கு ஏற்பத்தான் அமைய நேரிடுகிறது. மேலும், பரிசு, விருதுகள் வாங்கினால் அதற்கு நன்றி தெரிவித்து, ஏற்புரை வழங்கும் சம்பிரதாயம் வேறு உலகத்தைப் பீடித்திருக்கிறது. இவை எல்லாம் எனக்கு ஒத்துவரவில்லை. அதனால் பெரும்பாலும் தற்போது பரிசுகள், விருதுகளைத் தவிர்த்து விடுகிறேன். என்றாலும், ஆரம்ப காலத்தில் இலக்கியச் சிந்தனைப் பரிசு, தமிழக அரசின் பரிசு, ராமகிருஷ்ண ஜெய் தயாள் மனித நேய விருது போன்றவற்றைப் பெற்றிருக்கிறேன்.

வண்ணதாசன், கலாப்ரியா, விக்ரமாதித்யன் நட்பைத் தாண்டி அவர்களது எழுத்துகள் பற்றி என்ன நினைக்கிறீர்கள்?

மூவருமே தனித்துவமான எழுதும் பாணிகளைக் கொண்ட எழுத்துக் கலைஞர்கள். மூவர் மீதும் எனக்கு மதிப்பும், மரியாதையும் இருக்கிறது. கலாப்ரியா சமீப காலமாகத் தன் இளமையில் நடந்த சின்னச் சின்னச் சம்பவங்களைக் கூட நினைவில் வைத்து எழுதும் கட்டுரைகள் ரொம்ப நன்றாக இருக்கின்றன.

'துக்ளக்' இதழில் பல வருஷங்களாகப் பணிபுரிகிறீர்கள். 'சோ' பொதுமக்களிடையே நகைச்சுவை நடிகராகவே புகழ் பெற்றவர். ஆனால் கறாரான விமர்சனப் பார்வை கொண்ட விமர்சகராகவும் உள்ளாரே? 'சோ'வைப் பற்றிய உங்கள் பார்வை?

அபாரமான அறிவுஜீவி. திறமைசாலி. நுணுக்கமான பார்வை கொண்டவர். அரசியல், சமூகம் சார்ந்து மட்டுமல்ல, மனித சுபாவங்களைப் பற்றியும் ஆழமான புரிதல் கொண்டவர். நாளைய அரசியல், சமூகம் எப்படி இருக்கும் என்பதை முன் கூட்டியே உணரும் உள்ளுணர்வு நிரம்பியவர்.

அவரது நாடகங்களிலும், விமர்சனக் கட்டுரைகளிலும் இழையோடும் நகைச்சுவையுணர்வு முன்னுதாரணம் கூற முடியாதது. மிகுந்த தனித்துவமானது. அவரது விமர்சனங்களில் அலசல் போக்கு இருக்கிறது. அபாரமான உருவப் பிரக்ஞை அவருக்கு உண்டு. அவர் வாரா வாரம் எழுதும் தலையங்கக் கட்டுரைகளிலேயே இதை நாம் உணர முடியும். எதையும் நுணுகி நுணுகி ஆராயும் திறமை அவரிடம் சர்வசாதாரணமாக அவரது எழுத்தின் இயல்பாகவே உள்ளது.

சட்டத்தின் நுணுக்கங்கள், அதன் ஆழ, அகலங்களை அவரது கட்டுரைகளில் பார்க்க முடிகிறது. எந்த ஒரு விஷயத்திற்கும் சட்டம், அரசியல், சமூகம் ஆகிய முப்பரிமாணங்கள் உண்டு. இந்த முப்பரிமாணங்களையும் சிக்கு சிடுக்கு இல்லாமல், தெளிவாக, ஸ்படிகம்போல் தன் எழுத்தில் வடிக்க முடிந்தவர் அவர். அறிவுஜீவி என்று யார் யாரையோ சொல்கிறோம். இவர் ஒரு முதல்தரமான அறிவுஜீவி. அதேசமயம் இரக்கம் மிகுந்தவர். சிறந்த மனிதாபிமானி. கருணாநிதி, ஜெயலலிதா போன்

றவர்களுடைய அணுகுமுறைகளை கடுமையாக விமர்சித் திருக்கிறார். ஆனால், தனிப்பட்ட முறையில் யார்மீதும் பகையுணர்ச்சியோ, விரோதமோ துளிகூட இல்லாதவர். பிரகாச மான அறிவு, மனதை ஈர்க்கும் கருணை, இதுவே எடிட்டர்.

'அவள் அப்படித்தான்' படத்திற்குப் பிறகு திரைப்படம் சார்ந்து நீங்கள் செயல்படவில்லை. உங்கள் திரைப்பட அனுபவங்கள் எப்படியானது?

'அவள் அப்படித்தான்' திரைப்படத்தில் பணிபுரிய நேர்ந்தது தற்செயலானது. நண்பர் ருத்ரையாவின் சொந்தப் படம் என்பதால் என்னையும் வசனம் எழுதச் சொன்னார். அவ்வளவு தான். சினிமாவில் பணிபுரிவது என்னுடைய இயல்புக்கு ஒத்து வராது.

திரைப்படங்கள் பற்றிய உங்கள் பார்வை என்ன?

திரைப்படங்களைத் தூர விலகியிருந்து நம்மைப் போன்றவர்கள் பார்த்து ரசிக்கலாம். ஆனால், திரைப்படத் தயாரிப்பில் பங்குபெறக் கூடாது. நம் மனதுக்கு விரும்பிய கதையை ஒழுங்காக எழுதுவதே கடினமாக இருக்கும்போது, நமக்குப் பிடித்தமான திரைப்படத்தில் பங்கு பெறுவது என்பது மிகக் கடினம்.

கலைப்படமாக இருந்தாலும் சரி, கமர்ஷியல் படமாக இருந்தாலும் சரி, திரைப்படம் ஏராளமாகப் பொருள் செலவில் தயாரிக்கப்படுகிறது.

நண்பர் ருத்ரையா சினிமா என்பது கலையல்ல, வியாபாரம், தொழில் என்பார். இதுதான் சரியானது.

சினிமாவைக் கலை, கமர்ஷியல் என்று பிரிப்பதைவிட நல்ல படம், மோசமான படம் என்று பிரித்துப் பார்க்கலாம். சத்யஜித் ராய் போன்ற இயக்குநர்கள் யதார்த்தத்தைவிட்டு விலகாமல் தங்கள் திரைப்படங்களை இயக்கியிருக்கிறார்கள்.

ஆனால், யதார்த்தம் என்ற பெயரில் ஒருவன் நடப்பதையே ஐந்து நிமிடத்துக்குக் காட்டிக்கொண்டிருக்க முடியாது. அது அபத்தமாகத்தான் இருக்கும்.

நாவல், சிறுகதைகளில் உள்ள காலப் பிரமாணம் வேறு. சினிமாவில் உள்ள காலப் பிரமாணம் வேறு. இதை சத்யஜித்ராய் தனது படங்களில் கலையழகுடன் கையாண்டிருக்கிறார். இதேபோல் பாட்டு, நடனம் போன்றவற்றுடன் இயக்கப்பட்ட நல்ல, தரமான திரைப்படங்களும் உள்ளன. ஸ்ரீதர், கே.பால சந்தர் போன்றோரின் ஆரம்ப காலப் படங்கள் நன்றாகத்தான் இருக்கின்றன.

உங்கள் நூல்களை இதுவரை வெளியிட்டுள்ள நர்மதா ராமலிங்கம், அன்னம் கவிஞர் மீரா, சந்தியா நடராஜன், பரிசல் செந்தில்நாதன், கிழக்கு பத்ரி சேஷாத்திரி, விகடன் பா.சீனி வாசன் இவர்களைப் பற்றி...

என்னையும் ஒரு பொருட்டாகக் கருதி, என்னுடைய நூல்களை வெளியிட்ட அவர்களுக்கு என் நன்றிகள் உரித்தாகின்றன.

வாழ்க்கை ஏன் இவ்வளவு துக்கமாக இருக்கிறது?

ஹிந்து மதம் நம் கஷ்டங்களை முன்வினைப் பயன் என்கிறது. ஒரு பிரச்னையிலிருந்து இன்னொரு பிரச்னைக்குச் சென்று கொண்டிருப்பதுதான் வாழ்வு என்றாகிவிட்டது. காலப் போக்கில் மனம் துன்பங்களுக்குப் பழகி, மரத்துப்போய் விடுகிறது.

உங்கள் குடும்ப உறுப்பினர்கள்?

என் தாயார் மதுரையில் என் தங்கையுடன் இருக்கிறார். அப்பா இறந்து பல வருடங்களாகி விட்டன. என் மனைவி தான் இந்தக் குடும்பத்தைத் தாங்கிக் கொண்டிருப்பவள். என் மூத்த மகன் அமெரிக்காவிலிருக்கிறான். மூத்த பெண் கோயம்புத்தூரில், இளைய மகள் சென்னையில், எல்லோருக்குமே திருமணமாகிவிட்டது.

இன்றைக்கு வரை இந்த வாழ்க்கை கற்றுக் கொடுத்தது என்ன?

நிறையக் கற்றுக்கொண்டிருப்பது போல் தோன்றுகிறது. என்றாலும், சமயங்களில் திண்டாட்டமாகவும் இருக்கத்தான் செய்கிறது.

வாழ்க்கையில் மறக்க முடியாத நிகழ்வு ஒன்றே ஒன்றை மட்டுமே சொல்ல வேண்டுமென்றால் எதைச் சொல்வீர்கள்?

ஒன்றல்ல பல இருக்கின்றன. பல நண்பர்களை முதன் முதலாக அறிமுகம் செய்துகொண்ட அந்தத் தருணங்களை எல்லாம் இன்றும் மறக்க முடியவில்லை.

4

சந்திப்பு: கீரனூர் ஜாகிர்ராஜா, புதிய புத்தகம் பேசுது

ராமச்சந்திரன் என்னும் பெயர் கொண்ட நீங்கள் வண்ண நிலவனாக மாறி இலக்கியத்துள் பிரவேசித்த சுவராசியமான பின்புலத்தைக் கூறுங்கள்...

வண்ணநிலவன் என எனக்குப் பெயர் சூட்டியவர் வல்லிக் கண்ணன். வல்லிக்கண்ணனின் வீடு ராஜவல்லிபுரத்தில் இருந் தது. நான் பாளையங்கோட்டையில் இருந்தேன். எங்களுக்கு மத்தியில் தாமிரவருணி ஆறு ஓடிக்கொண்டிருந்தது. ஆற்றின் ஒரு கரையில் அவரும் மறுகரையில் நானும் இருந்தோம். என் பள்ளிப் பிராயத்தில் வல்லிக்கண்ணனின் கதைகளை வாசித்திருக்கிறேன். அப்போது அவருடன் எனக்கு அறிமுக மில்லை. அவருடைய கதைகளில் பிரயோகிக்கப்பட்டிருந்த வட்டார வழக்கையும், கதைக்களங்களையும் கவனிக்கும் போது எனக்கு அவர் திருநெல்வேலிப் பகுதியைச் சேர்ந்த வராக இருக்க முடியும் எனத் தோன்றியது. அவரைத் தொடர்பு கொள்ள நினைத்தேன். முகவரி இல்லை. தற்செயலாக அவருடைய முகவரி கிடைக்க கடிதம் எழுதினேன். உடனடியாக அவரிடமிருந்து பதில் வந்தது. 'நான் ராஜவல்லிபுரத்தில்தான் இருக்கிறேன். எப்போது வேண்டுமானாலும் வாருங்கள். நாம் சந்திப்போம்' என்று அவர் எழுதியிருந்தார். பிறகு எங்களுக்குள் கடிதப் போக்குவரத்து தொடர்ந்தது. என்ன படிக்கிறேன், தமிழில் புதிதாக என்ன புத்தகங்கள் வந்திருக்கின்றன என்றெல் லாம் நானும் எழுதுவேன். அவரும் எழுதுவார். பிறகொரு நாள் அவரை நேரில் தேடிச்சென்று சந்தித்தேன். இப்படியாக

இரண்டு அல்லது மூன்று சந்திப்புகள் எங்களுக்குள் நிகழ்ந்தன. அப்படி ஒரு சந்திப்பின்போது நான் எழுதி வைத்திருந்த மூன்று கதைகளை அவரிடம் கொடுத்து 'எப்படி இருக்கிறது பாருங்கள்' என்று அபிப்பிராயம் கேட்டேன்.

அந்தக் கதைகளுக்கு நான் தலைப்பெல்லாம்கூட வைத்திருக்கவில்லை. நான் படித்துப் பார்க்கிறேன் என்று வல்லிக் கண்ணன் சொன்னதும் வந்துவிட்டேன். பத்து நாட்கள் கழித்து எனக்குத் தபாலில் ஓர் இதழ் வந்து சேர்ந்தது. அது தூத்துக்குடி யிலிருந்து எஸ்.ஏ.முருகானந்தம் என்பவர் நடத்தி வந்த 'சாந்தி' இதழ். இந்திய கம்யூனிஸ்ட் கட்சியின் பாராளுமன்ற உறுப்பினர் அவர். 'சாந்தி' இதழைப் பிரித்துப் பார்த்தபோது 'மண்ணின் மலர்கள்' என்ற தலைப்பில் ஒரு சிறுகதை. எழுதியவர் வண்ண நிலவன் என்று பிரசுரமாகி இருந்தது. நான் மிகுந்த ஆச்சர்யத் துடன் வல்லிக்கண்ணனுக்கு நன்றி கூறிக் கடிதம் எழுதினேன். மீதமிருந்த இரண்டு கதைகளும் சாந்தியில் தொடர்ந்து பிரசுர மாகின. அப்போதிருந்து வண்ணநிலவன் என்கிற பெயர் என்னுடன் ஒட்டிக்கொண்டது.

நதிக்கும் எழுத்துக்கும் சம்பந்தமில்லை என்று ஒருமுறை சொல்லியிருந்தீர்கள். ஆனால் தாமிரவருணிக் கரை எழுத் தாளராகவே நீங்கள் அறியப்பட்டுள்ளீர்கள். தாமிரவருணிக் கதைகள் என்றும் எழுதியிருக்கிறீர்கள் அல்லவா?

உண்மைதான். நான் சொல்ல வந்த விஷயம், கரிசல் எழுத்து, காவிரிக்கரை எழுத்து என்று பிரிக்கிறார்கள். அப்படி யெல்லாம் பிரிக்க முடியாது என்பது என் கருத்து. எழுத்து பொதுவானது. ரஷ்யாவிலிருந்து கொண்டு டால்ஸ்டாய் எழுதினார். அவருடைய எழுத்தை வாசிக்கும்போது இங்குள்ள வாழ்க்கை போலத்தான் அதுவும் சித்திரிக்கப் பெற்றுள்ளது. எழுத்து என்பது மொழி சார்ந்தோ, மண் சார்ந்தோ அல்லது நதி சார்ந்தோ இல்லை என்பதற்காகவே அப்படிக் கூறினேன். ஜேம்ஸ் ஜாய்ஸ் எழுதிய 'டப்ளினர்ஸ்' கதைகளை நான் படித்தேன். டப்ளின் என்கிற நகரத்தைச் சார்ந்த விஷயங்களை அவர் அந்தக் கதைகளில் எழுதியிருப்பார். தமிழில் அப்படி எழுதிப் பார்ப்போமே என்று எனக்குத் தோன்றியபோது தாமிரவருணிக் கதைகளை எழுதினேன்.

எண்ணமும் எழுத்தும் ❧ 197

பரதவர் இனமக்களின் வாழ்க்கை குறித்துப் பரவலாக அறியப் படாத 1970களின் மத்தியில் 'கடல்புரத்தில்' நாவலை எழுதி யுள்ளீர்கள். இன்றைக்கு அம்மக்களைக் குறித்துப் பெரும் புதினங்கள் வரத்தொடங்கியுள்ளன. அந்தச் சமூகத்தைச் சார்ந்திராத உங்களால் எப்படிக் 'கடல்புரத்தில்' எழுதச் சாத்தியமானது?

நம்முடைய கண்களையும், செவியையும், மனத்தையும் நாம் திறந்து வைத்திருக்கிறோம். அதன் வழியே எத்தனையோ விஷயங்கள் உள்ளேறுகின்றன. ஒரு நல்ல இசை கேட்டு, ஒரு நல்ல கதை வாசித்து அதில் நாம் தோய்ந்து விடுகிறோம். எழுத்தாளர்களாகிய நாம் நம் மனத்தைப் பாதிக்கிற விஷயத்தை எழுத்தாக்குகிறோம். அப்படி மனத்தைப் பாதித்த ஒரு சம்பவம் தான் 'கடல்புரத்தில்' எழுத எனக்கு உந்துதலாக இருந்தது.

உடன்குடியிலிருந்த, நாகூர் மாமா என்று நாங்கள் அன்புடன் அழைத்த இஸ்லாமியர் ஒருவருடைய வீட்டில் நான் கொஞ்ச காலம் இருந்தேன். பாளையங்கோட்டையிலிருந்த என்னுடைய நண்பர் ஒருவரின் குடும்ப நண்பர்தான் நாகூர் மாமா. அவர் பாளையங்கோட்டைக்கு வந்து போய்க் கொண்டிருப்பார். நான் அப்போது வேலையில்லாமலிருந்த சமயம். தன்னுடன் உடன்குடிக்கு வருமாறு மாமா என்னை அழைத்தார். அவருக்கு அங்கே சொந்தமாக ஒரு சைக்கிள் கடை இருந்தது. அங்கிருந்து இரண்டு கிலோ மீட்டர் தள்ளி குலசேகரன் பட்டணத்தில் அவர் வீடும் இருந்தது. அவருடைய அழைப்பை ஏற்று நான் அவருடன் உடன்குடிக்குப் புறப் பட்டேன்.

அவருடைய வீட்டில் சாப்பிட்டு, சைக்கிள் கடையைப் பார்த்துக்கொள்வேன். குலசேகரப் பட்டணத்துக்குப் பக்கம் மணப்பாடு என்றொரு கிராமம். உடன்குடியில் சினிமா தியேட்டர் இருந்ததால் மணப்பாட்டிலிருந்து சினிமா பார்ப்ப தற்கென்றே நூற்றுக்கணக்கான மீனவர்கள் சைக்கிளில் வருவார்கள். சைக்கிள் பழுது பார்க்க, காற்று நிரப்ப என்று பல காரணங்களுக்காக அவர்கள் நாகூர் மாமா சைக்கிள் கடைக்கும் வருவதுண்டு. அவர்களுடன் எனக்கு நட்பு ஏற்பட்டது. அவர்களது மொழி பரிச்சயமானது. அவர்களுடைய வீடுகளுக்கும் சென்று வருவேன். இப்படி அந்த வாழ்க்கை

மனத்தில் பதிந்திருந்தது. ஆறேழு மாதங்களில் அங்கிருந்து ஊருக்குக் கிளம்பிவிட்டேன். எப்போது வேண்டுமானாலும் நீ இங்கு வரலாம் என்று நாகூர் மாமா என்னை அனுப்பி வைத்தார். ஊருக்கு வந்த சில நாட்களில் பத்திரிகையில் ஒரு செய்தியை வாசிக்க நேர்ந்தது. திருச்செந்தூரை அடுத்த வீரபாண்டியன் பட்டணம் என்கிற கிராமத்தில் நடந்தது. லாஞ்ச் என்கிற விசைப்படகு அறிமுகமாயிருந்த நேரம் அது. கட்டுமரத்தில் மீன்பிடிக்கச் சென்ற மீனவர்களுக்கும், விசைப்படகில் மீன் பிடிக்கச் சென்றவர்களுக்கும் இடையில் தகராறு ஏற்பட்டு கலவரமாகி மூன்று மீனவர்கள் கொலையுண்டது வரை போனது. இது என் மனத்தை மிகவும் பாதித்த செய்தியாக அமைந்தது. இந்தச் செய்தியே 'கடல்புரத்தில்' நாவலை எழுத வைத்தது.

அப்போது உங்களுக்கு என்ன வயது?

பத்தொன்பது அல்லது இருபது வயது இருக்கும்.

குரூஸ் மைக்கேல், மரியம்மை, பிலோமி, செபஸ்தி, பவுலு பாட்டா, வாத்தி, சாமிதாஸ் என்று முப்பத்தைந்து வருடங் களுக்குப் பின்பும் மறக்க முடியாத அக்கதாபாத்திரங்களை எப்படிச் சிருஷ்டித்தீர்கள்?

பாளையங்கோட்டையில் ஒரு கிறிஸ்தவப் பள்ளிக் கூடத் தில்தான் நான் படித்தது. அப்போது கிறிஸ்தவப் பள்ளிக்கூடங் கள் அதிகம் இருந்தன. எனக்கு நிறைய கிறிஸ்தவ நண்பர்கள். அவர்களுடைய வீடுகளுக்கும் போய் வருவேன். எட்டாம் வகுப்பு படிக்கையிலேயே கிறிஸ்தவ வாழ்க்கை எனக்கு நன்றாகப் பரிச்சயமாகிவிட்டது. பிறகுதான் குலசேகரப் பட்டணத்துக்கு நாகூர் மாமா வீட்டிற்குப் போனது. சிறு பிராயத்திலேயே பைபிள் வாசிக்கத் தொடங்கிவிட்டேன். அந்த மொழி என்னை வெகுவாக ஈர்த்தது.

கடல்புரத்தில் நாவலின் வெற்றிக்கு அதில் உள்ள பைபிள் மொழிதான் பிரதான காரணம். நாவலின் கதாபாத்திரங்களான மைக்கேல், பிலோமி எல்லோருடைய பெயர்களும் பைபிளில் உள்ளவைதான்.

இந்தப் பெயருள்ள பல ஆண்களையும், பெண்களையும் நான் பாளையங்கோட்டையில் சந்தித்திருக்கிறேன். மணப்பாடு

மீனவர் கிராமத்தில் அவர்கள் யாருமில்லை. எல்லோரும் கற்பனை கதாபாத்திரங்கள்தான். மீனவர்களுக்கிடையில் நடந்த மோதல் மற்றும் மணப்பாட்டில் அவதானித்த வாழ்க்கை இவை மட்டும்தான் நிஜம்.

144 பக்கங்களில் கச்சிதமாக முடிக்கப்பட்டுள்ள 'கடல்புரத்தில்' நாவலை, இன்னும் விரித்துப் பார்த்திருக்கலாம் என்று இப்போது தோன்றுகிறதா?

இல்லை. அப்படி விரித்துப் பெரிய அளவில் எழுதப் பட்டிருந்தால் அந்நாவலின் ஆன்மா சிதைந்திருக்கும் என்றே கருதுகிறேன். விரித்துச் சொல்லும்போது ஒரு கலைப் படைப்பு அதன் நம்பகத்தன்மையை இழந்துவிடும். எழுத்து நீர்த்துப் போய்விடும் என்பது என் நம்பிக்கை.

யுக தர்மம் என்று நினைக்கிறேன். தீவிர சிவபக்தரான ஈஸ்வர மூர்த்தியா பிள்ளை ஆற்றில் குளித்துக் கரையேறி நடக்கையில் பக்கத்திலுள்ள பள்ளிவாசலிலிருந்து 'அல்லாஹு அக்பர்...' என்று பாங்கோசை கேட்கும். "துருக்கனாயிருந்தாலும் என்னமாய் படிக்கான். பாஷை புரியாட்டியும் கூட மனசைக் கரைய வச்சுப்போடுதானே..." என்று மனத்துக்குள் நினைப்பார். 'பயில்வான்' என்கிற கதையில் நீங்கள் சித்தரித்துள்ள குஸ்திக் காரன், ஆமினா, நூர் வறுமையில் வதைபடும் அவர்களுடைய வாழ்க்கை, 'மெஹருன்னிஸா' என்றொரு அற்புதமான கதை... எப்படி இது மாதிரியெல்லாம் இஸ்லாமிய வாழ்க்கைக்குள் உங்களால் ஊடுருவிப் பார்க்க முடிந்தது...?

மனம் எதையும் ஆழமாகப் பதிந்து வைத்துக் கொள்ளக் கூடிய பிராயம் அது. எதைப் போட்டாலும் பளிச்சென்று புகைப் படம் போல் பதிவாகிவிடும். நாகூர் மாமா வீட்டிலேயே நான் சிறிது காலம் இருந்ததால் அந்த வாழ்க்கையை அத்தனை துல்லியமாகப் பார்க்க முடிந்தது. மெஹருன்னிஸா கதாபாத் திரம் அந்த நாகூர் மாமா வீட்டு அத்தைதான். அந்த அத்தை பிரமாதமாக வயலின் வாசிப்பார்கள். என்மேல் நிறையப் பிரியமாக இருப்பார்கள். கதையில் வருகிற முதலாளி வீடு அப்படியே நிஜம்தான். வேலைக்காரப் பெண் மட்டுமே கற்பனை. அந்தக் கதையில் நான் மிகையாக எதையும் சொல்ல வில்லை. அதன் வெற்றிக்குக் காரணம் அது நிஜமான வாழ்க்கை

என்பதே. தவிர, எனக்கு முஸ்லீம் நண்பர்கள் அதிகம். நான் படிக்கிற காலத்தில் சாகுல் ஹமீது என்கிற நெருங்கிய நண்பன் இருந்தான். ஒருவித பேதமற்ற, வித்தியாசம் பாராட்டாத அந்நியோன்யம் இருந்தது எங்களுக்குள். இப்போது அது இருக்கிறதா என்று எனக்குத் தெரியாது.

பயில்வான் கதையைப் பற்றிச் சொல்லுங்கள்...

ஆறாம் வகுப்புவரை திருநெல்வேலியில் படித்தேன். திருநெல்வேலியில் மாதந்தோறும் ஞாயிற்றுக்கிழமைகளில் குஸ்தி நடக்கும். அதில் கலந்துகொள்ள ஒரு முஸ்லீம் பயில்வானும் வருவார். நான் குஸ்தி பார்க்கச் செல்வேன். எனக்கு குஸ்தி மிகவும் பிடிக்கும். அந்த முஸ்லீம் பயில்வானை வைத்து சில கற்பனைகளையும் கலந்து உருவானதுதான் அந்தக் கதை.

மெஹ்ருன்னிஸா, பயில்வான் கதைகளை விரித்து எழுதியிருந்ததால் மாற்றுச்சமயத்துப் படைப்பாளி இஸ்லாமியத் தளத்தில் எழுதிய நாவலாக அது தமிழுக்குக் கிடைத்திருக்கும். அப்படிச் செய்திருக்கலாமே என்று இப்போது தோன்றுகிறதா?

அந்தக் கதைகளை எழுதிய காலகட்டத்தில் அவ்வாறெல் லாம் நான் நினைக்கவில்லை. ஆனால் இப்போது நீங்கள் சொல்வதைப் பார்க்கும்போது அப்படிச் செய்திருக்கலாம். செய்யலாம் என்றே தோன்றுகிறது.

கம்பா நதி, ரெயினீஸ் ஐயர் தெரு இரண்டு நாவல்களிலும் வெவ்வேறு விதமான வாழ்க்கையைப் பதிவு செய்திருந்தீர்கள். அது பற்றிச் சொல்லுங்கள்...

பாளையங்கோட்டையில் உள்ள கிறிஸ்தவர்களின் வாழ்க் கையைச் சொல்ல நினைத்து எழுதியதுதான் ரெயினீஸ் ஐயர் தெரு. வித்தியாசமாகச் செய்ய வேண்டும் என்கிற ஆர்வம் இருந்தது. என்னுடைய ஒவ்வொரு நாவலும், சிறுகதையும் ஒன்றைப்போல மற்றொன்று இருக்கக்கூடாது என்ற கறாரான என்னுடைய எண்ணத்திலிருந்து விளைந்தவைதான். ரெயினீஸ் ஐயர் தெருவில் எந்தக் கதாபாத்திரமும் நேரடியாகப் பேசாது. நாவலை முழுக்க விவரணைகளாலேயே நடத்திச் சென்றிருப்பேன். ஆசிரியர் கூற்றாகவே அது எழுதப் பட்டிருக்கும்.

கம்பா நதி திருநெல்வேலிப் பிள்ளைமார் சமூகத்து வாழ்க்கையைப் பகிர்ந்து கொண்ட நாவல். வளமாக வாழ்வாங்கு வாழ்ந்த குடும்பம் பின்னாட்களில் வறுமையின் பிடிக்குள் அகப்பட்டதை, அந்த வாழ்க்கையின் எச்சங்களை எழுதிப் பார்த்திருப்பேன்.

கவிஞர் மீரா நவகவிதை வரிசை கொண்டு வந்தபோது உங்களுடைய ‘மெய்ப்பொருள்’ கவிதைத் தொகுப்பு வந்தது. பிறகு ‘காலம்’ என்கிற ஒரு தொகுப்பும் வந்தல்லவா? தேர்ந்த நாவலாசிரியராக, சிறுகதையாளராக அறியப்படுகிற உங்களின் கவிதை அனுபவம் குறித்துப் பேசலாமே?

அடிப்படையில் நான் ஒரு உரைநடையாளன்தான். கவிதையில் நான் பெரிய அளவில் ஈடுபாடு காட்டவில்லை என்றுதான் சொல்ல வேண்டும். சில விஷயங்களைக் கவிதை மொழியில் எழுதிப் பார்க்கலாம் என்று அப்போது தோன்றியது. அப்படித் தான் கவிதைகளை எழுதினேன்.

இப்போது நீங்கள் கவிதைகளே எழுதுவதில்லை. எப்படி எழுதாமல் இருக்க முடிகிறது?

வயதாகிவிட்டதாலோ என்னவோ சோம்பல் கூடிவிட்டது. கவிதையைத் தக்கவைத்துக்கொள்ள, அதற்காக உழைக்க முடியவில்லை. அடிப்படையில் நான் பெரிய உழைப்பாளியும் இல்லை. என் கதைகள் எல்லாம் ஒரு வேகத்தில் எழுதப் பட்டவைதான். கடல்புரத்தில் நாவலை பனிரெண்டு நாட்களில் எழுதி முடித்தேன். இரண்டல்லது மூன்று மணி நேரத்தில் ஒரு சிறுகதையை எழுதிவிடுவேன்.

ஒரே இரவில் மூன்று கதைகளை நீங்கள் எழுதியுள்ளதாக அறிந்திருக்கிறேன்...

ஆம். மிக வேகமாக எழுதிச் செல்வது என் பாணி. ஒரு முறைதான் எழுதுவேன். அடித்தல், திருத்தல், கூட்டல், குறைத்தல் எல்லாம் கிடையாது.

ஒரு படைப்பாளி இயந்திரம்போல எழுதிக் குவித்துக் கொண்டே இருக்க வேண்டும் என்றில்லை. ஆனால் தமிழ் இலக்கியச் சூழலில் புதிய மாற்றங்கள் நிகழ்ந்த காலத்தில் நீங்கள்

எழுதாமலே மௌனம் சாதித்தீர்கள். இந்த மௌனத்துக்கு என்ன காரணம்?

புதிய மாற்றங்கள் என நீங்கள் குறிப்பிடுகின்ற பல விஷயங்களை நான் அப்போதே செய்து பார்த்திருப்பதாக நினைக்கிறேன். வித்தியாசமான கதைக் கருக்கள், களங்கள், மொழியின் எல்லைகளை விரித்துப் பார்ப்பது என்று நான் அப்போதே முயன்றிருக்கிறேன். அதில் வெற்றியடைந்திருக் கிறேனா என்று எனக்குத் தெரியாது. வாசகர்களும் காலமும் தான் தீர்ப்பளிக்க வேண்டும். புதிய மாறுதல்களைக் கவனித்துக் கொண்டுதான் இருக்கிறேன். ஜெயமோகன், எஸ்.ராமகிருஷ் ணன், யுவன் போன்றவர்களை வாசிக்கிறேன். நன்றாக எழுது கின்றனர். ஆனால் பெரிதாகச் சொல்லுமளவு எனக்கு எதுவும் தோன்றவில்லை. ஓர் எழுத்தாளன் வித்தியாச வித்தியாசமாக எழுதிப் பார்க்க வேண்டுமென்று க.நா.சு. ஒரு கட்டுரையில் சொல்லியிருப்பார். நான் வித்தியாசமான கதைகளை எழுதிப் பார்த்ததற்கு க.நா.சு.வின் அந்தக் கட்டுரைதான் காரணம். இப் போது நவீனத்துவம், பின் நவீனத்துவம் என்றெல்லாம் அதற்குப் பெயர் சூட்டி அழைக்கின்றனர். என்னைப் பொறுத்த வரை அவை யாவும் சோதனை முயற்சிகள்; அவ்வளவே...

கட்டுரை வடிவத்தை ஏன் புறக்கணிக்கிறீர்கள்? எழுத்தாளர்களில் பலரும் இப்போது கட்டுரைகள் எழுதுகின்றனர். பத்தி எழுத்து பரவலாக வாசகர்களைச் சென்றடைகிறது இல்லையா?

யாரும் கேட்கவில்லை. கேட்டால் எழுதியிருப்பேன். பத்திரிகையாளர் மணா நடத்துகின்ற இணைய இதழில், நான் எப்படி எழுத வந்தேன் என்கிற விஷயத்தை மாதம் இரண்டு கட்டுரைகளாக எழுதி வருகிறேன். மொத்தம் 35 கட்டுரைகள் வந்திருக்கின்றன. என்னுடைய கதைகள் உருவான விதம், நான் வேலை பார்த்த பத்திரிகைகள் என, இதுபோன்ற அனுபவங் களைச் சொல்லி வருகிறேன்.

'மனச் சிற்பங்கள்' கதையை எது மாதிரியான மனநிலையில் எழுதினீர்கள்? நீங்கள் அதில் சித்தரிக்கிற ரயில்வே ஸ்டேஷனும் அந்த விவரணைகளும் ஒரு புதிய கதைப் போக்கை வெளிக்காட்டுகிறது. "அந்த ஸ்டேஷன் வர்ணமிழந்து மங்கிப்போன ஓவியம் போலிருந்தது. அந்த ஓவியத்தினூடே, அவன் மட்டும் சென்று கொண்டிருந்தான்' என்று கதையை முடித்திருப்பீர்கள்...

வித்தியாசமான கதைகளை எழுதிப் பார்க்க வேண்டும் என்கிற என் மனத்தூண்டுதலின் வெளிப்பாடுதான் அந்தக் கதை. வறட்சியைக் குறித்து எஸ்தர், மிருகம் என்று இரண்டு கதைகள் எழுதினேன். இரண்டுமே வித்தியாசமான மொழிநடையில் எழுதப்பட்டவை.

எஸ்தரின் பாத்திரப் படைப்பும் மொழி நடையும் வேறு மாதிரி. மிருகம் கதையிலோ ஒரு கிழவனும் நாயும் மட்டுமே கதாபாத்திரங்கள்.

எப்போதுமே வித்தியாசமாக எழுதிப் பார்க்க நினைப்பவன். அதனால்தானோ என்னவோ என்னால் தொடர்ந்து எழுத முடியவில்லை. எழுதிய கதையைப் போலவே திரும்பவும் எழுதிவிடக்கூடாது என்பதை இலக்கியக் கொள்கையாகவே கொண்டிருக்கிறேன்.

மனச் சிற்பங்கள் கதையில் இடம் பெறுகின்ற அந்த ரயில்வே ஸ்டேஷன்...

கல்லிடைக்குறிச்சி ஸ்டேஷனை மனத்தில் கொண்டுதான் அந்தக் கதையை எழுதினேன். அந்த ஸ்டேஷனைப் பார்க்கும் போது கதைக்கும் அதற்கும் சம்பந்தமிருப்பதாகத் தோன்றாது. ஆனால், அந்த ரயில் நிலையம் எழுதுவதற்கான உந்துதலைக் கொடுத்தது.

'பெண்ணின் தலையும் பாம்பின் உடலும்' கதை கோவில் திருவிழாக்களில் கடை விரிக்கின்ற உதிரிப் பாட்டாளி வர்க்கத் தினருடைய வாழ்க்கையைச் சித்தரிக்கிறது. அந்த அனுபவம் குறித்துப் பகிர்ந்து கொள்ளுங்கள்...

பொருட்காட்சிகளில், திருவிழாக்களில் அந்த மக்களுடைய கஷ்ட ஜீவிதத்தைக் கண்டு மனம் வருந்தியதுண்டு. அப்படிப் பார்த்த ஒரு சம்பவத்தைத்தான் அந்தக் கதையில் பதிவு செய்தேன்.

தமிழில் புதிய அலைப்படங்கள் வெளிவர ருத்ரையாவின் 'அவள் அப்படித்தான்' அடித்தளமிட்டது. குறைவான, கூர்மையான வசன உத்தியை அதில் பரீட்சார்த்தம் செய்து பார்த்திருப்பீர்கள். அந்த அனுபவங்கள் குறித்து..?

ருத்ரையா எனக்கு நெருக்கமான நண்பர். நான் சென்னைக்கு வந்தபோது நிறைய உதவிகளெல்லாம் செய்தவர். அவர் என்னிடம் சில சீன்களை எழுதிக் கொடுக்குமாறு கேட்டார். அவள் அப்படித்தானுக்கு மூன்று பேர் எழுதினோம். நான் பதினைந்து காட்சிகள் வரை எழுதினேன்.

ஏழாவது நாள், வெள்ளித்திரை என்று சினிமா பின்னணியுடன் சில கதைகளை எழுதினீர்கள். குணசித்திர நடிகர் என்கிற கதை வேறு மாதிரியானது. சினிமா அனுபவங்கள் உங்கள் படைப்பு மனதை அதிகம் பாதிக்கவில்லை என்றே தோன்றுகிறது. அப்படித்தானே?

நிறைய விஷயங்களிலிருந்து கதைக்கான கருக்களை எடுக்கிறோம். ஏழாவது நாள் கதை நடிகர் சந்திரபாபுவின் வாழ்க்கையை மனத்தில் வைத்து எழுதப்பட்டதுதான். வெளி யுலக அனுபவங்களிலிருந்து சில கருக்களை எடுக்கும்போது சினிமா அனுபவங்களை அடிப்படையாகக் கொண்டும் சில கதைகளை எழுதியிருக்கிறேன்.

'இலக்கியத்தில் முதலும் முடிவுமானது ரசனைதான். சமூகப் பிரச்னையைச் சொல்வதுதான் அதற்கு அளவு என்று சொல்ல முடியாது?' என்று ஒரு இடத்தில் சொல்லியிருக்கிறீர்கள். ஆனால் அடித்தட்டு மக்களுடைய வாழ்க்கையைப் பிரச்சாரம் தவிர்த்த தொனியில் பல கதைகளில் வெளிப்படுத்தியுள்ளீர்கள். இந்த முரணை எப்படிப் புரிந்துகொள்வது?

அடித்தட்டு மக்களின் வாழ்க்கையை எழுதியிருக்கிறேன். ஆனால் அதைக் கலாபூர்வமாகச் சொல்ல வேண்டும் என்பது முக்கியமானது. சிலர் பிரச்சார தொனியில் எழுதுகின்றனர். அவர்களுடைய பெயர்களைக் குறிப்பிட விரும்பவில்லை. மொழியின் கலை அம்சம் படைப்பில் வெளிப்பட்டிருக்க வேண் டும். பாட்டாளி மக்கள் வாழ்க்கையை மட்டும்தான் எழுத வேண்டும் என்றில்லை. டால்ஸ்டாய் மேல்தட்டு வர்க்கத்து வாழ்க்கையைத்தான் அதிகம் எழுதியிருக்கிறார். அவருக்கு அந்த வாழ்க்கைதான் தெரியும். அன்னா கரீனினா ஏழைப்பெண் இல்லை. அவள் பணக்காரச் சீமாட்டிதான். அவளுடைய வாழ்க் கையைச் சொல்லும்போது நமக்கே கண்ணீர் வருகிறது. ஏழை-பணக்காரன் என்கிற பாகுபாடு இல்லை. எல்லா எழுத்தாளனும்

உணர்ச்சியைத்தான் சொல்கிறான். உணர்ச்சியைச் சரியாகச் சொல்லிவிட்டால் படைப்பு வெற்றி பெறும். அதைத்தான் ரசனை என்கிறோம்.

க.நா.சு.வின் 'இலக்கிய விசாரம்' உங்களால் வெகுவாக சிலாகிக்கப்பட்ட புத்தகம். இலக்கியம் குறித்த க.நா.சு.வின் அபிப்பிராயங்கள்தான் என் கைவிளக்கு என்றும்கூடச் சொல்லியிருந்தீர்கள். க.நா.சு.வின் நூற்றாண்டு இது. க.நா.சு. விற்குப் பிறகு தமிழிலக்கியப் போக்குகளில் பெரும் மாறுதல்கள் நிகழ்ந்திருப்பதாகச் சொல்லப்படுகிறது. உங்கள் கருத்து?

க.நா.சு.வை எல்லோரும் பெரிய விமர்சகர் என்று சொல் கின்றனர். அவர் விமர்சகர் இல்லை.

ரசனை சார்ந்துதான் அவருடைய அபிப்பிராயங்கள் வெளிப் பட்டுள்ளன. அப்படித்தானே?

ஆம். அப்படித்தான். ஒரு நல்ல புத்தகம் வாசித்தாரே யானால் இது நன்றாயிருக்கிறது. படித்துப் பாருங்கள் என்கிற மாதிரிதான் அவர் சொல்லியிருக்கிறார். எனக்குத் தெரிந்தவரை தமிழில் நல்ல விமர்சகர்கள் கிடையாது. வெங்கட்சாமிநாதனை எல்லோரும் சொல்கின்றனர். அவர் பெரிய விமர்சகர் எல்லாம் கிடையாது.

விமர்சகன் என்பவன் நாவலோ, கதையோ வாசித்தால் அதைப் பிறிதொரு படைப்புடன் ஒப்பிட்டுச் சொல்லலாம். அந்தப் படைப்பிலுள்ள உயர்ந்த அம்சங்களையும் சொல்லத் தெரிந்திருக்க வேண்டும். பாத்திரப் படைப்பில் மாற்று அபிப்பிராயங்கள் இருந்தால் கேள்வி கேட்கலாம்.

சி.சு.செல்லப்பாவிடம் நான் கூறிய இந்த அம்சங்கள் ஓரளவு இருந்தன. ஒரு கதையை எடுத்துக்கொண்டு அவருடைய பாணியில் அதன் நல்ல அம்சங்களைக் குறிப்பிட்டிருப்பார். நன்றாக வரவில்லையானால் எதனால் அப்படி நேர்ந்தது என்றும் குறிப்பிடுவார். பேராசிரியர் கனக சபாபதி சில நல்ல விமர்சனங்களை எழுதியிருக்கிறார். பிச்சமூர்த்தியைக் குறித்த அவருடைய நல்ல கட்டுரை ஒன்று இருக்கிறது. இதுபோல் ஒன்றிரண்டு பேரைக் குறிப்பிடலாம். மற்றபடி தமிழில் பெரிய விமர்சகர்கள் தோன்றியிருப்பதாகச் சொல்ல முடியாது.

இலக்கிய உலக வழக்கப்படி வல்லிக்கண்ணனை மறந்து விட்டோம். வ.க.வின் நுட்பமான சில திறமைகளை இலக்கிய உலகம் கவனிக்கத் தவறியதாக நான் கருதுகிறேன். உதாரணத் துக்கு அவருடைய சிறுகதைகள். கள்ளபார்ட்காரி போன்ற அபாரமான கதைகள் எழுதியவர். வ.க.வுடன் தொடர்புள்ள நீங்கள் இதுகுறித்து என்ன சொல்ல விரும்புகிறீர்கள்?

வல்லிக்கண்ணன் எந்தக் குழுவையும் சாராமல் தனித்து இயங்கியவர். தன்னை முன்னிறுத்திக் கொள்ளாதவர். இயல்பிலேயே அவருக்கு அந்தக் குணமிருந்தது. இன்றைக்கு இலக்கிய உலகில் போட்டி, குழு மனப்பான்மை, தன்னை முன்னிறுத்திக் கொள்வது பெருகிவிட்டது. வ.க. இதையெல்லாம் ஒருபோதும் செய்ததில்லை. இன்றைக்கும் அவருடைய பத்து சிறந்த கதைகளை என்னால் சொல்ல முடியும் அவை உலகத் தரமானவை என்றும் நான் சொல்வேன். தமிழில் நல்ல ஒரு விமர்சகன் இருந்து அதையெல்லாம் சொல்லியிருக்க வேண்டும்.

1965களில் நடைபெற்ற இந்தி எதிர்ப்புப் போராட்டத்தில் நீங்கள் கலந்து கொண்டதாக அறிகிறேன். திராவிட இயக்கத்தினர் முன்னெடுத்த போராட்டக் களம் அது. அப்படிப்பட்ட உணர்வு நிலையிலிருந்து எப்படி மாறி வந்தீர்கள்?

நான் பள்ளி இறுதி வகுப்பு படித்துக் கொண்டிருந்தபோது தான் இந்தி எதிர்ப்புப் போராட்டம் நடந்தது. தி.மு.க.வினர் அதைத் தொடங்கி வைத்தாலும் பிற்பாடு அது மாணவர்களின் போராட்டமாக மாற்றம் கண்டது. நான் மாணவனாக இருந்த போது இந்தி மொழியைச் சுலபமாகக் கற்றுக்கொள்ள முடிய வில்லை. ஏற்கெனவே தமிழும், ஆங்கிலமும் இருந்த நிலை யில், மூன்றாவதாக ஒரு மொழியை அதுவும் இந்தியைப் படிப்பது ஒரு சுமையாகவே தோன்றியது. அந்த எழுத்துகள், அந்த உச்சரிப்பு இதையெல்லாம் புரிந்துகொள்வது சிரம மாகவே இருந்தது. இவையெல்லாம் சேர்ந்துதான் இந்தியின் மீதான வெறுப்பாக உருமாறியது.

என்னால் இன்றுவரை அந்த மொழியைப் புரிந்துகொள்ள முடியவில்லை. ஆனால் வேற்று மாநிலங்களுக்குப் பயணப் படும்போது இந்தி மொழியின் அத்தியாவசியம் நமக்குப் புரிகிறது.

ஆனால் நமக்குப் பக்கத்திலுள்ள மலையாளி இந்தியை அடுத்த மொழியாக எடுத்துப் படிக்கிறான். அவர்கள் எல்லோரும் இந்தி பேசுகிறவர்களாக இருக்கிறார்கள்...

ஆம். இப்போது எல்லோருமே இந்தியைப் படிக்கிறார்கள். என் பிள்ளைகள் மூவருக்கும் இந்தி மொழி தெரிந்திருக்கிறது. இந்தியை எல்லோரும் எளிதில் கற்பதற்கான வழிமுறையை நாம் உருவாக்கியிருக்க வேண்டும்.

கணையாழி, சுபமங்களா போன்ற இலக்கிய இதழ்களில் பணி யாற்றியுள்ளீர்கள். பொருநை என்றொரு இதழை நீங்களே நடத்தியும் இருக்கிறீர்கள். சிறு பத்திரிகை அனுபவங்களில் இருந்து...

எல்லா இலக்கியப் பத்திரிகைகளும் இப்போது Middle Magazines ஆக மாறிவிட்டன. சி.சு.செல்லப்பா நடத்திய 'எழுத்து' வைப் போன்ற முழுமையான இலக்கியப் பத்திரிகைகள் இப்போது இல்லை. செல்லப்பாவின் இலக்கியக் கொள்கை களில் எவருக்கேனும் மாறுபட்ட கருத்துகள் இருக்கலாம். ஆனால் அவர் நடத்தியது முழுமையான இலக்கியப் பத்திரிகை என்கிற கருத்தில் எவருக்கும் மாற்று அபிப்பிராயம் இருக்க முடியாது.

'வண்ணநிலவன் தண்ணீர் மாதிரி, யாருடன் இருக்கிறாரோ அவராக மாறிவிடுவார்' என்று விக்ரமாதித்யன் உங்களைக் குறித்து சொல்லியிருக்கிறாரே?

பழகினால் ஆத்மார்த்தமாகப் பழகுவது என்னுடைய பண்பு. அதைத்தான் அவர் அப்படிச் சொல்லியிருப்பார் என்று கருதுகிறேன்.

தஞ்சை ப்ரகாஷுடன் உங்களுக்குத் தொடர்பு இருந்திருக்கிறது. என் போன்றவர்களுக்குத் தீவிர இலக்கியப் பரிச்சயம் உருவாகக் காரணமாக இருந்தவர் அவர். அவருடனான சினேகம் குறித்துச் சொல்லுங்கள்...

எங்கள் நட்பு ஆச்சரியகரமாக உருவானது. ஆனந்த விகட னில் அப்போது மாவட்டச் சிறுகதைப் போட்டி நடத்தினார்கள். ப்ரகாஷின் 'அங்கிள்' கதை அந்தப் போட்டியில் தஞ்சை மாவட்டத்துக்கான பரிசு பெற்றது. நான் அந்தக் கதையை

வாசித்துவிட்டு விகடனுக்கு ஒரு கடிதம் எழுதினேன். அப்படி வந்த கடிதங்களைத் திரட்டி ப்ரகாஷுக்கு அனுப்பியிருக்கின்றனர். ப்ரகாஷ் என் கடிதத்தை வாசித்துவிட்டு எனக்கொரு கடிதம் எழுதினார். நான் பதில் எழுதினேன். எங்களுக்குள் கடிதப் போக்குவரத்துப் பிரதானமாக இருந்த நேரம் அது.

கி.ரா., வ.க., வண்ணதாசன், ப்ரகாஷ் எல்லோரும் நிறையக் கடிதங்கள் எழுதிக்கொள்வோம். கடிதத்தின் மூலமாகத்தான் ப்ரகாஷுடனான நட்பு வலுப்பெற்றது.

ப்ரகாஷ், தன் நண்பர் முருகேசனுடன் ஒரு முறை திருநெல்வேலிக்கு வந்திருந்தார். அவருடன் சேர்ந்து ராஜநாராயணன், வல்லிக்கண்ணன், வண்ண தாசன் வீடுகளுக்குப் போய் பேசிக்கொண்டிருந்தோம். நானும் ஒரு தடவை தஞ்சாவூருக்குப் போனேன். ப்ரகாஷ் அப்போது தஞ்சாவூரில் யுவர் மெஸ் நடத்திக்கொண்டிருந்தார். என்னை அங்கேயே இருக்குமாறு கேட்டுக்கொண்டார். நானும் இரண்டு மாதங்கள் அங்கேயே தங்கி இருந்தேன். எங்களுக்கான நட்பு இப்படித்தான் வளர்ந்தது.

ப்ரகாஷ் சிறுகதைகள் நிறைய எழுதியிருந்தாலும் நாவல்களைத் தாமதமாகத்தான் எழுதினார். கொஞ்சம் முன்னதாக எழுதியிருந்தால் அவை போதிய கவனிப்பைப் பெற்றிருக்குமோ என்னவோ, நான் மீண்டும் மீண்டும் சொல்வது தமிழில் critic கிடையாது. critic இல்லாததால்தான் பல நல்ல படைப்புகள் கவனிப்பைப் பெறவில்லை. ப்ரகாஷுக்கு நேர்ந்ததும் அப்படியான துரதிருஷ்டம்தான்.

வண்ணதாசன், வண்ணநிலவன் இருவரும் தமிழ் இலக்கிய உலகில் இரட்டையர்கள்போல மதிக்கப்படுகிறீர்கள். சமீபத்தில் சாரல் விருதை இருவரும் பகிர்ந்துகொண்டிருக்கிறீர்கள். வண்ண தாசனைக் குறித்துப் பேசுங்கள்...

வண்ணதாசனுக்கு நான் மிகவும் கடமைப்பட்டவன். வயதிலும் சரி, எழுத்திலும் சரி அவர் என்னைவிட மூத்தவர். நான் எழுதுவதற்கு ஏழெட்டு ஆண்டுகளுக்கு முன்னரே அவர் எழுதத் தொடங்கிவிட்டார். அவரைச் சந்திப்பதற்கு முன்பே அவருடைய கதைகளைத் தீபம், தாமரை இதழ்களில் படித்துள்ளேன். வல்லிக்கண்ணன்தான் அவருடைய முகவரியைத்

தந்து வண்ணதாசனைச் சந்திக்க வைத்தார். தி.க.சி. எனக்கு அப்பா மாதிரி. வண்ணதாசனின் தாயார் என்மேல் மிகுந்த பிரியத்துடனிருப்பார். வண்ணதாசனின் தங்கைகள் என்னை அண்ணா என்றே அழைப்பார்கள். அவர்களுடைய குடும்பத்தில் ஒருவனாகவே நான் வலம் வந்தேன்.

பாளையங்கோட்டையில் நான் இருந்தபோது தினசரி காலை ஐந்தரை மணிக்கெல்லாம் எழுந்து ஆற்றில் குளித்து சுல்தானியா ஓட்டலில் டீ குடித்துவிட்டுச் சைக்கிளை எடுத்துக்கொண்டு அவர் வீட்டுக்குப் போய் விடுவேன். முதல் நாள் வந்திருந்த கசடதபற, கணையாழி, வானம்பாடி இதழ்களையெல்லாம் எனக்குத் தந்து படிக்கச் சொல்லுவார். வண்ணதாசனின் வீட்டில்தான் நான் க.நா.சு., கு.ப.ரா., என்று நிறையப் படித்தது. அவர்களுடைய குடும்பத்தில் ஒருவனான பிறகு, இலக்கியத்திலும் அவருடன் சேர்ந்தே பயணிக்க வாய்த்தது. இதை ஒரு பாக்கியம் என்றுதான் கருது கிறேன். ஏற்கெனவே சில விருதுகளை நான் பெற்றிருந் தாலும் சாரல் விருதை அவருடன் பகிர்ந்துகொண்டது மிகுந்த மகிழ்ச்சியளிக்கிறது.

வண்ணதாசன் போலவே கவிஞர்கள் விக்ரமாதித்யன், கலா ப்ரியா இருவரும் உங்களுக்கு நெருங்கிய சகாக்களாக இருந் திருக்கின்றனர். அது குறித்தும் சொல்லுங்கள்...

கல்யாணி அதிகம் பேசமாட்டார். எப்போதுமே அவர் அப்படித்தான். என் கதைகளை எல்லாம் படித்துவிட்டு நன்றாக இருக்கிறது என்பார். விக்ரமாதித்யன் படித்துவிட்டு விலா வாரியாகப் பேசுவார். சென்னைக்குப் போவார். திடீரென்று ஊருக்கு வருவார். அவர் வைத்துக்கொண்ட பெயருக்கேற்ற மாதிரிதான் நடந்து கொள்வார். எங்கே சென்றாலும் எனக்கும் வண்ணதாசனுக்கும் கடிதம் எழுதத் தவற மாட்டார்.

தமிழில் ஒரு புதிய நாவல் வந்தால் உடனே அதை வாங்கிப் படித்துவிட்டு அதைப் பற்றி எங்களுக்கு எழுதுவார். வாசுதேவநல்லூரில் அவருடைய வீட்டுக்குப் போயிருக்கிறேன். திருநெல்வேலியில் அவர் கூட்டுறவு சம்பந்தமாகப் படித்துக் கொண்டிருக்கும்போது அவருடைய அறையில் தங்கிப் பல நாட்கள் நீண்ட நேரம் பேசிக் கொண்டிருந்திருக்கிறோம். எனக்கு, விக்ரமாதித்யனுக்கு, கலாப்ரியாவுக்கு எல்லோருக்கும்

மூத்தவர் வண்ணதாசன். ஓரிரு வயது வித்தியாசம்தான். வண்ண தாசன் வீட்டுக்குப் பக்கத்தில் இரண்டு வீடு தள்ளி நான் கலா ப்ரியாவைச் சந்திப்பேன். நோட்டுப் புத்தகங்களில் நிறையக் கவிதைகள் எழுதி வைத்திருப்பார் கலாப்ரியா. பேச்சு சுவார சியத்தில் இவர்களைப் பிரிந்து செல்ல எனக்கு மனம் வராது. ஆனால் ஒரு கட்டாயத்திற்காகச் சைக்கிளை எடுத்துக்கொண்டு வேலைக்குப் போய் வருவேன். அது ஒரு காலம். இப்போது அப்படி இல்லை. கேரம் விளையாட்டில் காய்களைச் சிதற டிக்கிற மாதிரி காலம் எங்களைத் திசைக்கொருவராகப் பிரித்து விட்டது.

'சாமர்த்தியம் துறந்த இயல்பான மொழி வாய்க்கப் பெற்றவர்' என்பது உங்களைக் குறித்த கணிப்பு. முதல் நாவலிலேயே உங்களுடைய மொழி ஆளுமையை வெளிப்படுத்தியிருப் பீர்கள். இந்த மொழியை நீங்கள் வசப்படுத்தியது எப்படி?

அடிப்படையில் அது எங்கள் வீட்டின் மொழிதான். அந்த தொனி சின்ன வயதிலிருந்தே கேட்டுக் கேட்டுப் பழகியது. அந்த தொனியில்தான் நான் இன்றுவரை எழுதிக் கொண்டிருப்பதாக நினைக்கிறேன். அதுதான் ஆணிவேர்.

சாகித்திய அகாடமி விருது உங்களுக்கும் வண்ணதாசனுக்கும் கொடுக்கப்பட வேண்டும் என்கிற குரல் சமீபமாக அடிக்கடி ஒலிப்பதாகக் கருதுகிறேன். அந்த விருது உங்களுக்கு இதுவரை வழங்கப்படாததில் வருத்தம் உண்டா?

வருத்தம் என்று எதுவுமில்லை. அந்த விருதுக்கு ஜூரிகள் மூன்று பேர் இருக்கின்றனர். ஒரு எழுத்தாளருடைய படைப்பை இவர்களுள் இருவர் சிபாரிசு செய்ய வேண்டும். ஐந்தாண்டு களுக்குள் அந்தப் புத்தகம் வந்திருக்க வேண்டும். இப்படி யெல்லாம் சில விதிகள் உண்டு. இதில் தப்பிப் போவதற்குத் தான் நிறைய வாய்ப்பு இருக்கிறது. நாங்கள் நீண்ட காலமாக எழுதிவருவதால் எங்களுக்குக் கொடுக்கவில்லை என்கிற குரல் எழுவது நியாயம்தான். விருது கிடைக்காததில் எனக்கு எந்தவிதமான வருத்தமும் இல்லை. விருதுக்காக நான் எழுதுவதுமில்லை.

இலக்கிய விழாக்களைப் பெரும்பாலும் புறக்கணிக்கிறீர்களே ஏன்? மேடைகளில் பேசுவதும் இல்லையே?

எனக்குத் திக்குவாய். அது ஒரு முக்கிய காரணம். எனவே மேடைகளில் பேசுவதற்குக் கூச்சம். இலக்கிய விழாக்களில் யார் என்ன பேசுவார்கள் என்பதும் முன்னதாகத் தெரிந்ததுதான். பெரும்பாலும் எனக்கு அதுபோன்ற விழாக்களில் புது விஷயங்கள் கிடைப்பதில்லை. எனவே, வெறுமனே சென்று விழாக்களில் அமர்ந்து வருவதில் எனக்கு உடன்பாடில்லை. விழாக்களுக்குச் சென்றால் நிறைய நண்பர்களைச் சந்திக்கலாம். அவ்வளவுதான்.

முற்போக்கு எழுத்துக்கு நீங்கள் எதிரி என்கிற விமர்சனம் குறித்து...?

சில எழுத்தாளர்களைப் படிக்கவே முடிவதில்லை. நீர்த்துப் போனவையாக இருக்கிறது. ஆனால் டி.செல்வராஜின் மலரும் சருகும் பிரமாதமான படைப்பு. அவரும் முற்போக்கு எழுத் தாளர்தானே? அதிலும் சங்கம் கட்டுவது எல்லாம் வருகிறது. ஆனால் பிரச்சாரமாக இல்லாமல் அது கலையாக இருக்கிறது.

ஆனால் இடதுசாரி எழுத்தாளர்களில் குறிப்பிட்டுச் சொல்லும் படியான படைப்பாளிகள் இருக்கத்தானே செய்கின்றனர்?

தமிழ்ச்செல்வனைச் சொல்ல முடியும். ஆனால் ஏனோ அவர் தொடர்ந்து எழுதவில்லை. பா.செயப்பிரகாசம், ராஜேந்திர சோழன், பூமணி இப்படிக் கலாபூர்வமாக எழுதுகிற படைப் பாளிகள் அங்கே உண்டு.

புதிதாக என்ன எழுதிக் கொண்டிருக்கிறீர்கள்? நாவல் முயற்சி எதுவும்...

என்னுடைய இளம் பிராயத்து வாழ்க்கை. என்னுடைய தாத்தா இலங்கைக்குச் சென்று தொழில் செய்தது. சுதந்திரப் போராட்ட காலம். இப்படியான ஒரு கதைச் சரடை வைத்து நாவல் எழுதலாம் என்று யோசிக்கிறேன். இரண்டு மூன்று நாவல்களுக்கான விஷயம் இருக்கிறது. ம.க.இ.க. ஆரம்பித்த புதிதில் நான் அங்கு இருந்தேன். ஸ்டடி சர்க்கிள் எல்லாம் வைத்து மார்க்ஸியம் படித்தோம். அதற்குப் பிறகுதான் ம.க.இ.க. உருவாயிற்று. அந்த முதல் கூட்டத்தில் நான் கலந்து கொண்டேன். பிறகு வெளியேறிவிட்டேன். இதையெல்லாம் கூட ஒரு நாவலாக எழுதலாம் என்று தோன்றுகிறது.

5

கல்கி இதழில் வெளியான நேர்காணல்

'கடல்புரத்தில்', 'ரெயினீஸ் ஐயரை தெரு' போன்ற சிறந்த படைப்புகளைத் தமிழுக்குத் தந்த எழுத்தாளர் வண்ணநிலவனிடம் இருந்து மிக நீண்ட இடைவெளிக்குப் பிறகு வெளி வந்திருக்கும் நாவல் 'காலம்'. இந்த இடைவெளிக்கு என்ன காரணம் என்று அவரிடம் கேட்டோம்.

சிறுகதைகள் எழுதும்போது கிடைத்த திருப்தி, நாவல்கள் எழுதியபோது எனக்குக் கிடைக்கவில்லை. எழுதுறதுக்கு எவ்வளவோ விஷயம் இருக்கு. நானாக எழுதினது கொஞ்சம் தான். யாராவது கேட்டதால் எழுதிக் கொடுத்ததுதான் அதிகம். இப்ப எழுதச் சொல்லிக் கேட்டாலும் மூணு பக்கத்துக்குள்ள ஒரு கதை கொடுங்கன்னுதான் கேக்கறாங்க.

இணையத்தில் இந்தப் பிரச்னைகள் எல்லாம் இல்லையே... அதில் நீங்க தொடரலாமே?

இந்தக் 'காலம்' நாவல்கூட இணையத்துல வந்ததுதான். கேட்டு வாங்கிப் போட்டதால இணையத்துல எழுத முடிஞ்சது. இப்ப அது புத்தகமா வந்திருக்கு.

70களின் தொடக்கத்திலிருந்து இத்தனை வருஷம் எழுதியிருக்கீங்க. சிறுகதைகள் அதிகமாவும் நாவல்கள் குறைவாகவும் இருக்கே, என்ன காரணம்?

சிறுகதைகளில் சோதனை முயற்சியா பல விஷயங்களைச் செய்து பார்க்க முடிஞ்சது. ஓரளவு நல்ல சிறுகதைகளைக் கொடுத்த திருப்தி இருக்கு. ஆனால், நாவல் விஷயத்தில் எனக்கு

அப்படித் தோணலை. நான் இதுவரைக்கும் நூறு பக்கம், நூற்றிருபது பக்கம் வர்ற அளவுலதான் எழுதியிருக்கேன். அதுல சிலவற்றைக் குறுநாவல்னுதான் சொல்லணும். க.நா.சு. அடிக்கடி சொல்வார்... 'சோதனை முயற்சிகள் எப்பவும் இருந்துக்கிட்டே இருக்கணும். எழுதுறது சிறுகதையோ, நாவலோ, கட்டுரையோ எதுவா இருந்தாலும் அதை வெவ் வேறு மாதிரி எழுதிப் பார்க்கணும்'னு. நாவல்ல சோதனை செய்யற மாதிரி நான் இன்னும் எழுதலை. சிறுகதைங்கற சின்ன மீடியத்துல எழுதற மாதிரி கிடையாது நாவலுங்கறது. அது வேற ஒரு மீடியம்.

ஆனா, 'கடல்புரத்தில்' நாவல் உங்களுக்குச் சிறப்பா அமைஞ்சதே...

கடல்புரத்தில் நாவலைப் பற்றி இப்பவும் நிறையப் புகழ்ந்து பேசறாங்க. அது இப்ப பிரிண்ட்ல இல்லை. பிரிண்ட் பண்ணலாம்னு ஒருத்தர் வந்து கேட்டப்ப எனக்கு அந்த நாவலை மறுபடியும் கொண்டு வர்றதுல விருப்பமில்லைன்னு தான் சொன்னேன். முன்னுரை எழுதித் தரக் கேட்டபோதுகூட நான் எழுதித் தரலை.

கடல்புரத்தில் ஒண்ணும் அவ்வளவு சிறப்பா இல்லை. அந்த நாவலைத் தொலைகாட்சித் தொடரா எடுக்கும்போது நிறையப் பிரச்னைகள் வந்தன. அந்த வட்டாரச் சமூகத்தாரிடையே நிறைய பிரச்னைகள் வந்தன.

சுஜாதா ஒரு நாவலை எழுதினப்ப, குறிப்பிட்ட ஒரு சமூகத்தைப் பத்தி எழுதிட்டாருன்னு அவருக்கு எதிர்ப்பு தெரிவிச் சாங்க. இன்றைய சூழலில் எழுத்தாளன் என்ன செய்தாலும் அதுல என்ன பிரச்னைன்னு கண்டுபிடிக்கவே நிறையப் பேர் காத்திருக்காங்க.

'காலம்' நாவல்ல அப்படி எதுவும் பிரச்னை வந்ததா?

"காலம் நாவல் கோர்ட், வக்கீல்கள் பற்றியது. இந்த நாவலுக்கு முதலில் 'கறுப்பு கோட்' என்றுதான் பெயர் வைத்தேன். எதுவும் பிரச்னை வந்துடக் கூடாதேன்னுதான் நாவலோட பெயரைக் காலம்னு மாற்றினேன். கோர்ட், வக்கீல்கள் பற்றிய விஷயங்களைக் களமாகக்கொண்டு

ஒரு காதல் கதையைச் சொன்னேன். கண்ணால பார்த்த பல விஷயங்களைத்தான் நாம எழுதறோம். அதுலயும் எல்லா விஷயங்களையும் சொல்ல முடியறதில்லை. அப்படிச் சொல்றதுக்கு ஒரு கதை தேவையிருக்கு. அதுதான் அந்தக் காதல் கதை.

இப்பொழுது வரும் நாவல்கள் எப்படி இருக்கு?

இப்பல்லாம் பிரம்மாண்டமா, அறுநூறு பக்கத்துக்கு எழுதறாங்க. நண்பர் ஒருத்தர் ஒரு நாவலைக் குறிப்பிட்டு, அதைப் படிக்கச் சொன்னார். ஆனால், அதுல ஒரு சில பக்கங்களைக் கூட என்னால படிக்க முடியலை. அப்படியே படிச்சுப் பார்த்தாலும் அறுநூறு பக்கக் கட்டுரை படிக்கிற மாதிரியான உணர்வுதான் இருக்கு.

மாடர்னிஸம், போஸ்ட் மாடர்னிஸம் போன்றவை தேவை யில்லை என்று சொல்லிவிட முடியுமா?

சுந்தர ராமசாமி 'ஜே.ஜே. சில குறிப்புகள்' எழுதினார். மாடர்னிஸம் சார்ந்த விஷயம்தான். ஆனால், அவர் எழுதினது படிக்கிற மாதிரி இருந்தது. படிக்க முடிஞ்சது. ஆனால், போஸ்ட் மாடர்னிஸம்னு சொல்லிக்கிட்டு எழுதுற பல விஷயங்களைப் படிக்கவே முடியாமல் போகுது. பத்து வரி படிக்கிறதுக்குள்ளயே பாறையைத் தூக்கிக் கையில கொடுத்த மாதிரி ஆயிடுது.

∎